കാർഷിക മേഖല

പൈതൃകം സംസ്കാരം പ്രതിസന്ധി

Karshika Mekhala
Paithrikam Samskaram Prathisandhi
Essays

K V Ramakrishnan

CHINTHA PUBLISHERS
Thiruvananthapuram

First Edition
October 2022

Second Impression
November 2022

Published
Chintha Publishers, Thiruvananthapuram

Printed at
Time Offset Printers, Thiruvananthapuram

Cover Design
Vinod Mangoes

ISBN : 978-93-94753-49-5

CO - 3197 / 6239

Email: chinthapublishers@gmail.com
Website: www.chinthapublishers.com

A version is available at National Libraries
Kolkata, Mumbai, Chennai and Delhi

Distribution
DESHABHIMANI BOOKHOUSE
H O Thiruvananthapuram 695035

Branch
Head Office Kunnukuzhi • Statue Thiruvananthapuram
KSRTC Bus Terminal Thampanoor • Saphalyam Complex Thiruvananthapuram
KSRTC Bus Station Alappuzha • KSRTC Bus Station Ernakulam
Machingal Lane Thrissur • IG Road Kozhikode
Mavoor Road Kozhikode • NGO Union Building Kannur
Central Bus Terminal Complex Thavakkara Kannur

കാർഷിക മേഖല

പൈതൃകം സംസ്കാരം പ്രതിസന്ധി

കെ വി രാമകൃഷ്ണൻ

ചിന്ത പബ്ലിഷേഴ്സ്
തിരുവനന്തപുരം-695 035

കെ വി രാമകൃഷ്ണൻ

പഴയ പാലക്കാട് ജില്ലയിലെ പൊന്നാനി താലൂക്കിൽ കുമാരനെല്ലൂരിൽ 1950 ഏപ്രിൽ 8 ന് ജനനം. പിതാവ്: കുണ്ടുകുളങ്ങരവളപ്പിൽ രാമൻ. മാതാവ്: അമ്മു. കുമാരനെല്ലൂർ ഗവൺമെന്റ് ഹൈസ്കൂൾ പഠനാനന്തരം സംസ്കൃത പഠനം. *ദേശാഭിമാനി ബാലരംഗ*ത്തിലൂടെ പൊതുപ്രവർത്തനത്തിന് ആരംഭംകുറിച്ചു. *ദേശാഭിമാനി ബാലരംഗം* ഉത്തരമേഖലാ പ്രസിഡന്റ്.

1969 ൽ കമ്യൂണിസ്റ്റ് പാർട്ടി ഓഫ് ഇന്ത്യ (മാർക്സിസ്റ്റ്) അംഗമായി. കപ്പൂർ ലോക്കൽ കമ്മിറ്റി അംഗം. കെ എസ് വൈ എഫ് ഒറ്റപ്പാലം താലൂക്ക് കമ്മിറ്റി അംഗം, കർഷകത്തൊഴിലാളി യൂണിയൻ തൃത്താല മണ്ഡലം സെക്രട്ടറി, 1972 മുതൽ 79 വരെ സി പി ഐ (എം) പാലക്കാട് ജില്ലാ കമ്മിറ്റി ഓഫീസ് സെക്രട്ടറി, 1980 ൽ പാലക്കാട് ഏരിയാ കമ്മിറ്റി അംഗം, 1981 ൽ സി പി ഐ (എം) അട്ടപ്പാടി ഏരിയാ സെക്രട്ടറി, ജില്ലാ കമ്മിറ്റി അംഗം, ജില്ലാ സെക്രട്ടറിയേറ്റ് അംഗം എന്നീ നിലകളിൽ പ്രവർത്തനം. പിന്നീട് മലമ്പുഴ-പുതുശ്ശേരി, ചിറ്റൂർ, പാലക്കാട് എന്നിവിടങ്ങളിൽ ഏരിയാ സെക്രട്ടറിയായി പ്രവർത്തിച്ചു.

കർഷകസംഘം പാലക്കാട് ജില്ലാ ജോയിന്റ് സെക്രട്ടറി, ജില്ലാ സെക്രട്ടറി, സംസ്ഥാന കമ്മിറ്റി അംഗം തുടർന്ന് സംസ്ഥാന ജോ. സെക്രട്ടറി. 2009 മുതൽ 2021 വരെ കർഷകസംഘം സംസ്ഥാന സെക്രട്ടറി. എ ഐ കെ സി, സി കെ സി അംഗം, സി കെ സി എക്സിക്യൂട്ടീവ് അംഗമായും പ്രവർത്തിച്ചു. കമ്യൂണിസ്റ്റ് പാർട്ടി ഓഫ് ഇന്ത്യ (മാർക്സിസ്റ്റ്) സംസ്ഥാന കമ്മിറ്റി അംഗം. ഇപ്പോൾ കർഷകസംഘം സംസ്ഥാന കമ്മിറ്റി വൈസ് പ്രസിഡന്റ്, സി പി ഐ (എം) ജില്ലാ കമ്മിറ്റി അംഗം.

ഭാര്യ : എം കെ ചന്ദ്രികാദേവി
മക്കൾ : കെ വി രാഹിൻ, കെ വി രഥിൻ
വിലാസം : കണ്ണംപരിയാരം, കണ്ണാടി പി ഒ
പാലക്കാട്

ഉള്ളടക്കം

പ്രസാധകക്കുറിപ്പ്

മണ്ണും മനുഷ്യനുമായുള്ള ബന്ധം മനുഷ്യകുലം നിലനില്ക്കുന്നിടത്തോളം കാലം തുടരുന്ന ഒന്നായിരിക്കും എന്നതിൽ ആർക്കും തർക്കമുണ്ടാവില്ല. എന്നാൽ ലാഭാധിഷ്ഠിതമായ വ്യവസായലോകത്തിന്റെ കുതിപ്പിനിടയിൽ കൃഷിയെക്കുറിച്ചും കാർഷികവൃത്തിയിൽ ഏർപ്പെടുന്ന മനുഷ്യരെക്കുറിച്ചുമുള്ള ചിന്തകൾ സമീപകാലത്ത് പിന്നോക്കം പോയിരുന്നു. കാർഷികമേഖലയെ കേന്ദ്രീകരിച്ചുകൊണ്ടുള്ള ബഹുസ്വരമായ ചിന്തകൾ വീണ്ടും സജീവമാകുന്ന ഒരു കാഴ്ച ഇന്ന് നമുക്ക് കാണാൻ കഴിയും. പുതിയ തലമുറയിൽ ഒരു വിഭാഗം കൃഷിയിലേക്ക് സജീവമായി കടന്നുവരുന്നതും കാർഷിക സ്വയം പര്യാപ്തതയെക്കുറിച്ച് സംസ്ഥാന സർക്കാരുകൾ തന്നെ ഗൗരവമായി ചിന്തിച്ചു തുടങ്ങിയതും ഇന്ത്യൻ കാർഷിക മേഖല മൂലധന താല്പര്യങ്ങൾക്കനുസൃതമായി ഉടച്ചുവാർക്കാനുള്ള ശ്രമങ്ങൾക്കെതിരെ കർഷകർ ഒറ്റക്കെട്ടായി പ്രതിരോധം തീർക്കുന്നതുമെല്ലാം ഇന്നത്തെ കാഴ്ചകളാണ്. ദീർഘകാലം കാർഷിക മേഖലയിലെ സംഘടനാപ്രവർത്തനങ്ങൾക്ക് നേതൃത്വം നല്കി, കാർഷിക മേഖലയുടെ ഘടനാപരമായ പ്രശ്നങ്ങളെയും കർഷകർ നേരിടുന്ന പ്രതിസന്ധികളെയും നേരിട്ടറിഞ്ഞ ഒരാൾ ഇത്തരം വിഷയങ്ങളോട് നടത്തുന്ന സ്വാഭാവിക പ്രതികരണങ്ങളാണ് കെ വി രാമകൃഷ്ണന്റെ ഈ കുറിപ്പുകൾ. ഇതിൽ കാർഷിക സംസ്കാരത്തെയും പൈതൃകത്തെയുംകുറിച്ചുള്ള ചരിത്രപരമായ അറിവുകളും കാഴ്ചപ്പാടുകളും കാർഷിക മേഖല ഇന്ന് നേരിടുന്ന രാഷ്ട്രീയ പ്രശ്നങ്ങളും എല്ലാം കടന്നുവരുന്നു.

കാർഷികരംഗവുമായി ബന്ധപ്പെട്ടു പ്രവർത്തിക്കുന്ന എല്ലാവർക്കും ഈ കുറിപ്പുകൾ പ്രയോജനപ്പെടുമെന്ന് ഞങ്ങൾക്കുറപ്പുണ്ട്.

ചിന്ത പബ്ലിഷേഴ്സ്

സമർപ്പണം

സഖാക്കൾ
ടി കെ രാമകൃഷ്ണനും
എ പി വർക്കിക്കും

അവതാരിക

സഖാവ് കെ വി രാമകൃഷ്ണൻ കേരള കർഷകസംഘത്തിന്റെ സംസ്ഥാന സെക്രട്ടറിയായി ദീർഘകാലം സേവനമർപ്പിച്ച ഉത്തമനായ ഒരു കർഷക നേതാവും പാർട്ടി നേതാവുമായിരുന്നു. അദ്ദേഹത്തിന്റെ പ്രവർത്തന കാലഘട്ടത്തിലുണ്ടായ അസുഖത്തെ തുടർന്നും, അതിന്റെ ഭാഗമായുള്ള ചികിത്സയിലായപ്പോഴും ചികിത്സയ്ക്ക് ശേഷവും കർഷകസംഘടനാ രംഗത്ത് സജീവമായി പ്രവർത്തിച്ചുവന്നിട്ടുള്ള സഖാവാണ്. രോഗം ബാധിച്ച് ആശുപത്രിയിൽ കിടക്കേണ്ടിവന്ന സമയമൊഴിച്ച് ബാക്കി എല്ലാ സമയങ്ങളിലും കർഷക സംഘടനാ രംഗത്ത് അദ്ദേഹം അർപ്പിത മനോഭാവത്തോടുകൂടി പ്രവർത്തിക്കുകയുണ്ടായി.

സഖാവ് കെ വി ആർ കർഷകസംഘം സംസ്ഥാന സെക്രട്ടറിയായി പ്രവർത്തിക്കുന്ന കാലഘട്ടത്തിൽ, കേരളത്തിലെ കാർഷിക പ്രശ്നങ്ങളെക്കുറിച്ചും കാർഷികപൈതൃകത്തെക്കുറിച്ചും, ചില പ്രത്യേക കാലഘട്ടങ്ങളിൽ സാംസ്കാരിക രംഗത്തുണ്ടായ കാര്യങ്ങളെക്കുറിച്ചും *കർഷകനാദ*ത്തിലൂടെ പ്രസിദ്ധീകരിച്ചിട്ടുള്ള ലേഖനങ്ങൾ ഉൾക്കൊള്ളിച്ച സമാഹാരമാണ് ഈ പുസ്തകം. ഈ ഗ്രന്ഥം നിരീക്ഷിക്കുന്ന അവസരത്തിൽ, സഖാവ് കെ വി ആർ കേരളത്തിലെ കാർഷിക രംഗത്തിന്റെ മുൻകാല ചരിത്രവും കൃഷിയുടെ ആരംഭവും പ്രാകൃത കൃഷിരീതികളിൽനിന്ന് ആധുനിക കൃഷിരീതികളിലേക്ക് സമൂഹം വളർന്നു വികസിച്ചതിനേയും ശാസ്ത്രീയമായി അപഗ്രഥിച്ച് ഈ ലേഖനങ്ങളിലൂടെ നമുക്ക് വിശദീകരിച്ചു നല്കുന്നു.

പഴയകാലത്ത് കേരളത്തിൽ ഭൂമിയുമായി ബന്ധപ്പെട്ട് ഒട്ടനവധി വിശ്വാസങ്ങളും അനുഷ്ഠാനങ്ങളും നിലനിന്നിരുന്നു. ആ കാര്യങ്ങളെയെല്ലാം കേരളത്തിന്റെ ഓരോ ഭാഗങ്ങളിലും വ്യത്യസ്ത രീതിയിലാണ്

ആചരിച്ചു പോന്നിരുന്നത്. അവയെക്കുറിച്ചെല്ലാം ഈ സമാഹാരത്തിലൂടെ അദ്ദേഹം വരച്ചുകാട്ടുന്നു. നെൽകൃഷിയുടെ ആരംഭം, ഞാറ്റുവേല, കൊയ്ത്ത്, കൊയ്ത്തുത്സവങ്ങൾ, പുത്തരി, നിറപുത്തരി, പുന്നെല്ല് സംഭരണം, തുലാം പത്ത് തുടങ്ങിയിട്ടുള്ള ഒട്ടനവധി കൃഷിയും കൃഷിഭൂമിയും അടിസ്ഥാനപ്പെടുത്തിയിട്ടുള്ള കാര്യങ്ങളെയും വിശ്വാസ-ആചാരങ്ങളേയുമെല്ലാം വിവിധ ലേഖനങ്ങളിലൂടെ അദ്ദേഹം നിരീക്ഷിക്കുന്നു. അതുപോലെ തന്നെ വേദകാലഘട്ടത്തിൽ നിലനിന്നിരുന്ന കാർഷിക വൃത്തിയെക്കുറിച്ചും അതിന്റെ ഭാഗമായി കാർഷിക മേഖലയിൽ ഉണ്ടായിട്ടുള്ളതും വന്നുചേർന്നിട്ടുള്ളതുമായ ബന്ധങ്ങളും ഭൂവുടമയും കർഷകത്തൊഴിലാളികളുമായുള്ള ബന്ധങ്ങൾ, കാർഷിക മേഖലയിൽ ഉയർന്നുവന്ന ജാതീയത, പട്ടികജാതി-പട്ടികവർഗ്ഗ വിഭാഗങ്ങളെ അടിമകളെപ്പോലെ പണിചെയ്യിച്ച സമ്പ്രദായങ്ങൾ, ചാതുർവർണ്യം, അതിനെ അടിസ്ഥാനപ്പെടുത്തി നിലനിന്നിരുന്ന വേദകാല കൃഷിരീതികൾ തുടങ്ങിയവയെല്ലാം ഈ കൃതിയിൽ സമഗ്രമായി പ്രതിപാദിക്കുന്നുണ്ട്. കന്നുകാലികളെ ഉപയോഗിച്ച് നിലം ഉഴുതുമറിക്കുന്നതും കർഷകർതന്നെ മനുഷ്യാദ്ധ്വാനത്തിലൂടെ കൃഷിഭൂമിയെ ഇളക്കിമറിക്കുന്നതും അതിന്റെ ഭാഗമായി പാലക്കാട്ട് ഉയർന്നുവന്ന കലപ്പപ്പൂട്ടിനെക്കുറിച്ചും ആ സാഹചര്യങ്ങളെക്കുറിച്ചും ഈ ഗ്രന്ഥത്തിൽ സവിസ്തരം പ്രതിപാദിക്കുന്നു. ചുരുക്കത്തിൽ, കാർഷിക മേഖലയുടെ ചരിത്രം, അതിന്റെ പടിപടിയായിട്ടുള്ള വളർച്ച എന്നിവയെല്ലാം ഇന്നത്തെ സമൂഹം മനസ്സിലാക്കാൻ തക്കവണ്ണം ലേഖനങ്ങളിൽ അപഗ്രഥിച്ചിട്ടുണ്ട്.

പുസ്തകത്തിന്റെ രണ്ടാം ഭാഗത്ത് കാർഷിക രംഗത്തെ പ്രശ്നങ്ങൾക്കാണ് അദ്ദേഹം ഊന്നൽ കൊടുത്തത്. കാർഷിക മേഖലയിലെ വിലത്തകർച്ച, ചെലവുകൾ, വളം, കീടനാശിനികൾ തുടങ്ങിയവയുടെയെല്ലാം വിലവർദ്ധനവും വർദ്ധിച്ചുവരുന്ന അനുബന്ധ ചെലവുകളെക്കുറിച്ചും, കൃഷിക്കാർ അനുഭവിക്കുന്ന പ്രശ്നങ്ങളിലേക്കും ദാരിദ്ര്യപൂർണ്ണമായ അവസ്ഥകളിലേക്കും അദ്ദേഹം വിരൽചൂണ്ടുന്നു. വിളയുടെ വിലയിടിച്ചിലുകളും കേന്ദ്ര സർക്കാരുകൾ സ്വീകരിക്കുന്ന ഇറക്കുമതി നയം കൊണ്ട് സംഭവിക്കുന്ന വിലയിടിച്ചിലുകൾ, അതിന്റെ ഭാഗമായി കൃഷിയെ മാത്രം ആശ്രയിച്ച് ജീവിക്കുന്ന കർഷകന് ഉല്പാദന രംഗത്തുണ്ടായ വൻ ഇടിവ്, അതുമൂലം ഉടലെടുക്കുന്ന പട്ടിണിയും തകർച്ചയും, കിടപ്പാടം ഉപേക്ഷിക്കേണ്ടിവരുന്ന സാഹചര്യങ്ങൾ, ജപ്തി, ഇതിലൂടെയുണ്ടായ ആത്മഹത്യകളും മറ്റ് അനന്തര ഫലങ്ങളും ഓരോ കാലഘട്ടത്തേയും അടിസ്ഥാനമാക്കി ലേഖനങ്ങളിൽ സഖാവ് കെ വി ആർ പ്രതിപാദിക്കുന്നു.

നെൽക്കർഷകരെ സഹായിക്കാൻ സബ്സിഡി കൊടുക്കുന്നു. എന്നാൽ സംഭരണ മേഖലയിൽ ഒട്ടനവധി കാണാപ്പുറങ്ങളുണ്ട്. പുറത്തറിയപ്പെടാതെ പോകുന്ന കാര്യങ്ങളുണ്ട്. ഈ വിഷയത്തിലെല്ലാം സഖാവ് കെ വി ആർ സൂക്ഷ്മ നിരീക്ഷണം നടത്തി ഈ മേഖലയി

ലുള്ള പ്രശ്നങ്ങളെ പുറത്തുകൊണ്ടുവരാൻ ശ്രമിച്ചിട്ടുണ്ട്. ആധുനിക കാലഘട്ടത്തിലെ കോർപ്പറേറ്റുകൾ ഭൂമിയുടെ ഉടമസ്ഥാവകാശം കൈവശപ്പെടുത്തുന്നതിനെക്കുറിച്ചും, കാർഷിക വിപണിയിൽ ഇടപെട്ട് ഉല്പന്നങ്ങളുടെ വില നിശ്ചയിക്കാൻ കോർപ്പറേറ്റുകൾക്ക് അധികാരം ലഭിക്കുന്ന സാഹചര്യത്തെക്കുറിച്ചും അതിന്റെ തീക്ഷ്ണതയെയും അദ്ദേഹം വരച്ചുകാട്ടുന്നു. അതുകൊണ്ട് കാർഷിക രംഗത്തുനിന്ന് കൃഷിക്കാർ അന്യവല്ക്കരിക്കപ്പെടുകയാണ്.

കേരളം പോലുള്ള സംസ്ഥാനത്ത് സമഗ്രമായ കാർഷിക പരിഷ്കരണം നടപ്പിലാക്കിയതിലൂടെ കർഷകന് ഭൂമി ലഭിച്ചു. ചെറിയ സംസ്ഥാനമായ കേരളത്തിന്റെ വികസനം, വ്യാവസായിക വളർച്ചയെ പ്രോത്സാഹിപ്പിക്കൽ, റോഡുകൾ, പാലങ്ങൾ, വിദ്യാലയങ്ങൾ തുടങ്ങി അടിസ്ഥാന വികസനങ്ങളുടെ എണ്ണം വർദ്ധിച്ചു. കൂടാതെ ജനസംഖ്യാ വർദ്ധനവിന്റെ ഭാഗമായി കാർഷിക മേഖലയിൽനിന്ന് കൃഷിക്കാർ അന്യവല്ക്കരിക്കപ്പെടുകയും ഭക്ഷ്യ സുരക്ഷയുടെ കാര്യത്തിൽ പ്രശ്നങ്ങൾ ഉണ്ടാവുകയും ചെയ്തു. ഭക്ഷ്യകമ്മി നേരിടുന്ന കേരളത്തിന് ഇതര സംസ്ഥാനങ്ങളിൽ നിന്നുള്ള കാർഷിക വിളവിനെ ആശ്രയിക്കേണ്ടി വരുന്നു. വലിയ ഉല്പാദനത്തിന് വേണ്ടി സമൂഹത്തിന്റെ ആരോഗ്യത്തെ നോക്കാതെ രാസവളങ്ങളും കീടനാശിനികളും ഉപയോഗിച്ചും, കാർഷിക വിഭവങ്ങൾ നശിച്ചുപോകാതിരിക്കാൻ മാരകമായിട്ടുള്ള വിഷലിപ്തമായ പദാർത്ഥങ്ങൾ പ്രതിരോധ മാർഗ്ഗങ്ങൾക്ക് ഉപയോഗിക്കുകയും അത് ഭക്ഷണത്തിലൂടെ മനുഷ്യരിലെത്തി രോഗമായി രൂപപ്പെടുകയും തുടർന്ന് ജീവിതശൈലീരോഗങ്ങൾക്ക് കീഴ്പ്പെടുന്നതിന്റെ രൂപം ഇവിടെയുണ്ട്. അതിനാൽ കാർഷിക ഉല്പാദനം വർദ്ധിപ്പിക്കാൻ പഴയ കാർഷിക അഭിവൃദ്ധി കൊണ്ടുവരാൻ, കാർഷിക ഉല്പന്നങ്ങളെ മൂല്യവർദ്ധിത ഉല്പന്നങ്ങളാക്കി മാറ്റാനുള്ള വ്യാവസായിക വികസനം, കാർഷിക മേഖലയുടെ അഭിവൃദ്ധിക്കായുള്ള ജലസേചനം, അടിസ്ഥാന സൗകര്യക്കുറവുകൾ പരിഹരിക്കൽ തുടങ്ങി ഓരോ കുടുംബത്തെയും കർഷകരാക്കി മാറ്റുക, ഓരോ വീടും കാർഷിക വിപണന മേഖലകളാക്കുക എന്നിങ്ങനെയുള്ള കാഴ്ചപ്പാടുകൾ മുന്നോട്ടുവെച്ച് പുതിയ സന്ദേശം സമൂഹത്തിന് നല്കാൻ ഈ കൃതിയിലൂടെ സാധിക്കും.

കേരളത്തിന്റെ കാർഷികപ്രശ്നങ്ങളും ഭൂപ്രശ്നങ്ങളും സംസ്കാരത്തേയുമെല്ലാം ഒരു കർഷക വീക്ഷണത്തിലൂടെ നിരീക്ഷിച്ചുകൊണ്ട് അദ്ദേഹം ഈ ഗ്രന്ഥത്തെ മൂല്യവത്താക്കുകയാണ്. കേരളത്തിന്റെ നെല്ലറയായ പാലക്കാട് ജില്ലയിലെ കുമാരനെല്ലൂരിൽ ജനിച്ച് പൊതുസേവന രംഗത്തേക്ക് കടന്നുവന്ന്, ഇടതുപക്ഷത്തോടൊപ്പം വളർന്നുവന്ന് സി പി ഐ (എം) അംഗമായ ആളാണ് സഖാവ് കെ വി ആർ. പടിപടിയായി വളർന്ന് സി പി ഐ (എം) ജില്ലാ കമ്മിറ്റിയംഗമായി, കർഷക നേതാവായി ജനങ്ങൾക്കിടയിൽ പ്രവർത്തിച്ച് അദ്ദേഹം അനുഭവസമ്പത്ത് നേടി. ആധുനിക കേരളത്തിലെ കർഷക സമൂഹത്തിനെ ഉദ്ധരിക്കാനും

കർഷകരുടെ ദൈനംദിന ജീവിതത്തെ മെച്ചപ്പെടുത്താനും അവരുടെ സാമ്പത്തിക സ്രോതസ്സുകൾ വർദ്ധിപ്പിക്കാനും ഒരു കർഷക നേതാവെന്ന നിലയിൽ അദ്ദേഹം പരിശ്രമിച്ചു. കർഷകരായതുകൊണ്ട് ദരിദ്രരായി മരിക്കാനല്ല, മറിച്ച് അവരുടെ ജീവിതത്തെ മെച്ചെപ്പെടുത്തി ജീവിതവിജയം വരിക്കാനുള്ള പ്രവർത്തനങ്ങളെല്ലാം നടത്തി വഴികാട്ടിയാകുവാൻ ഓരോ കാലഘട്ടത്തിലും സാഹചര്യത്തിലും തന്റെ ജീവിതത്തിലൂടെയും ലേഖനങ്ങളിലൂടെയും അദ്ദേഹം കഠിനമായി ശ്രമിച്ചിട്ടുണ്ട്. സാധാരണക്കാരായ ജനങ്ങൾക്ക് ഹൃദ്യമാകുന്ന തരത്തിലുള്ള ഭാഷയും പ്രയോഗങ്ങളുമെല്ലാം ഇതൊരു മികച്ച കൃതിയാണെന്ന് അടിവരയിടുന്നു. ഗ്രാമീണ മേഖലയിലെ പദങ്ങളും ഉദാഹരണങ്ങളും ഈ സമാഹാരത്തെ മികവുറ്റതാക്കുന്നു. പുതിയ തലമുറയ്ക്കുള്ള വഴികാട്ടിയായി നില്ക്കുന്ന ചരിത്രങ്ങൾ ഉൾപ്പെടെ പുതുതലമുറയ്ക്ക് ഈ കൃതിയിലൂടെ സഖാവ് കെ വി ആർ സമ്മാനിക്കുന്നു. അത്തരത്തിൽ ഇന്നത്തെ കാലഘട്ടത്തിലെ ഒരു കർഷകചരിത്ര പുസ്തകംകൂടിയാണ് സഖാവ് കെ വി ആറിന്റെ *കാർഷിക മേഖല: പൈതൃകം സംസ്കാരം പ്രതിസന്ധി* എന്ന ഈ കൃതി. വായനക്കാർ ഇനി വിലയിരുത്തട്ടെ.

ഇ പി ജയരാജൻ

ആമുഖം

ഞാനൊരു എഴുത്തുകാരനല്ല. വായനക്കാരനാണ്. വായനയിലൂടെയാണല്ലോ ഭാവന ഉടലെടുക്കുന്നത്. ഭാവനയാകട്ടെ രചനയെ ഗർഭം ധരിക്കുന്നു. രചനയ്ക്ക് ഒരു പാഠപുസ്തകമില്ല. അവനവൻ രൂപപ്പെടുത്തുന്ന രചനാ രീതി തന്നെ. വായനയുടെ പടിവാതിൽ തുറന്നുതന്നത് കുമാരനെല്ലൂർ ഹൈസ്കൂളിലെ അദ്ധ്യാപകരായ സംസ്കൃതപണ്ഡിതൻ തൃത്താല എ പി കൃഷ്ണപൊതുവാളും ചിത്രകലാ അദ്ധ്യാപകനും കമ്യൂണിസ്റ്റുകാരനുമായ പി എൻ ദാമോദരൻ മാഷുമാണ്.

പിന്നീട് *ദേശാഭിമാനി* സ്റ്റഡിസർക്കിളുമായി ബന്ധപ്പെട്ടിരുന്ന കാലത്ത് വായനയുടെ ലോകത്തിലേക്ക് കടത്തിവിട്ടത് പ്രൊഫ. ചെറുകാടും കെ പി ജിയും എം എൻ കുറുപ്പും ചാത്തുണ്ണിമാസ്റ്ററുമാണ്. ഇന്നയിന്ന പുസ്തകങ്ങൾ വായിക്കണമെന്ന് ചാത്തുണ്ണിമാസ്റ്റർ എന്നോട് നിർദ്ദേശിച്ചിരുന്നു. രാഷ്ട്രീയ പ്രവർത്തനങ്ങളിലുണ്ടാകുന്ന ഏതൊരു പ്രതിസന്ധി ഘട്ടത്തിലും എന്നെ പിടിച്ചു നിർത്തിയത് വായനയുടെ ഉൾക്കാമ്പാണ്.

കൗമാര പ്രായത്തിൽ ഞാൻ *ദേശാഭിമാനി ബാലരംഗ*ത്തിൽ ചില കഥകൾ എഴുതിയിട്ടുണ്ട്. *ദേശാഭിമാനി ബാലരംഗം* സംസ്ഥാന അടിസ്ഥാനത്തിൽ സംഘടിപ്പിച്ച ചെറുകഥാമത്സരത്തിൽ ഒന്നാം സമ്മാനം ലഭിച്ചിട്ടുണ്ട്. എ കെ ജിയിൽനിന്ന് അന്ന് സമ്മാനം ഏറ്റുവാങ്ങുവാനുള്ള ഭാഗ്യവും എനിക്കുണ്ടായി. *ദേശാഭിമാനി ബാലരംഗ*ത്തിന്റെ ഉത്തരമേഖലാ പ്രസിഡന്റായി മലബാർ മേഖലയിലൂടെ ചെറുപ്രായത്തിൽ സഞ്ച

രിക്കാൻ കഴിഞ്ഞു. ക്രമേണ ഇടതുപക്ഷ രാഷ്ട്രീയത്തിൽ ആകൃഷ്ടനായി. 1969 ൽ കമ്യൂണിസ്റ്റ് പാർട്ടി ഓഫ് ഇന്ത്യ (മാർക്സിസ്റ്റ്) ൽ അംഗമായി. 22-ാം വയസ്സോടെ രാഷ്ട്രീയത്തിൽ മുഴുവൻ സമയ പ്രവർത്തകനായി. എഴുത്തിൽനിന്ന് ശ്രദ്ധപോയി. വായനയിൽ ശ്രദ്ധ കേന്ദ്രീകരിച്ചു. യാത്രയാണ് വായനയ്ക്കു പറ്റിയ സമയം.

കേരളകർഷകസംഘം സംസ്ഥാന കമ്മിറ്റിയിലേക്ക് എന്നെ തിരഞ്ഞെടുത്തു. സഖാക്കൾ ടി കെ രാമകൃഷ്ണനും പാലൊളി മുഹമ്മദ്കുട്ടിയും എ പി വർക്കിയും ആയിരുന്നു അന്ന് സംഘത്തിന്റെ ഭാരവാഹികൾ. സംസ്ഥാന കമ്മിറ്റിയുടെ ആസ്ഥാനം അന്ന് എറണാകുളത്ത് 'മാരുതി'യിലായിരുന്നു. ഋഷി തുല്യനായ എ പി വർക്കിയുടെ താമസവും അവിടെത്തന്നെ. കർഷകസംഘത്തിന്റെ ആദ്യ മുഖമാസികയുടെ പേര് *കർഷകകേരളം* എന്നായിരുന്നു. അതിന്റെ ചുമതല എ പി വർക്കിക്കുമായിരുന്നു. സംസ്ഥാന കമ്മിറ്റിയിൽ *കർഷകകേരളം* അജണ്ട വെച്ച് ചർച്ച ചെയ്യാറുണ്ട്. ചർച്ച കേന്ദ്രീകരിച്ചത്, ലേഖനങ്ങൾ സമയബന്ധിതമായി ലഭിക്കാത്തത്, പരസ്യത്തിന്റെ കുറവ്, വരിക്കാരുടെ എണ്ണത്തിൽ വരുന്ന പരിമിതി എന്നിവയായിരുന്നു. ചർച്ചയിൽ ഞാൻ പങ്കെടുത്തുകൊണ്ട് ഒരു കമ്മിറ്റിയിൽ പറഞ്ഞത് ഉള്ളടക്കത്തെക്കുറിച്ചായിരുന്നു. അന്നത്തെ യോഗത്തിനുശേഷം എ പി വർക്കി എന്നെ പ്രത്യേകം വിളിച്ചു സംസാരിച്ചു. പാലക്കാടു ജില്ലയിലെ കാർഷിക പ്രാധാന്യത്തെക്കുറിച്ചും കർഷക രാഷ്ട്രീയത്തേയും സംഘടനാപാടവത്തേയുംകുറിച്ചും സംസാരിച്ചു. കൂട്ടത്തിൽ പാലക്കാട്ടെ കാർഷിക പ്രശ്നങ്ങളെക്കുറിച്ച് അടുത്ത കമ്മിറ്റിക്കു വരുമ്പോൾ ഒരു ലേഖനമെഴുതികൊണ്ടുവരാൻ ആവശ്യപ്പെട്ടു. ശ്രമിക്കാമെന്ന മറുപടിയോടെ ഞാൻ ഒഴിഞ്ഞുമാറി. പിന്നീടു ഞാനതുവിട്ടു. അടുത്ത കമ്മിറ്റിക്കെത്തിയപ്പോൾ എന്നെ കണ്ടതും എ പി വർക്കി ചോദിച്ചു. "സാധനം കൊണ്ടുവന്നിട്ടുണ്ടോ?" "ഇല്ലെ"ന്നു ഞാൻ മറുപടി പറഞ്ഞപ്പോൾ അദ്ദേഹമൊന്നമർത്തിമൂളി. പിന്നീടു പറഞ്ഞു. "കമ്മിറ്റിയിൽ ചർച്ചയിൽ പങ്കെടുത്ത് വാചാലമായി സംസാരിക്കാം. പക്ഷേ, എടുത്ത തീരുമാനം പ്രാവർത്തികമാക്കാൻ പലരും താല്പര്യമെടുക്കില്ല." എനിക്കതു കുറിക്കുകൊണ്ടു. ഞാൻ പറഞ്ഞു. "അടുത്ത ലക്കത്തിലേക്ക് ഒരു ലേഖനം തയ്യാറാക്കാം." എ പി ഒരു പുഞ്ചിരി തന്നു.

അന്ന് പാലക്കാട്ടെ മുഖ്യപ്രശ്നം ജലസേചനമായിരുന്നു. പ്രത്യേകിച്ച് കിഴക്കൻ മേഖലയിൽ ചിറ്റൂർ താലൂക്കിലെ പ്രധാന അണക്കെട്ടാണ് കുരിയാർ കുറ്റി-കാരപ്പാറ. ജലസംഭരണിയുടെ മിക്ക സ്ഥലവും തമിഴ്നാട്ടിലാണ്. തമിഴ്നാടും കേരളവും ജലം പങ്കിടുന്നതിനുവേണ്ടി കരാർ ഒപ്പിട്ടിട്ടുണ്ട്. എന്നാൽ പലപ്പോഴും കേരളത്തിനു തീരുമാനിച്ച ജലം

ലഭിച്ചിരുന്നില്ല. കരാർ പുതുക്കാൻ തമിഴ്നാടിനു സമ്മതവുമില്ല. അന്ന് കേന്ദ്രവും കേരളവും ഭരിച്ചിരുന്നത് കോൺഗ്രസ് മുന്നണി സർക്കാരാണ്. ഈ സർക്കാരാകട്ടെ സമയോചിതമായി ഇടപെടുന്നുമില്ല. ഈ പശ്ചാത്തലത്തിൽ കർഷകസംഘം മുൻകൈയെടുത്ത് ഒരു ഐക്യ സമരസമിതിക്കു രൂപംനല്കി. ഈയൊരു പശ്ചാത്തലത്തിലാണ് ഞാനാദ്യമായി ഒരു ലേഖനമെഴുതി *കർഷകകേരള*ത്തിന് തപാൽ വഴി അയച്ചുകൊടുക്കുന്നത്.

അടുത്ത കമ്മിറ്റിയിൽ ടി കെയെ കണ്ടപ്പോൾ എന്റെ ലേഖനത്തെക്കുറിച്ച് നല്ല അഭിപ്രായം പ്രകടിപ്പിച്ചു. എ പി തോളിൽ തട്ടി പറഞ്ഞു, "കെ വി ആർ എഴുതിയാൽ നന്നാവും. തുടർന്നും എഴുതൂ." ഒരു *കർഷക കേരളം* കോപ്പി കൈയിൽ തന്ന് സ്നേഹമസൃണമായി ഉപദേശിച്ചു. ഒരു പതിനഞ്ച് ഇരുപതു മിനിട്ടുകൊണ്ട് വായിച്ചു തീർക്കാനുള്ള ലേഖനമായിരുന്നു അത്. അച്ചടിച്ചുവന്ന ആ ലേഖനം ഒരു ഉൾക്കിടിലത്തോടെ കമ്മിറ്റിക്കു മുമ്പ് പുറത്തിരുന്നു വായിച്ചു. വായിച്ചു തീർന്നപ്പോൾ ഞാൻ തന്നെയാണോ ഇതെഴുതിയതെന്ന സംശയം തോന്നി. അന്ന് കമ്മിറ്റിക്കു വന്ന സഖാക്കളിൽ പലരും ലേഖനത്തെക്കുറിച്ച് നല്ല അഭിപ്രായം പ്രകടിപ്പിച്ചു. തുടർന്ന് എഴുതാൻ പ്രേരിപ്പിച്ചു. ഏതൊരു ലേഖനമെഴുതുമ്പോഴും എ പി വർക്കിയുടെയും ടി കെ രാമകൃഷ്ണന്റെയും വാക്കുകൾ മനസ്സിലേക്ക് ഓടിവരാറുണ്ട്.

2009 ഡിസംബറിൽ നടന്ന പാലക്കാടു സംസ്ഥാന സമ്മേളനത്തിൽ സ. ഇ പി ജയരാജനെ പ്രസിഡന്റായും എന്നെ സെക്രട്ടറിയായും തിരഞ്ഞെടുത്തു. ഭാരവാഹിത്വം ഏറ്റെടുത്തതോടെ *കർഷകകേരള*ത്തിന്റെ ചുമതലയും എന്നിൽ നിക്ഷിപ്തമായി. ഏതാനും മാസം കഴിഞ്ഞപ്പോഴാണ് *കർഷക കേരള*ത്തിന്റെ രജിസ്ട്രേഷൻ നഷ്ടപ്പെട്ട വിവരം അറിയുന്നത്. അന്നത്തെ ചിറയിൻകീഴ് മണ്ഡലത്തിലെ എം പിയായിരുന്ന സ. സമ്പത്ത്, *ദേശാഭിമാനി* ഡൽഹി ബ്യൂറോ, പ്രത്യേകിച്ച് അന്നത്തെ ചീഫായിരുന്ന സ. ജയിനും രജിസ്ട്രേഷൻ പുതുക്കിയെടുക്കുന്നതിനുവേണ്ടി മാസങ്ങളോളം മെനക്കെടുകയുണ്ടായി. *കർഷകകേരള*ത്തിന്റെ രജിസ്ട്രേഷൻ പുതുക്കാൻ കഴിയാത്തവിധത്തിൽ അതിന് കാലതാമസം വന്നിരുന്നു. പിന്നീട് പുതിയ രജിസ്ട്രേഷനു വേണ്ടി ശ്രമിക്കുകയും *കർഷകനാദം* എന്ന പേരിൽ രജിസ്റ്റർ ചെയ്യുകയും ചെയ്തു.

2009 മുതൽ ഞാൻ *കർഷകനാദ*ത്തിനുവേണ്ടി എഴുതിയ ലേഖനങ്ങളിൽ നിന്ന് തെരഞ്ഞെടുത്തവയാണ് ഇപ്പോൾ പുസ്തകരൂപത്തിൽ പ്രസിദ്ധീകരിക്കുന്നത്. ലേഖനങ്ങൾ ഒരു പുസ്തകമാക്കണമെന്ന നിർദ്ദേശം വളരെ മുമ്പുതന്നെ കർഷകസംഘത്തിന്റെ സംസ്ഥാന പ്രസി

ഡന്റായ ആരാധ്യനായ നേതാവ് ഇ പി ജയരാജൻ നിർദ്ദേശിച്ചിരുന്നു. പിന്നീടതു വിട്ടു. ഇപ്പോൾ പല സഖാക്കളുടെയും നിർദ്ദേശം മാനിച്ച് ലേഖനങ്ങൾ പുസ്തക രൂപത്തിൽ പ്രസിദ്ധീകരിക്കുകയാണ്. ഇന്നത്തെ കർഷകസംഘം പ്രസിഡന്റായ സ. എം വിജയകുമാർ, സെക്രട്ടറി സ. വത്സൻ പനോളി, ട്രഷറർ ഗോപി കോട്ടമുറിക്കൽ എന്നീ നേതാക്കളുടെ ശ്രമ ഫലം കൂടിയായാണ് പുസ്തകരൂപത്തിൽ ഈ ലേഖനങ്ങൾ അവതരി പ്പിക്കാൻ കഴിഞ്ഞത്. ലേഖനങ്ങൾ ക്രോഡീകരിക്കുന്നതിന് വേണ്ടി *കർഷ കനാദം* പത്രാധിപസമിതി അംഗവും *നാദ*ത്തിന്റെ മുഖ്യചുമതലക്കാര നുമായ സ. അജയഘോഷിന്റെ നിസ്തുലമായ സേവനം ഒരിക്കലും മറ ക്കാൻ കഴിയില്ല.

എന്റെ ലേഖനങ്ങൾ *കർഷകനാദ*ത്തിലൂടെ പുറത്തുവരുമ്പോൾ വായിച്ച് ഒട്ടേറെ പേർ അഭിപ്രായങ്ങൾ ഫോണിലൂടെ അറിയിക്കാറുണ്ട്. അതിൽ പ്രമുഖർ, കർഷകസംഘത്തിന്റെ സംസ്ഥാന കമ്മിറ്റി അംഗ വും മുൻ കാസർഗോഡ് ജില്ലാ സെക്രട്ടറിയുമായിരുന്ന സ. കോമൻ നമ്പ്യാരുടേതാണ്. വാചക ഘടനയിലെ തെറ്റ്, അച്ചടിപ്പിശക് (അച്ചടിപ്പി ഴവ് - പത്രഭാഷ) തുടങ്ങിയവ ചൂണ്ടിക്കാണിക്കാറുണ്ട്. കാസർഗോട്ടെ മുൻ എം എൽ എ കുഞ്ഞിരാമൻ അഭിപ്രായങ്ങൾ ഫോണിലൂടെ പറ യാറുണ്ട്. കർഷകസംഘം നേതാവായ സ. ബേബിജോൺ മാസ്റ്റർ, അമ്പാടി വേണു (തൃശൂർ), സ. എൻ വി ബേബി (ഇടുക്കി), പ്രൊ. എം ടി ജോസഫ് (കോട്ടയം), സ. ജി വേണുഗോപാൽ, സ. ഉണ്ണിത്താൻ ആല പ്പുഴ തുടങ്ങിയവരും വ്യക്തമായ അഭിപ്രായം ഫോണിലൂടെ പറയാറുണ്ട്.

മുൻമന്ത്രിയും മുൻസ്പീക്കറും കർഷകസംഘത്തിന്റെ പ്രസിഡന്റു മായ സ. എം വിജയകുമാർ, കോലിയക്കോട് കൃഷ്ണൻനായർ തുട ങ്ങിയവർ നേരിൽ കാണുമ്പോൾ ലേഖനങ്ങളെക്കുറിച്ച് അഭിപ്രായം പറ യാറുണ്ട്. കൂടാതെ, വിവിധ ജില്ലകളിൽനിന്ന് ധാരാളം കൃഷിക്കാരായ വായനക്കാരും അവരുടെ അഭിപ്രായങ്ങൾ പറയാറുണ്ട്. ഇത്തരം അഭി പ്രായ പ്രകടനങ്ങൾ ഓരോ ലേഖനമെഴുതുമ്പോഴും ഓരോന്നും കുറ്റമ റ്റതാക്കാൻ എന്നെ വളരെയധികം സഹായിച്ചിട്ടുണ്ട്.

ഈ പുസ്തകത്തിലെ ഒന്നാം ഭാഗമായ കാർഷിക പൈതൃകം എന്ന ലേഖനങ്ങൾ മറ്റേതു ലേഖനങ്ങളെക്കാളും തയ്യാറാക്കാൻ അല്പം പ്രയാ സപ്പെടേണ്ടിവന്നു. കൃഷിയുടെ ആരംഭത്തിന്റെ ഒരന്വേഷണമായിരുന്നു അത്. അന്വേഷണം ആദ്യം ചെന്നെത്തിയത് ഋഗ്വേദത്തിലാണ്. വലിയ ഭയപ്പാടോടെയാണ് ഋഗ്വേദത്തിലേക്ക് എത്തിനോക്കിയത്. സംസ്കൃത പണ്ഡിതനായ ഒളപ്പമണ്ണ മനയിലെ ഒ എം സി നാരായണൻ നമ്പൂതിരി പ്പാടിന്റെ ഋഗ്വേദഭാഷാഭാഷ്യമാണ് പാരായണത്തിനു തെരഞ്ഞെടുത്തത്.

ഋഗ്വേദ സംഹിത ഭാഷാഭാഷ്യത്തിൽ ഏറ്റവും മനോഹരമാണ് ഒ എം സിയുടേത്. ലളിതമാണ്, സുന്ദരമാണ്. യുനസ്കോ പ്രസിദ്ധീകരിച്ച *പ്രാങ്ചരിത്രവും നാഗരികതയുടെ പ്രാരംഭഘട്ടവും* എന്ന കേരള ഭാഷാ ഇൻസ്റ്റിറ്റ്യൂട്ട് പ്രസിദ്ധീകരിച്ച പുസ്തകമാണ് മറ്റൊന്ന്.

ഗ്രീസ്, റോമാ, അമേരിക്ക എന്നീ രാജ്യങ്ങളിലെ ഇതിഹാസ കഥകളും എന്റെ വായനയ്ക്കു വിഷയമാക്കി. അതിലൂടെ ഞാൻ മനസ്സിലാക്കിയ കൊച്ചു വിവരണങ്ങളാണ് ഒന്നാം ഭാഗത്തിലുള്ളത്.

രണ്ടാം ഭാഗമായ കാർഷിക പ്രതിസന്ധികൾ, പഴയതും പുതിയതുമായ കാർഷിക പുസ്തകങ്ങളും ആനുകാലികമായ കാർഷിക പ്രസിദ്ധീകരണങ്ങളും കാർഷിക വിദഗ്ധരുടെയും രാഷ്ട്രീയ നേതാക്കളുടെയും ലേഖനങ്ങളുടെ വായനയാണ് ലേഖനത്തിനാധാരം. കൂടാതെ ഒന്നൊന്നര പതിറ്റാണ്ടായി കേരളത്തിലെ പ്രമുഖ കർഷക പ്രസ്ഥാനത്തിന്റെ അമരത്തിരിക്കുമ്പോൾ കൃഷിക്കാരനുഭവിക്കുന്ന ദുരിതങ്ങളും ഞാൻ ആർജ്ജിച്ച പരിമിതമായ കഴിവുകളും ചേർത്തെഴുതിയ ലേഖനങ്ങളാണ് മിക്കതും. ഈ കാലഘട്ടത്തിൽ പലപ്രാവശ്യം മഞ്ചേശ്വരം മുതൽ പാറശ്ശാല വരെ യാത്ര ചെയ്യേണ്ടി വന്നിട്ടുണ്ട്. കമ്മിറ്റികളിലും യോഗങ്ങളിലും ജാഥകളിലുമായി ഏതാണ്ട് കേരളത്തിലെ മിക്ക പഞ്ചായത്തിലും എത്തിച്ചേർന്നിട്ടുണ്ട്. അവിടങ്ങളിലെല്ലാമുള്ള കർഷകരുമായി സംവദിക്കേണ്ടി വന്നിട്ടുമുണ്ട്. അന്നന്നത്തെ അവിടങ്ങളിലെ കാർഷിക വിഷയങ്ങൾ ചർച്ച ചെയ്യാറുമുണ്ട്. ഭൂപ്രശ്നം, പട്ടയപ്രശ്നം, വില പ്രശ്നം, കൃഷി സമ്പ്രദായം തുടങ്ങിയവ ചർച്ചാവിഷയമാകാറുണ്ട്. അതിന്റെ അടിസ്ഥാനത്തിൽ ചില ലേഖനങ്ങൾ എഴുതിയിട്ടുമുണ്ട്. അവയിൽ ചിലവയാണ് ഈ പുസ്തകത്തിലെ കാർഷിക പ്രശ്നം എന്ന ഭാഗത്തിൽ ഉൾക്കൊള്ളിച്ചിട്ടുള്ളത്.

എന്റെ രചനാശൈലിയും ആശയവും ലക്ഷ്യവും പൂർണ്ണമായി വായനക്കാർ അംഗീകരിക്കുമെന്ന് അവകാശപ്പെടുന്നില്ല. അപാകതകൾ കാണാൻ വായനക്കാർക്കു കഴിഞ്ഞേക്കാം. അവ സ്നേഹബുദ്ധ്യാ ചൂണ്ടിക്കാണിച്ചാൽ എന്റെ അറിവിനൊരു മുതൽക്കൂട്ടാവും. എന്റെ എഴുത്തിനത് ഉത്തേജകവുമാകും.

എന്റെ ഗ്രന്ഥത്തിന് അവതാരിക എഴുതിയ എന്റെ പ്രിയപ്പെട്ട നേതാവായ സ. ഇ പി ജയരാജന് എന്റെ സ്നേഹാഭിവാദ്യങ്ങൾ.

എന്റെ ലേഖനങ്ങളുടെ ആദ്യവായനക്കാരിയും കേട്ടെഴുത്തുകാരിയും എന്റെ സഹധർമ്മിണി തന്നെയാണ്. അവൾക്ക് നന്ദി പറയുന്നത് അഭംഗിയാണ്.

പ്രൂഫ് വായിച്ച് തിരുത്തിയ ജയചന്ദ്രനും (മുൻ മന്ത്രി സ. ഇ പി

ജയരാജന്റെ പി എ) ഈ പുസ്തക പ്രസാധനം ഏറ്റെടുത്ത *ചിന്ത പബ്ലിഷേഴ്സി*നും അകൈതവമായ നന്ദി.

ഞാനീ ഗ്രന്ഥം സഖാക്കൾ ടി കെ രാമകൃഷ്ണനനും എ പി വർക്കിക്കുമായി ഒരു പിടി രക്തപുഷ്പങ്ങളോടെ സമർപ്പിക്കുന്നു.

ഈ പുസ്തകങ്ങളിൽ നിന്നു ലഭിക്കുന്ന എല്ലാ വരുമാനവും *കർഷകനാദം* പ്രവർത്തനത്തിനുവേണ്ടി ഉപയോഗിക്കണമെന്നു കൂടി ഞാൻ ആഗ്രഹിക്കുന്നു.

കെ വി രാമകൃഷ്ണൻ
കണ്ണംപരിയാരം
കണ്ണാടി പി ഒ, പാലക്കാട്

ഭാഗം 1
കാർഷിക പൈതൃകം

കൃഷിയും സ്ത്രീപുരുഷ ബന്ധവും

"യൂറോപ്പിലെ പല രാജ്യങ്ങളിലും സസ്യങ്ങളെ പെണ്ണായും ആണായും സങ്കല്പിച്ച് വിവാഹാഘോഷം നടത്തിയിരുന്നു. വിവാഹച്ച ടങ്ങിന്റെ ആർഭാടം എത്രമാത്രം കൂടുന്നുവോ അതിനൊപ്പം ചെടികൾ അത്രമാത്രം വർദ്ധിച്ച ഫലം നല്കുമെന്ന് അവർ വിശ്വസിച്ചിരുന്നു."

ക്രിസ്ത്വാബ്ദത്തിനും പതിനായിരമാണ്ടുകൾക്കപ്പുറം കൃഷിയും കാലിവളർത്തലുമുണ്ടായിരുന്നു. കാർഷികോപകരണങ്ങൾ, ഗൃഹോപ കരണങ്ങൾ, ആഭരണങ്ങൾ എന്നിവയും നിർമ്മിച്ചിരുന്നു. ഗോതമ്പ്, എള്ള്, ബാർലി, പയറുവർഗ്ഗങ്ങൾ എന്നിവയുടെ കൃഷിയിൽ നിന്ന് പരു ത്തികൃഷിയിലേക്ക് നീങ്ങി. നൂലു നിർമ്മാണവും നെയ്ത്തും വളർന്നുവ ന്നു. കുതിര, കാള, പശു, എരുമ, ആട്, പന്നി, കോഴി, കഴുത, നായ എന്നിവയേയും കൃഷീവലന്മാർ വളർത്തിയിരുന്നു. പരുത്തിയുടെ ഉപ യോഗം അന്ന് ഇന്ത്യയിൽ മാത്രമേ അറിഞ്ഞിരുന്നുള്ളൂ.

കൃഷി സാമൂഹ്യ ജീവിതത്തിൽ സാരമായ മാറ്റംവരുത്തി. കൃഷി വികാസം പ്രാപിച്ചതോടെ കച്ചവടം, നെയ്ത്ത്, ചായംമുക്കൽ എന്നിവയും വികസിച്ചു. ഈ വികാസങ്ങളെല്ലാം പ്രാകൃതരീതിയിലായിരുന്നു എന്ന് പ്രത്യേകം പറയേണ്ടതില്ലല്ലോ? അന്ധവിശ്വാസങ്ങളിലും അനാചാരങ്ങ ളിലും കെട്ടുപിണഞ്ഞുകൊണ്ടുള്ള വികാസമായിരുന്നു അത്. പ്രപഞ്ച ത്തിലെ അത്ഭുതകരമായ കാഴ്ച കണ്ട് അത് പലതും കൃഷിയിലേക്ക് പകർത്താമെന്ന് അവർ കരുതി. ജനസംഖ്യാ വർദ്ധനവിനനുസരിച്ച് ഭക്ഷ്യോല്പാദനം വർദ്ധിപ്പിക്കുക എന്ന ശ്രമകരമായ പ്രവർത്തനത്തിന്റെ ഭാഗമായിരുന്നു അത്. ഭക്ഷ്യോല്പാദനം വർദ്ധിപ്പിക്കുന്നതിന് പുതിയ യിനം വിത്തുകളെ തേടിപ്പിടിക്കാനുള്ള ശ്രമവും തുടങ്ങി.

വിത്തുവിതയുമായി ബന്ധപ്പെട്ട ഒട്ടേറെ ആചാരങ്ങൾ ആരംഭിച്ചു.

ഉല്പാദനരീതിയിലും തദനുസൃതമായി ഉല്പാദകന്റെ മനോഭാവത്തിലും മാറ്റംവന്നു. ഉല്പാദനവർദ്ധനവുതന്നെയായിരുന്നു ഇതിന്റെ ലക്ഷ്യം.

പ്രാകൃതമനുഷ്യരുടെ പ്രകൃതിജ്ഞാനം വളരെ പരിമിതമായിരുന്നു. ഇടിമിന്നൽ, കാട്ടുതീ, വെള്ളപ്പൊക്കം, വരൾച്ച എന്നിവ അവരെ അമ്പരപ്പിച്ചു. കാട്ടുമൃഗാക്രമണത്തെ അവർ ഭയന്നു. പ്രകൃതിശക്തികളെ നേരിട്ടുകൊണ്ടല്ലാതെ ജീവിക്കാനാവില്ലെന്ന് ബോദ്ധ്യം വന്നു. അതോടെ അവന്റെ ജീവിതത്തിലെ ഉല്പാദനവും ജീവിതശൈലിയും പ്രകൃതിയുമായി മാറ്റുരയ്ക്കാനുള്ള ശ്രമം ആരംഭിച്ചു.

മൃഗങ്ങളിലുള്ള മാറ്റങ്ങൾ, വൃക്ഷ-ലത-സസ്യാദികളുടെ ഉത്ഭവം, വളർച്ച, നാശം എന്നിവയും വിത്തുമുളയ്ക്കാൻ മഴയുടെ സാന്നിദ്ധ്യം എന്നിവ കർഷകനെ സ്വാധീനിച്ചിരിക്കാം. കൃഷിയും സ്ഥിരതാമസവും ആരംഭിച്ചതോടെ അന്ധവിശ്വാസവും അനാചാരങ്ങളും വളർന്നു. അതിനുള്ള മുഖ്യകാരണം വരൾച്ചയും വെള്ളപ്പൊക്കവും. രണ്ടിന്റെയും അനന്തരഫലം കൃഷിനാശം തന്നെ.

കാർഷികവൃത്തി പ്രകൃതിയുടെ പ്രജനനപ്രക്രിയയാണ്. അതുകൊണ്ടാണ് പ്രകൃതിയെയും ഭൂമിയെയും മാതാവായി - സ്ത്രീയായി മനുഷ്യൻ സങ്കല്പിക്കുന്നത്. സ്ത്രീയുടെ കാമം സന്താനവർദ്ധനവിന് കാരണമാകുന്നു. ഭൂമിയുടെ കാമം കാർഷിക വിളവിന് കാരണമാകുന്നു. ഈ സങ്കല്പത്തിലൂടെ നീങ്ങിയ മനുഷ്യൻ വിളവർദ്ധനവിനുവേണ്ടി കൃഷിഭൂമിക്ക് കാമാസക്തി വളർത്തുന്നതിന് ഒട്ടേറെ പ്രവർത്തനങ്ങൾ കൃഷിയിടങ്ങളിൽ നടത്തിയിരുന്നു. സന്താനലബ്ധിയ്ക്കും ഇത് സഫലമാകുമെന്ന് അവർ വിശ്വസിച്ചു.

സ്ത്രീ ഋതുമതിയാകുമ്പോഴും പ്രസവിക്കുമ്പോഴും ചോരയുടെ സാന്നിദ്ധ്യമുണ്ടാകുന്നു. ചോര ഒഴുകിയതുകൊണ്ടാണ് - ഋതുമതിയായതുകൊണ്ടാണ് - ഗർഭിണിയാകുന്നത്. ഭൂമീദേവിയായ കൃഷിയിടങ്ങളിൽ ചോര ഒഴുക്കിയാൽ വിത്തുകൾ ഫലഭൂയിഷ്ഠമാകുമെന്നും വിളവർദ്ധനവുണ്ടാകുമെന്നും അവർ വിശ്വസിച്ചു. അതിനുവേണ്ടി നരബലിയിലേക്കും മൃഗബലിയിലേക്കും ആദ്യകാല സമൂഹത്തെ കൊണ്ടെത്തിച്ചു.

ധാന്യങ്ങൾ ഉല്പാദിപ്പിക്കുന്ന ഭൂമിയും ശിശുവിനെ പ്രസവിക്കുന്ന സ്ത്രീയും തമ്മിൽ അദൃശ്യമായ ബന്ധമുണ്ടെന്നവർ കരുതി. ധാന്യവിളകൾക്ക് ഉത്തേജനം നല്കാൻ ലൈംഗികമായ ഉല്പാദനച്ചടങ്ങുകൾ കൃഷിയിടങ്ങളിൽ നടത്തിയിരുന്നു. ലിംഗപൂജയും മറ്റും ഇതിന്റെ മറ്റൊരു വശമാണ്. കലപ്പയ്ക്ക് ലിംഗം എന്ന അർത്ഥവുമുണ്ട്. ഭൂമി ഉഴുവാൻ ഉപയോഗിക്കുന്ന ഉപകരണമാണല്ലോ കലപ്പ. കാർഷികോല്പാദനത്തിൽ പുരുഷന്മാരുടെ പങ്ക് ലിംഗ പൂജയിലൂടെ പ്രകടമാകുന്നു.

ഉല്പാദനവർദ്ധനവിൽ സ്ത്രീകളുടെ പങ്ക് പല രാജ്യങ്ങളിലും വിവിധ രൂപത്തിലായിരുന്നു. ചോളം വളരുമ്പോൾ യുവതികൾ തലമുടി അഴിച്ചിട്ട് വയൽവരമ്പത്ത് നൃത്തംചെയ്യുന്ന പതിവ് മെക്സിക്കോയിലുണ്ടായിരുന്നു. അങ്ങനെ ചെയ്താൽ ചോളം നല്ലവണ്ണം വളർന്ന് കാറ്റിൽ

ഭംഗിയായി ആടുമത്രേ. കാറ്റിലൂടെയാണല്ലോ പരാഗണം നടക്കുന്നത്.

മാറുമറയ്ക്കാത്ത സ്ത്രീകൾ കൊയ്ത്തു നടത്തിയാൽ നെല്ലിന്റെ ഉമിയുടെ കനം കുറയുമെന്ന് മലായിലെ കർഷകർ വിശ്വസിച്ചിരുന്നു. ഗർഭിണികളായ സ്ത്രീകൾ വീട്ടിലുണ്ടെങ്കിൽ കൃഷി അഭിവൃദ്ധി പ്രാപിക്കുമെന്നും മറിച്ച് വന്ധ്യകളായ സ്ത്രീകൾ വീട്ടിലുണ്ടെങ്കിൽ കൃഷി നശിക്കുമെന്നും യൂറോപ്പിൽ വിശ്വസിച്ചിരുന്നു.

വിതയ്ക്കുന്നതിന്റെ തലേരാത്രി മദ്ധ്യ അമേരിക്കക്കാർ കൃഷിയിടങ്ങളിൽ സംഭോഗം നടത്തുന്നത് ദിവ്യ കർമ്മമായി കരുതിയിരുന്നു. അതിനുള്ള സംവിധാനം കൃഷിയിടങ്ങളിൽ കർഷകർ ഒരുക്കിയിരുന്നുവത്രേ. മദ്ധ്യ അമേരിക്കയിലെ ചില വർഗ്ഗക്കാർ പാടത്ത് വിത കഴിഞ്ഞാൽ കൊയ്യുന്നതുവരെ ഭാര്യാഭർത്താക്കന്മാർ കർശനമായ ബ്രഹ്മചര്യം പാലിച്ചിരുന്നു.

ജാവയിലാകട്ടെ കതിരുവരുന്ന ഘട്ടത്തിൽ പാടത്തുവച്ചാണ് സംഭോഗം നടത്താറുള്ളത്. ന്യൂഗിനിയയിൽ പരസ്യമായി എല്ലാവരുടെയും സാന്നിദ്ധ്യത്തിൽ ഒരു മരച്ചുവട്ടിൽ വെച്ച് സംഭോഗകർമ്മം നടത്തിയാൽ കാർഷികാഭിവൃത്തിയുണ്ടാകുമെന്ന് അവർ കരുതുന്നു.

ഉക്രേനിയയിൽ വധൂവരന്മാർ വയലിൽ കിടന്നുരുണ്ടാൽ ഉല്പാദനം വർദ്ധിക്കുമെന്ന് വിശ്വസിച്ചിരുന്നു. റഷ്യയിലെ ചില പ്രദേശങ്ങളിൽ സ്ത്രീകൾ പുരോഹിതന്മാരെ വയലിലിട്ട് ഉരുട്ടുന്നു. ജർമ്മനിയിൽ കൊയ്ത്തു കഴിഞ്ഞാൽ സ്ത്രീപുരുഷന്മാർ പാടത്ത് കിടന്നുരുളുന്നു.

യൂറോപ്പിലെ പല രാജ്യങ്ങളിലും സസ്യത്തെ പെണ്ണായും ആണായും സങ്കല്പിച്ച് വിവാഹാഘോഷം നടത്തിയിരുന്നു. വിവാഹച്ചടങ്ങിന്റെ ആർഭാടം കൂടുന്നതിനൊപ്പം അത്രമാത്രം ചെടികൾ വർദ്ധിച്ച ഫലം നല്കുമെന്ന് അവർ വിശ്വസിച്ചിരുന്നു. ഗ്രീസിൽ കൃഷിദേവതമാർക്ക് ഗർഭിണികളെ ബലി നല്കിയിരുന്നുവത്രെ.

ആഫ്രിക്കയിലെ 'ബഗഡ' വർഗ്ഗക്കാർ ഇരട്ട പ്രസവിച്ച സ്ത്രീകൾക്കും അവരുടെ ഭർത്താക്കന്മാർക്കും വലിയ ആദരവ് കല്പിച്ചിരുന്നു. തോട്ടങ്ങളേയും പാടങ്ങളേയും ഫലഭൂയിഷ്ഠമാക്കാൻ ഇവർക്കു കഴിയുമത്രേ. പുണ്യകർമ്മങ്ങളിൽ വിവാഹിതകൾക്ക് പ്രാധാന്യവും വിധവകൾക്ക് വിലക്കും മിക്ക രാജ്യങ്ങളിലും കല്പിച്ചിരുന്നു.

മനുഷ്യപ്രവൃത്തികൾ ചെടികളെ ബാധിക്കുന്നു, അതുപോലെ മനുഷ്യജീവിതത്തെ ചെടികൾക്കും സ്പർശിക്കാൻ സാധിക്കുമെന്നതായിരുന്നു പൂർവ്വികരുടെ വിശ്വാസം. അവിവാഹിതകളായ യുവതികൾ നിർമ്മിക്കുന്ന വസ്ത്രം ധരിച്ചാൽ ആയുസ്സ് വർദ്ധിക്കുമെന്ന് ചൈനീസ് കർഷകർ വിശ്വസിച്ചിരുന്നു.

പ്രകൃതി ദേവതകളെ തൃപ്തിപ്പെടുത്തിയാൽ പ്രകൃതി നിയമങ്ങളെ നിയന്ത്രിക്കാൻ കഴിയുമെന്ന് പ്രാകൃത കർഷകർ വിശ്വസിച്ചിരുന്നു. പ്രതികൂല കാലാവസ്ഥയിൽ മനുഷ്യന് ജീവിക്കാൻ പ്രയാസമാണ്. സമൂഹത്തിന്റെ വളർച്ചയ്ക്ക് കാലാവസ്ഥയെ നിയന്ത്രിച്ചേ മതിയാവൂ. ഇത് വലി

യൊരു പ്രശ്നമായി എന്നും മനുഷ്യന്റെ മുന്നിൽ ഉയർന്നുനിന്നു. കാലാവസ്ഥയെ നിയന്ത്രിക്കുന്നത് ദേവതകളാണെന്നാണ് പ്രാകൃത മനുഷ്യർ വിശ്വസിച്ചിരുന്നത്. കാലാവസ്ഥയെ നിയന്ത്രിക്കാൻ കഴിവുള്ള ദേവതകളെ പ്രീതിപ്പെടുത്തുന്നതിലൂടെ കാലാവസ്ഥയെ നിയന്ത്രിക്കാമെന്ന് അവർ വിശ്വസിച്ചു. അതിന് കഴിവുണ്ടെന്ന് കരുതുന്ന ദേവതകളെ പ്രീതിപ്പെടുത്താൻ തുടങ്ങി. വരൾച്ച കാർഷികമേഖലയെ മാത്രമല്ല എല്ലാ ജീവജാലങ്ങളേയും ബാധിക്കുന്നു. മഴ പെയ്താൽ മാത്രമേ വിത്തുമുളയ്ക്കൂ. മഴയ്ക്കുവേണ്ടി ദേവതകളെ പ്രീതിപ്പെടുത്തുന്ന ഒട്ടേറെ അനുഷ്ഠാനങ്ങൾ വിവിധ രാജ്യങ്ങളിൽ വിവിധരൂപത്തിൽ നടത്തിയിരുന്നു. ഇന്ത്യയിൽ മഴയ്ക്കുവേണ്ടി ക്ഷേത്രങ്ങളിലെ ശ്രീകോവിലിനു ചുറ്റും വെള്ളം നനയ്ക്കുക, ശിവലിംഗത്തിൽ ധാര ചെയ്യുക, ഇളനീരാട്ടു നടത്തുക തുടങ്ങിയവ ചെയ്താൽ മഴ പെയ്യുമെന്ന് വിശ്വസിച്ചിരുന്നു. പല സ്ഥലങ്ങളിലും ദേവതമാരെ വെള്ളത്തിൽ മുക്കിയെടുക്കാറുണ്ട്. പുഴയിൽ ഒഴുക്കിക്കളയാറുണ്ട്. ഉത്സവങ്ങളോടനുബന്ധിച്ച് നടക്കുന്ന 'ആറാട്ട്' ഇതിന്റെ ഭാഗമാണ്.

പഴയ റഷ്യൻ ഗ്രാമങ്ങളിൽ മഴ ലഭിക്കാൻ സ്ത്രീകൾ നഗ്നരായി രാത്രിയിൽ വെള്ളം നിറച്ച കുടവുമായി ഗ്രാമാതിർത്തിവരെ നടന്നുപോയി നനച്ചാൽ മഴ പെയ്യുമെന്ന് വിശ്വസിച്ചിരുന്നു. ഇരട്ട പ്രസവിച്ച സ്ത്രീകളുടെ മുഖത്ത് കരിവാരിത്തേച്ച് തലയിൽ വെള്ളമൊഴിച്ചാൽ മഴ ഉടനെ പെയ്യുമത്രേ. മഴ പെയ്യിക്കാൻ മാത്രമല്ല മഴ നിർത്താനും ആചാരങ്ങളുണ്ടായിരുന്നു. ആന്ധ്രയിൽ ശക്തമായ മഴയത്ത് നഗ്നയുവതികൾ തീപ്പന്തവുമായിറങ്ങിയാൽ മഴ നില്ക്കുമത്രേ.

അപരിഷ്കൃത കർഷകരുടെ ആചാരങ്ങൾ നമുക്ക് അവിശ്വസനീയമായേക്കാം, ചിരിപ്പിച്ചേക്കാം. പക്ഷേ, ഉല്പാദനവും ഉല്പാദനക്ഷമതയും വർദ്ധിപ്പിക്കാനുള്ള പരീക്ഷണങ്ങളും കാർഷിക നിയമങ്ങൾ കണ്ടെത്താനുള്ള ശ്രമവുമാണ് നടത്തിയിരുന്നത്. ഗൗരവത്തോടും വിശ്വാസത്തോടും കൂടി നടത്തിയ ഈ കർമ്മങ്ങൾ പരാജയത്തിൽ കലാശിച്ച പരീക്ഷണങ്ങളായിരുന്നു. കാലാന്തരത്തിൽ ഇവ നാട്ടുകാർക്ക് പ്രഹസനങ്ങളും മൂകനൃത്തങ്ങളും നാടകങ്ങളും ഹാസ്യകലാ പ്രകടനങ്ങളുമായി മാറി.

മനുഷ്യന്റെ അത്യാവശ്യങ്ങൾ ഏതുകാലത്തും ഒന്നായിരുന്നു. ജീവിക്കുന്നതിനുവേണ്ടി അന്നം ഉല്പാദിപ്പിക്കുക. എന്നാൽ ഓരോ കാലഘട്ടത്തിലും അത് നിറവേറ്റാൻ അവർ സ്വീകരിച്ച മാർഗ്ഗങ്ങൾ പരിശോധിക്കുമ്പോൾ മനുഷ്യന്റെ ചിന്താഗതിയുടെ ഗുണപരമായ വളർച്ച കാണാൻ കഴിയും. പ്രകൃതിയേയും, പ്രപഞ്ചത്തേയും നിരീക്ഷിച്ചതിലൂടെയാണല്ലോ ആധുനിക ശാസ്ത്രം വളർന്നുവന്നത്. അതിലേക്കുള്ള ആദ്യ പടിയാണ് കാർഷിക മേഖലയിലെ ആചാരാനുഷ്ഠാനങ്ങൾ.

(2012 നവംബർ)

പ്രകൃതിയുടെ പ്രജനനം

മാനവസംസ്കാരത്തിന്റെ പ്രഭവം കൃഷിയിലാണ്. നായാടിയും കാട്ടുധാന്യങ്ങൾ ശേഖരിച്ചും ജീവിച്ച വനചരന്മാർ കാർഷികവൃത്തി ജീവാധാരമാക്കിയിട്ട് സഹസ്രാബ്ദങ്ങളായി. മനുഷ്യനെ മണ്ണിനോട് ചേർക്കുന്ന മാനവരാശിയുടെ ചരിത്രവും സംസ്കാരവും ഉയർന്നുവന്നത് കൃഷിയിലൂടെയാണ്. കാർഷിക സംസ്കൃതിയുടെ ആ ഗതകാല പാരമ്പര്യത്തെക്കുറിച്ച് പഠിച്ചാൽ കാർഷിക പൈതൃകമാണ് നമ്മുടെ സംസ്കാരത്തിന്റെ ആണിക്കല്ല് എന്നു ബോദ്ധ്യമാകും.

സംസ്കാരമെന്ന പദം ആര്യഭാഷയായ സംസ്കൃതമാണ്. സേവിക്കുക, പാകംചെയ്യുക, കന്നുകാലികളെ വളർത്തുക, മിനുസപ്പെടുത്തുക, ശുചിയാക്കുക, മനശുദ്ധി വരുത്തുക തുടങ്ങിയ അർത്ഥങ്ങൾ നിഘണ്ടുവിൽ ഈ പദത്തിന് കല്പിച്ചിട്ടുണ്ട്. കന്നുകാലി പരിപാലനത്തിൽ നിന്നാണ് കൃഷിയുടെ ആരംഭം. 'കൃഷ്' എന്ന ധാതുവിന് ഉഴവുന്നത്, വലിക്കുന്നത്, വിലേഖനം തുടങ്ങിയ അർത്ഥവുമുണ്ട്.

മനുഷ്യന് രണ്ടു മൗലികമായ കഴിവുകളാണുള്ളത്. ഒന്ന്, പ്രജനനോല്പാദനം, മറ്റൊന്ന് അണ്ഡോല്പാദനം. പ്രജനനോല്പാദനം എല്ലാ ജീവജാലങ്ങൾക്കുമുണ്ട്. എന്നാൽ ഭക്ഷണം ഉല്പാദിപ്പിക്കാൻ കഴിവുള്ള ഏക ജീവി മനുഷ്യൻ മാത്രമാണ്.

ലോകത്തിന്റെ ആദ്യ ഉൽപ്പാദന വ്യവസ്ഥ കാർഷിക വ്യവസ്ഥയാണ്. സംസ്കാരത്തിന്റെ പ്രഭവസ്ഥാനം കാർഷിക വ്യവസ്ഥ തന്നെ.

കൃഷി ആരംഭിക്കുന്നതിന് മുമ്പ് നായാട്ടും കാട്ടുധാന്യങ്ങൾ ശേഖരിക്കലുമായിരുന്നു തൊഴിൽ. ആദ്യകാലങ്ങളിൽ വനത്തിൽ നിന്ന് ഫല-മൂല-ധാന്യങ്ങൾ വിളഞ്ഞുനില്ക്കുന്ന പ്രദേശങ്ങൾ തേടിപ്പിടിച്ച് അവിടെ താമസിച്ചിരുന്നു. ഫല-ധാന്യ-മൂലാദികൾ കുറയുമ്പോൾ പുതിയ പ്രദേ

ശങ്ങൾ തേടിപ്പിടിക്കുകയും ചെയ്തിരുന്നു. പിന്നീടാണ് ഇവയുടെ വിത്തുകൾ മുളപ്പിച്ച് വളർത്തിയെടുക്കുന്ന പണി-കൃഷിപ്പണി തുടങ്ങിയത്. ഈ കാലഘട്ടത്തിൽ മനുഷ്യൻ ഗുഹാവാസികളായിരുന്നു.

നായാട്ടുകൊണ്ടുമാത്രം ഒരു സമൂഹവും ജീവിച്ചിട്ടില്ല. പകൽ മുഴുവൻ വേട്ടയാടി നടന്നാലും ചിലപ്പോൾ ഒരു മൃഗത്തേയും കിട്ടിയില്ലെന്നു വരും. ഫലമൂലാദികളാകട്ടെ എന്നും ലഭിക്കുകയുമില്ല. അത്തരം സാഹചര്യങ്ങളിലായിരിക്കാം നരമാംസം ഭക്ഷിക്കാൻ പോലും പ്രാകൃത മനുഷ്യരെ പ്രേരിപ്പിച്ചത്.

അമ്പും വില്ലും കണ്ടുപിടിച്ചതോടെ നായാട്ട് നിത്യതൊഴിലായി. മൃഗങ്ങൾ ഭക്ഷണത്തിന് സുലഭമായി. ഇതോടെ വനത്തിൽ നിന്ന് താഴ്‌വരയിലെ പുൽമേടുകളിലേക്ക് താമസം മാറ്റി. ഈ കാലഘട്ടത്തിൽ ഭൂമിക്ക് ഇത്രയും ഭൂഖണ്ഡങ്ങൾ ഉണ്ടായിരുന്നില്ല. രണ്ട് ഭൂഖണ്ഡങ്ങൾ മാത്രം. പൗരസ്ത്യ ഭൂഖണ്ഡവും, പശ്ചിമഭൂഖണ്ഡവും. പശ്ചിമഭൂഖണ്ഡത്തിലാണ് അമേരിക്കൻ വൻകരയുണ്ടായിരുന്നത്. അവിടെ സ്തനജന്തുവായി (സസ്തനി) പരിപാലിച്ചു വന്ന ഏക മൃഗം 'ഇമ' മാത്രമാണ്. പൗരസ്ത്യ ഭൂഖണ്ഡത്തിലാകട്ടെ വിവിധയിനം മൃഗങ്ങളെ പരിപാലിച്ചുവന്നിരുന്നു.

പുരുഷന്മാർ നായാടി, ജീവനോടെ പിടിച്ചുകൊണ്ടുവരുന്ന മൃഗത്തെ സംരക്ഷിക്കുന്ന ചുമതല സ്ത്രീകൾക്കായിരുന്നു. കാളകളെയും കുതിരകളെയും മെരുക്കിയെടുക്കുന്ന പ്രവൃത്തി സ്ത്രീകൾക്കായിരുന്നു. വേട്ടക്കാളകളെ പരിശീലിപ്പിച്ചതും പശു, ആട്, കുതിര എന്നിവയുടെ പാൽ ഉപയോഗിക്കാൻ പഠിച്ചതും സ്ത്രീകളാണ്.

പശ്ചിമ ഭൂഖണ്ഡത്തിൽ (അമേരിക്കൻ വൻകരയിൽ) ഒരേയൊരു ധാന്യം മാത്രമേ അന്നുണ്ടായിരുന്നുള്ളൂ, ചോളം. മത്തൻ, കുമ്പളം എന്നീ വർഗ്ഗത്തിൽപ്പെട്ട പച്ചക്കറികളുമുണ്ടായിരുന്നു. പൗരസ്ത്യ ഭൂഖണ്ഡത്തിൽ വിവിധയിനം ധാന്യങ്ങൾ ഉണ്ടായിരുന്നു. പിടിച്ചുകൊണ്ടുവരുന്ന മൃഗങ്ങളെ മാംസത്തിനു മാത്രമല്ല പാലിന് വേണ്ടിയും പോറ്റിവളർത്തിയിരുന്നു. ഇത്തരത്തിൽ പോറ്റി വളർത്തിയിരുന്ന വിവിധയിനം സ്തനജീവികളെയെല്ലാം 'പശു' എന്ന പേരിലാണ് അറിയപ്പെടുന്നത്.

ഗുഹാവാസികളായി ജീവിച്ചിരുന്നപ്പോൾ സ്ത്രീകൾക്ക് പ്രകൃതിയെ നിരീക്ഷിക്കാൻ ധാരാളം സമയം കിട്ടിയിരുന്നു. പുരുഷന്മാർ കാട്ടിൽനിന്നും തേടിപ്പിടിച്ചുകൊണ്ടുവരുന്ന ഫല-മൂല-ധാന്യങ്ങളുടെ അവശിഷ്ടങ്ങൾ പുറത്തേക്ക് വലിച്ചെറിയുകയും പിന്നീട് അവ നനവ് തട്ടുമ്പോൾ മുളച്ചുവരുന്നതും അവർ കണ്ടിരിക്കാം. തുടർന്ന് അവ വലുതായി പൂത്ത് കായ്കനികളുണ്ടാവുന്നതും സ്ത്രീകൾ നിരീക്ഷിച്ചിരിക്കാം.

ധാന്യങ്ങളുടെയും കായ്കനികളുടെയും വിത്തുകൾ ശേഖരിച്ച് മണ്ണിൽ വിതറിയാൽ പുതിയ വിളകൾ സൃഷ്ടിക്കാമെന്ന് അവർ മനസ്സിലാക്കി. ഈ നിരീക്ഷണങ്ങൾ ബാഹ്യപ്രകൃതിയെ നിയന്ത്രിക്കാൻ കഴിയുമെന്ന യാഥാർത്ഥ്യം പതുക്കെപ്പതുക്കെ അവർക്ക് ബോദ്ധ്യപ്പെട്ടിട്ടുണ്ടായിരിക്കണം.

സഹസ്രാബ്ദങ്ങൾ ഹിംസ്രജന്തുക്കളോട് നേരിട്ട മനുഷ്യമനസ്സിനെ പരിപാലമനസ്സാക്കി, സഹവർത്തിത്വവും സ്നേഹവും സമാധാനവും ഉള്ള മനസ്സാക്കി മാറ്റിയത് കൃഷിയാണ്.

15000 കൊല്ലങ്ങൾക്കു മുമ്പ് മറ്റൊരു ഹിമയുഗം അവസാനിച്ചുവെന്ന് ചരിത്രകാരന്മാർ പറയുന്നു. അനുകൂലാവസ്ഥ വന്നതിനെതുടർന്ന് വനങ്ങളും പുൽമേടുകളും വളർന്നുവന്നു. ഇന്നത്തെ സഹാറ മരുഭൂമിയിൽ ഘോരവനങ്ങളും പുൽമേടുകളും ആയിരുന്നുവത്രേ. ലവന്ത, സഹാറയിലെ വലിയ പുൽമേടായിരുന്നു. പതിനായിരം കൊല്ലങ്ങൾക്കുമുമ്പ് അവിടെയാണ് ആദ്യമായി കൃഷി ആരംഭിച്ചതെന്ന് ചരിത്രകാരന്മാർ അവകാശപ്പെടുന്നു. അങ്ങനെ ആദ്യത്തെ കൃഷിക്കാരൻ - കൃഷിക്കാരി അവിടെയാണ് രൂപംകൊണ്ടത്.

കല്ലുകൊണ്ടുള്ള നല്ല കത്തികളും ചുരണ്ടികളും മരത്തിന്മേലും എല്ലിന്മേലും ആനക്കൊമ്പിന്മേലും പിടിപ്പിച്ച് മണ്ണിളക്കിയാണ് അവർ ആദ്യം കൃഷിപ്പണി ചെയ്തിരുന്നത്. മണ്ണിളക്കി, കുത്തുവടി, കൈക്കോട്ട്, കലപ്പ എന്നിവ ഉപയോഗിച്ച് വിത്തിറക്കാൻ അവർ പഠിച്ചു. ഭൂമിയിൽ വിത്തുപയോഗിച്ച് വിളവിറക്കാമെന്ന് ആദ്യമായി കണ്ടുപിടിച്ചത് സ്ത്രീകളായിരുന്നു. ഭൂമിയിൽ ധാന്യങ്ങൾ വിളയിച്ചെടുക്കുന്നതുകൊണ്ടാണ് ആഹാരസമൃദ്ധിക്ക് വഴിയൊരുക്കിയത്. അതുകൊണ്ടാണ് ഭൂമിയെ അമ്മയായും ജഗദാംബയായും കണ്ട് ജനം ആദരിച്ച്, പൂജിച്ച്, സ്നേഹമൂർത്തിയായി കാണുന്നത്.

കൃഷിയുടെ കണ്ടുപിടിത്തം മാനവരാശിയുടെ വളർച്ചയുടെയും വികാസത്തിന്റെയും ഒരു സുപ്രധാന കാൽവെയ്പ്പാണ്. സമൂഹത്തിന് ഒരിടത്ത് സ്ഥിരതാമസമാക്കാനുള്ള സാഹചര്യമാണ് കൃഷിയുടെ കണ്ടുപിടിത്തത്തോടെ സംഭവിച്ചത്. കൃഷിയുടെ കണ്ടുപിടിത്തത്തിലൂടെ ഗുഹാവാസം ഉപേക്ഷിച്ച് താമസിക്കാനുള്ള ആത്മവിശ്വാസം മനുഷ്യർ ആർജ്ജിച്ചു. പ്രകൃതിയെ ഉപജീവിക്കുന്നതിനു പകരം ഉല്പാദകരായി. കാടത്തജീവിതം വിട്ട് ഉൽകൃഷ്ടമായ കൃഷിജീവിതം ആരംഭിച്ചു. അവർ ഉൽപ്പാദകരും പ്രകൃതിയുടെ സഹപ്രവർത്തകരുമായി.

ഭൂമിക്ക് നാനൂറുകോടി വർഷത്തെ പ്രായമുണ്ട്. മനുഷ്യന് രണ്ട് ലക്ഷം വർഷത്തെ പ്രായവും. ഭക്ഷണത്തിനായി മനുഷ്യന്റെ അന്വേഷണം ചെന്നെത്തിയത് കൃഷിയിലായിരുന്നു. കൃഷിയുടെ പ്രായമാകട്ടെ കേവലം പതിനായിരം വർഷവും.

ആദ്യകാല കൃഷി, മുമ്പ് സൂചിപ്പിച്ചതുപോലെ മൂർച്ചയുള്ള കല്ലുകൊണ്ടും മരംകൊണ്ടും മൃഗക്കൊമ്പുകൊണ്ടുമാണ് ചെയ്തിരുന്നത്. ഈ ഉപകരണം ഉപയോഗിച്ച് അത്യദ്ധ്വാനം ചെയ്താൽ തന്നെ ചെറിയ സ്ഥലത്തു മാത്രമേ കൃഷിയിറക്കുവാൻ കഴിഞ്ഞിരുന്നുള്ളൂ. ഇതിനുപുറമെ അതിവൃഷ്ടി, അനാവൃഷ്ടി എന്നിവകൊണ്ടും കൃഷിനാശങ്ങൾ സംഭവിച്ചിരുന്നു. ഇരുമ്പ് ഉരുക്കി പരത്തി കൃഷിയാധുങ്ങൾ നിർമ്മിക്കാൻ ആരംഭിച്ചപ്പോഴാണ് കലപ്പയും കൊഴുവും കണ്ടുപിടിച്ചത്. ക്രിസ്തുവിന്

മുമ്പ് നാലായിരമാണ്ടിൽ ചൈനയിലും കലപ്പ ഉപയോഗിച്ച് കൃഷി ചെയ്തിരുന്നു.

കലപ്പ കണ്ടുപിടിക്കുന്നതുവരെ കൃഷിയുടെ നടത്തിപ്പ് സ്ത്രീകൾക്കായിരുന്നു. കലപ്പയുടെ ഉപയോഗത്തോടെ മിച്ചോല്പാദനം ഉണ്ടാവുകയും അതോടെ പുരുഷന്മാരുടെ കൈയിലേക്ക് കൃഷി മാറുകയും ചെയ്തു.

അടിമത്തവ്യവസ്ഥയുടെ ആരംഭത്തിൽ കന്നുകാലികളുടെ എണ്ണത്തിൽ വലിയ വർദ്ധനവ് ഉണ്ടായി. എന്നാൽ അതിനനുസൃതമായി ജനസംഖ്യാ വർദ്ധനവുണ്ടായില്ല. കലപ്പയുടെ കണ്ടുപിടുത്തത്തോടെ കൃഷിയും വ്യാപകമായി. ഇതോടെ ഇവ രണ്ടും ഉല്പാദന വർദ്ധനവിലേക്കെത്തി.

ആദ്യകാലത്ത് ഗോത്രങ്ങൾ തമ്മിൽത്തമ്മിൽ നടന്നിരുന്ന ഏറ്റുമുട്ടലിൽ പരാജയപ്പെട്ട ഗോത്രത്തെയും തടവിൽ പിടിക്കുന്നവരെയും പുരുഷന്മാരെ സഹോദരന്മാരായും സ്ത്രീകളെ പത്നിമാരായും ആണ് കണക്കാക്കിയിരുന്നത്. കന്നുകാലി വളർത്തലും കൃഷിയും മിച്ച ഉല്പാദനമായി മാറിയതോടെ ഗോത്രത്തടവുകാരെയും കീഴടങ്ങിയ ഗോത്രങ്ങളെയും മൃഗപരിപാലനത്തിനും കൃഷിപ്പണിക്കും ഉപയോഗിച്ച് തുടങ്ങി. ഇതോടെ കൃഷിയിൽ സ്ത്രീകൾക്കുണ്ടായിരുന്ന പ്രാധാന്യം നിലച്ചു. കൃഷിയുടെ സ്ഥാനം പുരുഷന്മാർക്കായി. ഈ പുതിയ മാറ്റം ജീവിതരീതിയിൽ തന്നെ മാറ്റം വരുത്തി.

കാർഷികവൃത്തി പ്രകൃതിയുടെ പ്രജനന പ്രക്രിയയാണ്. അതാണ് പ്രകൃതിയേയും ഭൂമിയേയും മാതാവായി, സ്ത്രീയായി മനുഷ്യർ സങ്കല്പിക്കുന്നത്.

(2012 സെപ്തംബർ)

ഭൂമിയിലെ ദേവ പ്രതീകങ്ങൾ

പ്രാചീനകാലത്ത് ഭൂമിക്ക് പ്രത്യേക ദിവ്യത്വം കല്പിച്ചിരുന്നു. ഭൂമിയെ സ്ത്രീയായും പുരുഷനായും സങ്കല്പിച്ചു. മിക്ക പ്രദേശത്തേയും ജനത ഭൂമിയെ സ്ത്രീയായാണ് സങ്കല്പിച്ചിരുന്നത്. ഭൂമീദേവിയെ ആരാധിച്ചിരുന്നു. അപൂർവ്വം ചില രാജ്യങ്ങളിൽ ഭൂമിയെ പുരുഷനായും ആകാശത്തെ സ്ത്രീയായും ആരാധിച്ചിരുന്നു. ഭൂമിയെ മാതാവായി എല്ലാ പുരാണങ്ങളും ചിത്രീകരിച്ചിട്ടുണ്ട്.

ഒരു ജനതയുടെ പൂർവ്വകാലം മുഴുവനും പൗരാണിക കഥാഖ്യാനങ്ങളിൽ വായിക്കാം. ലോകത്തെവിടെയുമുള്ള ജനതയ്ക്കും അത്തരം ആഖ്യാനങ്ങളുണ്ട്. സൂര്യതാപമേറ്റ് ഭൂമി ചൈതന്യവത്താകുന്നു. ഇതര ജീവജാലങ്ങളിലെ ഈശ്വരസാന്നിദ്ധ്യം ഭൂമിയെ ദേവതയായി കണക്കാക്കുന്നു. ഇതെല്ലാം പുരാണ പ്രോക്തങ്ങളാണ്.

ആദിമ മനുഷ്യൻ മേലും കീഴും നോക്കിയപ്പോൾ അത്ഭുതദൃശ്യങ്ങളാണ് കണ്ടത്. കാലാവസ്ഥകൾ മാറിമാറിവരുന്നു. ജനനം, ജീവിതം, മരണം എന്നിവ മനുഷ്യനെ വിസ്മയപ്പെടുത്തി. വിത്ത് മുളയ്ക്കുന്നു, വളരുന്നു, പൂക്കുന്നു, കായ്ക്കുന്നു, നശിക്കുന്നു. ഇതിനെല്ലാം വിശദീകരണം കണ്ടെത്താൻ അവർ ശ്രമിച്ചു. മാത്രമല്ല, പ്രകൃതിയെ തന്റെ ഇഷ്ടാനുസരണം കൂടെകൊണ്ടുവരാനുള്ള ശ്രമവും നടത്തി. അതിനുവേണ്ടി ഏതറ്റംവരെ പോകാനും അവർ തയ്യാറായി.

പ്രകൃതിയിലെ പ്രതിഭാസങ്ങളുടെ വൈവിദ്ധ്യങ്ങൾ വിശദീകരിക്കാൻ വേണ്ടിയാണ് ദേവതകൾക്ക് രൂപംനല്കിയത്. അവരെ ആരാധിക്കുന്നതിലൂടെ പ്രകൃതിയെ കീഴടക്കാമെന്നവർ വിശ്വസിച്ചു. എല്ലാ ജീവജാലങ്ങൾക്കുമെന്നപോലെ ഭൂമിക്കും ചെടികൾക്കും ജലത്തിനും ആത്മാവുണ്ടെന്ന് പൂർവ്വികർ വിശ്വസിച്ചു.

കാർഷികമേഖലയിലെ പൈതൃകങ്ങളും പാരമ്പര്യങ്ങളും ധർമ്മങ്ങളും ഏറക്കുറെ നമുക്ക് മനസ്സിലാക്കാൻ പുരാണ ഇതിഹാസങ്ങളിലൂടെ കഴിയും. മനുഷ്യവർഗ്ഗം ഒരുകാലത്ത് വ്യക്തികളുടെ ചെറു സംഘമായി ഭൂമിയുടെ പല ഭാഗങ്ങളിലേക്ക് വ്യാപിച്ചു. പുതിയ കാലാവസ്ഥകൾ, സാഹചര്യങ്ങൾ, അതിനനുസൃതമായി ജീവിത ശൈലിയിൽ വരുന്ന മാറ്റങ്ങൾ എന്നിവ അവരുടെ ഇതിഹാസ പുരാണങ്ങളിലുണ്ട്. അവ പ്രത്യേക പഠനവിഷയമാക്കേണ്ടതാണ്.

ഗ്രീക്ക്, ഈജിപ്ത്, പേർഷ്യൻ, ചൈനീസ്, ഇന്ത്യൻ പുരാണങ്ങളിലും ഇതിഹാസങ്ങളിലും മറ്റും പഠനാർഹമായ ഒട്ടേറെ സാദൃശ്യങ്ങൾ കണ്ടെത്താൻ കഴിയും. അവയെ തമസ്കരിക്കാനുള്ള ശ്രമങ്ങളല്ല വേണ്ടത്. മനുഷ്യവർഗ്ഗത്തിന്റെ ഭൂതകാലത്തിലേക്ക് വെളിച്ചംവീശുന്ന മാനവരാശിയുടെ പുതിയ വികാസത്തിലേക്കു നയിച്ചതെങ്ങനെയെന്നുള്ള നിഗമനങ്ങളിൽ എത്തുകയാണ് വേണ്ടത്.

ഗ്രീക്ക് പുരാണത്തിൽ ഒളിംബസ് പർവ്വതവുമായി ബന്ധപ്പെട്ട് പന്ത്രണ്ട് ദേവതമാരുണ്ട്. സിലൂസ, ഹോസിഡോൺ, ഹേഫോയസ്റ്റസ്, ബാർമസ്, യേറസ്, ഹേറ, അഥീന, ആർട്ടേമിസ്, ഹെസ്റ്റിയോ, ആഫ്രോയിറ്റ്, സവേറ്റർ എന്നിവരാണ് 12 ദേവീദേവന്മാർ.

ഗ്രീക്ക് പുരാണത്തിലെ പ്രധാനപ്പെട്ട ദേവനായ അപ്പോളോ സൂര്യദേവനാണ്. പ്രകാശത്തിന്റെ ദൈവമാണ്. അപ്പോളോ എന്ന പദം ആപ്പിൾ എന്ന പദത്തിൽനിന്നാണ് ഉടലെടുത്തതെന്ന് അവകാശപ്പെടുന്നു. ആപ്പിൾമരത്തിന്റെ അധിദേവനായി അപ്പോളോയെ കരുതപ്പെടുന്നു. ഭൂമിയിൽ കായ്കളും പഴങ്ങളും വിളഞ്ഞ് പാകമാകുന്നത് അദ്ദേഹത്തിന്റെ കഴിവുകൊണ്ടാണെന്ന് ഗ്രീക്കുകാർ വിശ്വസിച്ചിരുന്നു.

അപ്പോളോ സംഗീതത്തിന്റെ ദേവൻ കൂടിയാണ്. ഹോമർ അദ്ദേഹത്തെ വിശേഷിപ്പിച്ചത് തന്ത്രിവാദ്യം കൈയിലേന്തിയവൻ എന്നാണ്. സംഗീതം സസ്യങ്ങളുടെ വളർച്ചയ്ക്ക് പ്രചോദനം നല്കുന്നുവെന്ന് ആധുനികശാസ്ത്രവും അവകാശപ്പെടുന്നുണ്ട്. അപ്പോളോ വീണവായിക്കുമ്പോൾ മൃഗങ്ങൾ അരികിൽ വന്ന് നില്ക്കാറുണ്ടത്രേ.

അപ്പോളോ ഏഷ്യയിൽ നിന്ന് കുടിയേറി ഗ്രീസിൽ താമസമാക്കിയതാണെന്ന വാദവുമുണ്ട്. കുടിയേറ്റക്കാലത്ത് ഗ്രീക്കുകാർ കൊണ്ടുവരപ്പെട്ട ദൈവമാണെന്ന് മറ്റ് ചിലർക്ക് അഭിപ്രായമുണ്ട്. ഇതിൽ ഏത് ശരിയെന്ന് തെളിയിക്കാൻ ഇതുവരെ ആരും ശ്രമിച്ചിട്ടില്ല.

ആർട്ടേമിസ് എന്ന ഗ്രീക്ക് പുരാണ ദേവത കാർഷിക ദേവതയാണ്. വനത്തിന്റെയും നായാട്ടിന്റെയും കൂടി ദേവിയാണവർ. ആർട്ടേമിസ് അപ്പോളോയുടെ സഹോദരീ പുത്രിയാണെന്നാണ് ഗ്രീക്കുകാരുടെ വിശ്വാസം.

ജലത്തിന്റെ ദേവതയാണ് പോസാസ്. ഗ്രീക്ക് പുരാണത്തിൽ നദികൾക്ക് പ്രത്യേകം ദേവതകൾ വേറെയുമുണ്ട്. ഏതാണ്ട് 3000 ത്തിൽപരം നദീദേവതകൾ ഗ്രീക്കു പുരാണത്തിലുണ്ടത്രേ. ഒരു ജലദേവതയുടെ

ജീവിതകാലം 9620 വർഷമാണെന്ന് പുരാണം പറയുന്നു.

ഡിമിറ്റർ കായ്കനികളുടെയും വയലിന്റെയും സമ്പത്തിന്റെയും ദേവിയാണ്. ഗോതമ്പിന്റെയും ദേവതകൂടിയാണ്. അനിതരസാധാരണമായ സൗന്ദര്യത്തിന്റെ ഉടമകൂടിയായിരുന്നുവത്രേ ഈ ദേവത. പാകംവന്ന ഗോതമ്പുധാന്യം പോലെ മനോഹരമായിരുന്നു അവരുടെ തലമുടിയെന്ന് ഹോമർ പറയുന്നു.

സസ്യദേവതകളെ ഗ്രീക്കുകാർ പൂജിക്കുന്നത് സ്വന്തം പൂർവ്വികരെ പൂജിക്കുന്നതുപോലെയാണ്. മനുഷ്യരുടെയും ദൈവങ്ങളുടെയുമിടയ്ക്ക് മദ്ധ്യവർത്തികളായി പ്രവർത്തിക്കുന്നവരായിട്ടാണ് ദേവതകളെ കണ്ടിരുന്നത്.

റോമാക്കാരുടെ കാർഷിക ദൈവം ജൂപ്പിറ്റർ ആണ്. അദ്ദേഹം പ്രകാശത്തിന്റെ പ്രതിനിധിയാണ്. കാറ്റ്, മഴ, ഇടിമിന്നൽ, വിത, കൃഷിഭൂമിയുടെ അതിർത്തി കാക്കുന്ന കല്ലുകളെ കാത്തുസൂക്ഷിക്കൽ എന്നിവയുടെയും ചുമതല ജൂപ്പിറ്റർക്കാണ്. ജൂപ്പിറ്ററിനോടൊപ്പം സ്ഥാനമുള്ള മറ്റൊരു കാർഷികദേവതകൂടി റോമാക്കാർക്കുണ്ട്. സാറ്റേൺ എന്നാണ് ആ ദേവതയുടെ പേര്. മുന്തിരിതോട്ടങ്ങൾ, ഫലഭൂയിഷ്ഠമായ വയലുകൾ എന്നിവയുടെ സംരക്ഷണമാണ് ഈ ദേവതയ്ക്കുള്ളത്. സന്താനസമൃദ്ധിയുടെ കൂടി ദേവതയാണ് സാറ്റേൺ. മണ്ണിന്റെ ഫലസമൃദ്ധിക്കും വിതയ്ക്കുന്ന വിത്തിന്റെ വളർച്ചയ്ക്കും സംരക്ഷണം നല്കുന്ന മറ്റൊരു ദേവതയാണ് ടെല്ലസ്. ഫ്ളോറോ എന്ന മറ്റൊരു ദേവതകൂടി റോമാക്കാർക്കുണ്ട്. അവരുടെ ചുമതല ധാന്യങ്ങൾ, ഫലവൃക്ഷങ്ങൾ, മുന്തിരിവള്ളികൾ, പുഷ്പങ്ങൾ എന്നിവയുടെ സംരക്ഷണവും ധാന്യങ്ങളെ രോഗം ബാധിക്കാതെ കാത്തുസൂക്ഷിക്കലുമാണ്.

പഴയ സോവിയറ്റ് യൂണിയൻ, പോളണ്ട് തുടങ്ങിയ രാജ്യങ്ങളിലെ പ്രചാരമുള്ള പുരാണമാണ് 'സ്ലോവോണിക്'. പ്രകൃതിയിലുണ്ടാകുന്ന ദുർഗ്രഹമായ സംഭവങ്ങളെ വിശകലനം ചെയ്യാൻ 'പ്രയോണിക്' പുരാണം ശ്രമം നടത്തിയിരുന്നു. പ്രകൃതിയുടെ അത്ഭുത പ്രതിഭാസങ്ങളെ വിശദീകരിക്കാനാണ് അവരുടെ പുരാണം ശ്രമിച്ചത്.

ഭൂമിക്ക് പരമോന്നതമായ സ്ഥാനമാണ് കൽപ്പിച്ചിരുന്നത്. ഭൂമിക്ക് ഒരു ഭാഷയുണ്ടെന്ന് അവർ വിശ്വസിച്ചു. ആ നിഗൂഢഭാഷ മനസ്സിലാക്കാൻ അവർ ശ്രമിച്ചിരുന്നു. വടികൊണ്ട് ഭൂമിയിൽ കുഴിയുണ്ടാക്കി അതിൽ ചെവിചേർത്തുവെച്ച് ഭൂമി ഏതുതരത്തിലുള്ളതാണെന്ന് പ്രവചിച്ചിരുന്നു. ധാന്യങ്ങളുടെ വിലവർദ്ധനവും ഏറ്റക്കുറച്ചിലും മനസ്സിലാക്കാൻ ഇതിലൂടെ കഴിയുമെന്ന് ഗ്രാമീണർ വിശ്വസിച്ചിരുന്നു. കുഴിയിൽ നിന്ന് കേൾക്കുന്ന ശബ്ദത്തിന്റെ തരംതിരിവിനനുസരിച്ചായിരുന്നു പ്രവചനം.

നീതിയുടെയും ധർമ്മത്തിന്റെയും ദേവതയായിട്ടാണ് ഭൂമിയെ കണ്ടിരുന്നത്. ഭൂമിയെ ആർക്കും വഞ്ചിക്കാൻ കഴിയില്ല. കൃഷിക്കാർ പൊതുതീരുമാനം എടുത്തിരുന്നത് ഒരു പ്രത്യേക അനുഷ്ഠാനത്തിലൂടെയാണ്.

ഒരു കർഷകൻ ഒരു മണ്ണുരുള തലയിൽവെച്ച് പ്രതിജ്ഞയെടുത്താൽ എല്ലാവരും അതിനെ അനുസരിക്കണം. അത്തരം പ്രതിജ്ഞയെ ആരും എതിർത്തിരുന്നില്ല.

ചൈനയിലെ ധാന്യദേവത 'ക്വിൻ-യിൻ' ആണ്. കതിർക്കുല കൈയിലേന്തി നില്ക്കുന്ന ഈ ദേവത ഉർവ്വരതയുടെ അടയാളമായി കണക്കാക്കിയിരുന്നു. ക്വിൻ-യിൻ എന്നാൽ കനിവിന്റെ ദേവത എന്നാണ്.

ചൈനയിൽ നെല്ല് കതിരായാൽ നെല്ലിൽ പാലില്ലാതെ പതിരായിപ്പോകുകയായിരുന്നുവത്രെ. ജനങ്ങൾ പട്ടിണിയും ദാരിദ്ര്യവും മൂലം നരകയാതന അനുഭവിക്കുന്നതുകണ്ട് അനുകമ്പ തോന്നിയ ക്വിൻ-യിൻ സ്വന്തം മുലപ്പാൽ നെല്ക്കതിരിന് ഊട്ടിക്കൊടുത്തുവത്രെ. നെല്ക്കതിരുകൾ പാലൂറ്റിക്കുടിച്ച് അവസാനം രക്തവും വലിച്ചുകുടിച്ചു. മുലപ്പാൽ നിറഞ്ഞ നെല്ക്കതിരുകൾ അരിയായി മാറുകയും ചെയ്തു. രക്തം നിറഞ്ഞ നെല്ക്കതിരുകൾ ചുവന്ന അരിയായും മുലപ്പാൽ നിറഞ്ഞ നെല്ക്കതിരുകൾ വെളുത്ത അരിയായും മാറിയെന്ന് ചൈനക്കാർ വിശ്വസിച്ചിരുന്നു.

പ്രകൃതിയിൽനിന്ന് ഭക്ഷ്യധാന്യങ്ങൾ പെറുക്കിയും വേട്ടയാടിയുമുള്ള ജീവിതത്തിൽ നിന്ന് ഭക്ഷ്യധാന്യങ്ങൾ ഉല്പാദിപ്പിക്കുന്ന സമ്പ്രദായത്തിലേക്ക് വന്നതോടെ പിറവിയുടെ നിഗൂഢ ശക്തിയെക്കുറിച്ച് - വിത്തുമുളയ്ക്കുന്നതും വളരുന്നതും വീണ്ടും വിത്തായി മാറുന്നതും അവർ അത്ഭുതത്തോടെ നിരീക്ഷിച്ചിരിക്കാം. വിത്തിനെ നിഷേധിച്ച് ചെടിയാകുന്നതും വീണ്ടും വിത്താവുന്നതും എങ്ങനെയെന്ന് അവർ ചിന്തിക്കാൻ തുടങ്ങി. സ്ത്രീ പുതുജീവ ദാതാവെന്ന നിലയ്ക്ക് സന്താനോല്പാദനമെന്ന പ്രധാന ജോലി നിർവ്വഹിച്ചു. ഇത് സസ്യലതാദികളുമായി അവർ താരതമ്യപ്പെടുത്തി.

ഇന്ത്യയിൽ പാർവ്വതീദേവിയെയും ലക്ഷ്മീദേവിയെയും ധാന്യദേവതകളായി പുരാണങ്ങൾ പ്രതിപാദിക്കുന്നുണ്ട്. റാഗിയുടെയും ഗോതമ്പിന്റെയും ദേവത പാർവ്വതി തന്നെ. പാർവ്വതിക്ക് രണ്ടു നിറമാണല്ലോ ഉള്ളത്. കറുത്ത പാർവ്വതി റാഗിയുടെയും വെളുത്ത പാർവ്വതി ഗോതമ്പിന്റേതുമാണ്. നെല്ലിനെ ലക്ഷ്മീദേവിയായി സങ്കൽപ്പിച്ച് ബംഗാളിൽ ദുർഗ്ഗാപൂജ നടത്താറുണ്ട്. ലക്ഷ്മിയെ ധനമായും സങ്കല്പിക്കുന്നു. തെക്കേ ഇന്ത്യയിൽ സമ്പത്തിന്റെ ദേവതയാണ് ലക്ഷ്മിയെങ്കിലും അന്നത്തിന്റെയും ദേവത ലക്ഷ്മി തന്നെ.

ഉത്ഭവം, വളർച്ച, നാശം (സൃഷ്ടി, സ്ഥിതി, സംഹാരം) അതിന്റെ ദൈവമായ ശിവന്റെ താണ്ഡവനൃത്തം മലകൾ വെട്ടി നിരപ്പാക്കി കൃഷി ചെയ്യുന്നതിനെ പ്രതിനിധാനം ചെയ്യുന്നുവെന്ന് ചില പുരാണ പണ്ഡിതന്മാർ വിശ്വസിക്കുന്നുണ്ട്.

വേട്ടയാടിയും കായ്കനികൾ ശേഖരിച്ചും ജീവിച്ചിരുന്ന ജനവിഭാഗം, കൃഷിയിലേക്ക് പ്രവേശിച്ച ഘട്ടത്തിലായിരിക്കണം സസ്യങ്ങളുടെ ഉത്ഭവം, വളർച്ച, നാശം എന്നിവയുമായി ബന്ധപ്പെടുത്തി സൃഷ്ടി

സ്ഥിതി സംഹാരമൂർത്തിയായി ശിവനെ കണ്ടെത്തിയത്. മലങ്കാടുകൾ വെട്ടിത്തെളിച്ച് കാർഷികവൃത്തിയിൽ ഏർപ്പെട്ടപ്പോഴായിരിക്കണം പർവ്വത കന്യകയായ പാർവ്വതിയെ പരിണയം ചെയ്തത്. കറുത്ത പാർവ്വതി ഗൗരിയാകാൻ തപസ്സനുഷ്ഠിച്ചത് ഈ ഘട്ടത്തിലായിരിക്കണം. അഥവാ റാഗി (കറുത്തത്) ധാന്യത്തിൽ നിന്ന് ഗോതമ്പ് (വെളുത്തത്) ധാന്യകൃഷിയിലേക്കുള്ള മാറ്റമായി ചിലരിതിനെ വ്യാഖ്യാനിക്കുന്നുണ്ട്.

പ്രകൃതിക്ഷോഭങ്ങളുടെയും മഹാമാരികളുടെയും ദേവത രുദ്രനായിരുന്നു. രുദ്രൻ-ശിവൻ. രുദ്രന്റെ കോപം മൂലമാണ് കൊടുങ്കാറ്റും വെള്ളപ്പൊക്കവും ഉണ്ടാകുന്നതെന്നവർ കരുതി. സസ്യങ്ങളും ജലവും പശു, കുതിര, ആട് തുടങ്ങിയ കന്നുകാലികളും രുദ്രന്റെ നിയന്ത്രണത്തിലായിരുന്നു. ശിവന്റെ വാഹനം കാളയാണല്ലോ.

ഋതുഭേദങ്ങൾക്കനുസരിച്ച് സസ്യങ്ങൾ ഉണങ്ങുകയും പിന്നീട് തളിർക്കുകയും ചെയ്യുന്ന പ്രക്രിയയെ മരിച്ചവർ വീണ്ടും ജീവിക്കുമെന്ന വിശ്വാസത്തിലേക്ക് അവരെ എത്തിച്ചു. ശ്രീരാമന്റെ പത്നി സീത ഒരു സസ്യദേവതയായിരിക്കാം. സീത എന്ന പദത്തിന് കൃഷി, കൃഷിയിടം, ഉഴവുചാൽ എന്നീ അർത്ഥങ്ങളുണ്ട്. ജനകമഹാരാജാവിന് സീതയിൽ നിന്നു കിട്ടിയ കുട്ടിയായതുകൊണ്ടാണല്ലോ സീത എന്ന പേരു ലഭിച്ചത്. സീതയുടെ അന്ത്യം ഭൂമി പിളർന്ന് അതിലൂടെ അപ്രത്യക്ഷമാവുകയാണ്.

ഉഴവുചാലിൽ ജനിച്ച സീത വളർന്ന് പുഷ്പിണിയായി, സന്താനങ്ങളുണ്ടായി, പിന്നീട് ഭൂമി പിളർന്ന് മണ്ണിലേക്ക് തിരിച്ചുപോയത് ഏതൊരു ധാന്യത്തോടും താരതമ്യപ്പെടുത്താവുന്നതാണ്.

കാർഷിക പ്രധാനമായ സമൂഹത്തിൽ സ്ത്രീകളെയും പ്രപഞ്ചത്തിലെ ഭൗതിക വസ്തുക്കളെയും ബന്ധപ്പെടുത്തിയുള്ള വിശ്വാസങ്ങളാണ് നിലനിന്നിരുന്നത്. കൃഷിചെയ്ത് ജീവിക്കാൻ ആരംഭിച്ചതോടെ പിറവിയുടെ നിഗൂഢരഹസ്യങ്ങൾ കണ്ടെത്താനുള്ള ശ്രമമാണ് പ്രാചീനർ നടത്തിയത്. ഇതോടെ സ്ത്രീകളെ ഭൗതിക പരിസ്ഥിതികളോട് ബന്ധപ്പെടുത്താൻ തുടങ്ങി.

ഭക്ഷ്യധാന്യം ശേഖരിക്കലും മൃഗങ്ങളെ മെരുക്കിയെടുക്കലും സംരക്ഷിക്കലും കൃഷിയുടെ കണ്ടുപിടിത്തവും തുടങ്ങിയത് സ്ത്രീകളാണല്ലോ. മനുഷ്യരാശിയുടെ പ്രത്യുല്പാദനം നടക്കുന്നത് സ്ത്രീകളിലൂടെയാണ്. ഗർഭധാരണവും പ്രസവവുമായി ബന്ധപ്പെടുമ്പോൾ പുരുഷന് അതിൽ യാതൊരു പങ്കുമില്ല. ഇത്തരം ചിന്ത പ്രാചീന സമൂഹം സ്ത്രീകളെ അമ്മ ദേവതകളായി കണക്കാക്കി. സ്ത്രീകളുടെ ഉല്പാദനേന്ദ്രിയങ്ങളെയും പുരുഷന്റെ ഉല്പാദനേന്ദ്രിയങ്ങളെയും പ്രാചീനർ ആരാധിക്കാൻ തുടങ്ങി.

ഭൂമിയിൽ വിത്തു മുളയ്ക്കുന്നു, വളരുന്നു, കായ്ക്കുന്നു, നശിക്കുന്നു. സ്ത്രീ ജനിക്കുന്നു, വളരുന്നു, ഋതുമതിയാകുന്നു, ഗർഭം ധരിക്കുന്നു, പ്രസവിക്കുന്നു, മരിക്കുന്നു. ഈ ചിന്തയാണ് പ്രാചീന സമൂഹത്തെ ഭൂമി

യേയും സസ്യത്തെയും ദേവിയായി വിലയിരുത്തിയത്; സ്ത്രീയെ അമ്മ ദൈവങ്ങളായി കണക്കാക്കിയത്.

ഈ പരിശ്രമത്തിലൂടെ അവൻ പ്രകൃതിയുടെ സ്വഭാവത്തെയും നില നില്പിനാധാരമായ നിയമങ്ങളെയും ക്രമേണ മനസ്സിലാക്കാൻ തുടങ്ങി. മനുഷ്യൻ പ്രകൃതിനിയമങ്ങളുടെ അടിമകളല്ലാതാകാനും യജമാനനായി തീരാനുമുള്ള ശ്രമം തുടങ്ങി. അത് മന്ത്രവാദത്തിലേക്കും മന്ത്രങ്ങളി ലേക്കും മനുഷ്യനെ നയിച്ചു.

(2012 ഡിസംബർ)

കൃഷി വേദങ്ങളിലൂടെ

മനുഷ്യമനസ്സിൽ ദേവനെ നിർമ്മിക്കുന്നതിന്റെ പ്രക്രിയയാണ് വേദങ്ങളിലുള്ളത്. പ്രാചീന ഭാരതീയരുടെ സാമൂഹ്യരാഷ്ട്രീയ കാർഷിക സാമ്പത്തിക ജീവിതത്തിന്റെ സാമാന്യരൂപം വേദങ്ങളിൽ നിന്ന് പ്രത്യേകിച്ച് ഋഗ്വേദങ്ങളിൽ നിന്നും അഥർവ്വ വേദങ്ങളിൽ നിന്നും മനസ്സിലാക്കാൻ കഴിയും.

ആര്യന്മാർ ഇന്ത്യയിലെ ആദിമ നിവാസികളായ (സിന്ധുനദീതട വാസികളായ) ദ്രാവിഡരെ കീഴടക്കി സിന്ധുനദീതടത്തിൽ ആധിപത്യം സ്ഥാപിച്ചു. എന്നാൽ അവർക്ക് പഴയ രീതിയിലുള്ള കൃഷിയുമായി മുന്നോട്ടുപോകാൻ പ്രയാസമായി. തല്ഫലമായി കാർഷികോല്പാദനം മുരടിച്ചു.

ആര്യ-ദ്രാവിഡ സംയോജനം ഒരു പുതിയ സമൂഹത്തെ രൂപപ്പെടുത്തി. ചാതുർവർണ്യത്തിന്റെ ആരംഭംകുറിച്ചത് ഋഗ്വേദകാലഘട്ടത്തിലാണ്. ഗോത്രരാജാക്കന്മാരും കുലമുഖ്യന്മാരും പുരോഹിതന്മാരും വളർന്നുവന്നു. കൃഷിയും നായാട്ടും അവർക്ക് അറിയുമായിരുന്നില്ല. അവരുടെ ദാരിദ്ര്യം മറ്റുള്ളവരുടെ ഇടയിൽ സഹതാപമുണ്ടാക്കി. അവർ അനാര്യന്മാരുടെ ഇടയിലേക്ക് കടന്നുകയറി. അവരുടെ ആചാരാനുഷ്ഠാനങ്ങളും ജീവിതരീതികളും സ്വായത്തമാക്കി. ഭക്ഷ്യധാന്യക്കുറവ് അവരെ മാംസഭുക്കുകളാക്കി മാറ്റി.

ഇരുമ്പുകൊണ്ടുള്ള കലപ്പ കണ്ടുപിടിച്ചതോടെ കാർഷികമേഖല പടിപടിയായി അഭിവൃദ്ധി പ്രാപിച്ചു. ഗോത്രത്തിൽ അംഗമായാൽ അവർക്ക് അംഗീകാരമായി ഗോത്രഭൂമി കൃഷിക്കായി നല്കി. വനനിബിഡമായ വളക്കൂറുള്ള സ്ഥലങ്ങളിലെല്ലാം കൃഷിയാരംഭിച്ചു. മണ്ണ് കൃഷിയോഗ്യമാക്കത്തക്കവിധം ആയുധങ്ങൾ നിർമ്മിച്ചു. കാട് ചുട്ട് കൃഷിയിറക്കാനാരംഭിച്ചു.

ഋഗ്വേദസൂക്തങ്ങൾ സ്തുതികളാണ്. ദേവന്മാരെ പ്രീതിപ്പെടുത്തി ഉല്പാദനവും ഉല്പാദനക്ഷമതയും വർദ്ധിപ്പിക്കാൻ ആവശ്യപ്പെടുന്നതാണ് പല സൂക്തങ്ങളും. മനുഷ്യന് ദാനം ചെയ്യുന്നവനാണ് ദേവൻ. ഭൂമി, അന്തരീക്ഷം, ആകാശം എന്നിവയെക്കുറിച്ചുള്ള സൂക്തങ്ങളാണ് മിക്കതും. അഗ്നി, ഇന്ദ്രൻ, വരുണൻ, നദി, സോമൻ തുടങ്ങിയ ദേവതകളെയാണ് സ്തുതിയിലൂടെ പ്രീതിപ്പെടുത്തുന്നത്. വൈദികകാലത്തെ സാമൂഹികജീവിത സമ്പ്രദായത്തിലേക്ക് വെളിച്ചം വീശുന്ന അനേകം സൂക്തങ്ങൾ വേദങ്ങളിലുണ്ട്. വേദങ്ങൾ കൃഷിക്ക് വലിയ പ്രാധാന്യം കല്പിക്കുന്നു.

'അക്ഷൈഃ നഃ കൃഷി മിത് കഷസ്വ' 'ചൂതുകളിക്കരുത്, കൃഷിചെയ്യുവിൻ അവിടെയാണ് ഐശ്വര്യവും സുഖവും നിലനില്ക്കുന്നത്.'

ഭക്ഷണ പദാർത്ഥങ്ങളിൽ അന്നവും നെയ്യുമാണ് പ്രധാനം. അതുകൊണ്ടുതന്നെ പശുവളർത്തൽ മുഖ്യ തൊഴിലായി നിലനിന്നിരുന്നു.

'അന്ന'ത്തെ (ഭക്ഷണം) ഒരു ദേവതയായാണ് സ്തുതിച്ചിരുന്നത്. അന്നത്തെ സ്വാദിഷ്ടമാക്കാൻ പ്രാർത്ഥിക്കുന്ന ഋഗ്വേദ സൂക്തങ്ങൾ ഒട്ടേറെയുണ്ട്. പോഷകദായകമായ അന്നത്തെ ദേവതയായി സങ്കല്പിച്ച സംസ്കാരമാണ് ഭാരതത്തിലെ കാർഷിക സംസ്കാരം.

'തവത്യേപിതോ ദദത സ്ഥവ സ്വാദിഷ്ടതേ പിനോ പ്രസാദ് മനോരസാനാം ഈ വിഗ്രീവാ ഇവേരതേ ത്വേ പിതോ മഹാനാം മനോഹിതം അകാരിചാരു കേതുരു തവാഹി മവസാവിധിതാ'

വേദങ്ങളിൽ അപ്രധാനമായ ദേവതയാണ് വിഷ്ണു. ആര്യന്മാരുടെ ആഗമന ഘട്ടത്തിൽ സൈന്ധവ വാസികളുമായി ഭസ്യൂ-ക്കളുമായി നടത്തിയ പോരാട്ടകാലഘട്ടത്തിനുശേഷം ആര്യ-ദ്രാവിഡ ആര്യ-സൈന്ധവ സംയോജനത്തിലൂടെ ഉയർന്നുവന്ന പുത്തൻ കാർഷിക സംസ്കാരത്തിന്റെ ദേവതയാണ് വിഷ്ണുവെന്ന് ഡോ. ദണ്ഡേക്കർ സമർത്ഥിക്കുന്നുണ്ട്. അതിവിപുലമായ ജനകീയ പിന്തുണയുള്ള ഉർവ്വരദേവതയായിരുന്നു വിഷ്ണു. പോരാട്ടങ്ങളുടെയും വെട്ടിപ്പിടുത്തങ്ങളുടെയും കാലഘട്ടത്തിൽ നിന്ന് ശാന്തമായ ഒരു കാലഘട്ടത്തിലേക്ക് സമൂഹം നീങ്ങിയപ്പോൾ യുദ്ധദേവതയായ ഇന്ദ്രനെ പിന്തള്ളി കാർഷികദേവതയായ വിഷ്ണു സമൂഹത്തിൽ ആധിപത്യം നേടി.

ഋഗ്വേദത്തിലെ മറ്റൊരു കാർഷികദേവതയാണ് പൂഷാവ്. കാർഷിക വികസനത്തിന്റെ ഊർജ്ജമായ കന്നുകാലികളെ സംരക്ഷിക്കുന്ന ദേവതയാണ് പൂഷാവ്. ആടുമാടുകളെ മേയ്ക്കുന്ന മുടിങ്കോൽ ഉയർത്തിപ്പിടിച്ച കരംഭം-തൈരുസാദം-കഴിക്കുന്ന താടി നീട്ടിയ തലപ്പാവണിഞ്ഞ ഇരുമ്പുമുനയുള്ള ഉളിയുമായി കോലാടുവലിക്കുന്ന വണ്ടിയിൽ തനതായ വ്യക്തിത്വത്തോടെ ഉയർന്നുനില്ക്കുന്ന ദേവതയാണ് പൂഷാവ്. കന്നുകാലികളെ രക്ഷിക്കാനും കന്നുകാലി സമ്പത്ത് വർദ്ധിപ്പിക്കാനും നഷ്ടപ്പെട്ട പശുക്കളെ വീണ്ടെടുക്കാനും പൂഷാവിനെ സ്തുതിക്കുന്നു. ആര്യന്മാരുടെ ഇടയ ജീവിതകാലഘട്ടത്തിലെ പ്രതിനിധിയായിരിക്കാം പൂഷാവ്.

കാർഷിക വികസനത്തിന്റെ മുഖ്യധാരയായ ജലം സംരക്ഷിക്കാൻ നദികളെ ദേവതകളായി കണക്കാക്കി സ്തുതിക്കുന്നുണ്ട്. അതിൽ ഏറ്റവും ഉൽകൃഷ്ടമായ നദീദേവത സരസ്വതിയാണ്. കരകവിഞ്ഞൊഴുകി കൃഷിയും കൃഷിയിടവും തകർക്കുന്ന നദികൾ ഒരു പേടിസ്വപ്നമായിരുന്നു. വെള്ളപ്പൊക്കത്തെത്തുടർന്ന് അടിഞ്ഞുകൂടുന്ന എക്കൽമണ്ണിൽ വിത്തിട്ടാൽ വിളവർദ്ധനവ് ഉണ്ടാവുന്നത് അത്ഭുതമൂറുന്ന കണ്ണുകളോടെ അവർ കണ്ടു. സരസ്വതിയെ അന്നവതിയായും അസുര സംഹാരിണിയായും അന്നംകൊണ്ട് പോഷിപ്പിക്കുന്നവളായും സ്തുതിക്കുന്നുണ്ട്. ഐശ്വര്യവും സമ്പത്തും അഭ്യർത്ഥിക്കുന്ന സൂക്തങ്ങളുമുണ്ട്.

"ഇളം സൂഷ്മേഭിർബി സവായുവാനുജാത് സാനു ഗിരീണാന്തവിക്ഷോഭി പാരാവതഘ്നി മമസേ സുവൃക്തിഭി സരസ്വതി മാ വിവാസേ മധിതീഭിഃ"

കൃഷിയും കന്നുകാലിവളർത്തലും കച്ചവടവും അക്കാലത്ത് അഭിവൃദ്ധി പ്രാപിച്ചു. കൃഷീവലനും ഇടയനും കച്ചവടക്കാരനും പ്രവർത്തിയിൽ വിജയം നേടാൻ നടത്തുന്ന പ്രാർത്ഥനകൾ - സ്തുതികൾ - അഥർവ്വവേദത്തിൽ കാണാം. നിലം ഉഴുമ്പോഴും വിത്തു വിതയ്ക്കുമ്പോഴും ധാന്യങ്ങൾ വിളവെടുക്കുമ്പോഴും എല്ലാം പ്രാർത്ഥനകളുണ്ടായിരുന്നു.

കൃഷിയും കന്നുകാലിവളർത്തലും മാത്രമായി കഴിയുന്നവരെ ശൂദ്രന്മാരെന്നും കച്ചവടം നടത്തുന്നവരെ വൈശ്യന്മാർ എന്നുമുള്ള പദപ്രയോഗത്തിലൂടെ അറിയാൻ തുടങ്ങി. ക്ഷത്രിയർ രാജാക്കന്മാരാണെന്ന നിലയ്ക്കും ഉന്നത സ്ഥാനം കരസ്ഥമാക്കി. രാജാക്കന്മാർക്ക് പരിശീലനം നല്കുന്നവർ പുരോഹിതൻ എന്ന പേരിലറിയപ്പെട്ടു. രാജകർമ്മങ്ങൾ മന്ത്രവിധികളിലായിരുന്നു - ഇവരെ ബ്രാഹ്മണർ എന്ന് വിളിക്കപ്പെട്ടു. രാജാവിന്റെ ആധിപത്യം ബ്രാഹ്മണനും അംഗീകരിച്ചു. രാജാധിപത്യം അംഗീകരിക്കുന്നതോടൊപ്പം സ്വന്തം താല്പര്യങ്ങൾ സംരക്ഷിക്കാൻ അവർ മറന്നില്ല. യജ്ഞത്തിന്റെയും ദാനത്തിന്റെയും മാഹാത്മ്യം വിളിച്ചോതുന്ന മന്ത്രങ്ങൾ വേദങ്ങളിൽ ധാരാളം കാണാം.

കാർഷിക സാമ്പത്തികസ്ഥിതിയെ പ്രതിഫലിപ്പിക്കുന്ന സൂക്തങ്ങൾ അഥർവ്വവേദത്തിൽ ധാരാളമുണ്ട്.

'സീരായുജ്ഞായന്തി കവയോ
യുഗ വിതന്വതേ പൃഥക്
ധീരദേവേഷ്ഠ സുമ്നയൗ
യുനക്ത സീരാവിയുഗതനോതാ
കൃതേ യോ നൗ വപതേ ഹംബിജാ
വിരാജഃ ശ്നഷ്ടിഃ സഭരാ അസനൗ'

നേദി. ഇത് സൃണ്യാഃ പക്വമായവൻ
'ലാംഗലം പവിരവത്

സുഗീവം സോമസദ്ത്സരു
ഉദിത് വപതുഗാമവിം
പ്രസ്ഥാവത് രഥവാഹനം
പിവരീംച പ്രഥർവ്യം
ശുനം വഹാഹ
ശുനം നരഹ
ശുനം കൃഷതു ലാംഗലം
ശുനം വരത്ര ബാധ്യന്താം
ശുനമഷ്ടാഃ മുദിംഗയാ'
ബുദ്ധിശാലികൾ ദേവന്മാർക്ക് ഹോമദ്രവ്യരൂപമായ
അന്നമെത്തിക്കുന്ന കാളകളുടെ കഴുത്തിൽ
നുകം വെച്ച് കലപ്പ അതിനോട് കെട്ടുന്നു.
കർഷകരെ കലപ്പകൾ നുകങ്ങളോടു വെച്ചുകെട്ടുക
നുകങ്ങൾ കാളകളുടെ ചുമലിൽ വെക്കുക
ഉഴുതുമറിച്ച വയലിൽ വിത്തുവിതയ്ക്കുക
വില്ലും യവവും മറ്റുധാന്യങ്ങളും
നമ്മുടെ വയലുകളിൽ തഴച്ചുവളരട്ടെ
അവ വേഗത്തിൽ വിളഞ്ഞുകൊയ്യുമാറാകട്ടെ
വജ്ര നിശിതമായ വായ്ത്തലയുള്ളതും
കൃഷീവലന് സുഗമ മനസ്സുള്ളതും
സോമയുഗം ചെയ്യിക്കാൻ ശക്തമായ
കൈപ്പിടിയോടുകൂടിയതുമായ കലപ്പ
ആടിനേയും പശുവിനേയും
തേർവലിക്കുന്ന കുതിരയേയും കാളയേയും
സർവ്വകാമ സമർത്ഥയായ കന്യകയെയും നേടിത്തരട്ടേ
കലപ്പകൊണ്ട് നിലമുഴുതു ധാന്യസമൃദ്ധി കൈവന്നാൽ
ഗോകന്യകാദി ലാഭമുണ്ടാകുമെന്ന് നിലം ഉഴട്ടെ
കാളയും കലപ്പയും കയറും അവർക്ക് അനുകൂലമായി
പ്രവർത്തിക്കട്ടെ
സുവദേവാ നീ മുടിങ്കോലിനേയും സുഖകരമാക്കിത്തീർക്കുക.

കൃഷിയും കാലിവളർത്തലും സംയോജിപ്പിച്ചാലേ കാർഷിക അഭിവൃദ്ധി സുസാദ്ധ്യമാകുകയുള്ളൂവെന്ന് അവർ തിരിച്ചറിഞ്ഞു. അതുകൊണ്ടുതന്നെ ഗോക്കളുടെ മേലുള്ള ശ്രദ്ധ എത്ര അധികമായിരുന്നുവെന്ന് ചില മന്ത്രങ്ങൾ വെളിപ്പെടുത്തുന്നു. അഥർവ്വവേദത്തിലെ ഈ മന്ത്രം ശ്രദ്ധിക്കുക.

പ്രചാവതീഃ സൂയവാസേരുശാന്തിഃ
ശുദ്ധ അപഃ സുപ്രപാണേപിന്തിഃ
മാവാ സ്തേന ഈശതമാഘാശംസഃ

പരിവോരുപ്രസ്യഹോതിർവൃണക്തു

'പശുക്കളേ, കന്നുകുട്ടികളോടുകൂടി നല്ല ഇളം പുൽനിറഞ്ഞ മേച്ചിൽപുറങ്ങളിൽ മേഞ്ഞുനടന്നും നദികളിലെ ശുദ്ധജലം കുടിച്ചും സ്വൈരജീവിതം നയിക്കുന്ന നിങ്ങളെ കള്ളന്മാർക്ക് കക്കാൻ കഴിയാതിരിക്കട്ടെ, രുദ്രന്റെ ആയുധം നിങ്ങളുടെ മേൽ പതിക്കാതിരിക്കട്ടെ.'

മനുഷ്യമനസ്സിൽ ദേവനെ നിർമ്മിക്കുന്നതിന്റെ പ്രക്രിയയാണ് വേദങ്ങളിലുള്ളത്. പ്രാചീന ഭാരതീയരുടെ സാമൂഹ്യ രാഷ്ട്രീയ കാർഷിക സാമ്പത്തിക ജീവിതത്തിന്റെ സാമാന്യ രൂപം വേദങ്ങളിൽ നിന്ന് പ്രത്യേകിച്ച് ഋക്-അഥർവ്വ വേദങ്ങളിൽ നിന്ന് മനസ്സിലാക്കാൻ കഴിയും.

(2013 മാർച്ച്)

വേദകാല കൃഷിയും ചാതുർവർണ്യവും

പ്രകൃതിയുടെ വിഭവങ്ങളെടുത്ത് ഉപജീവനം ചെയ്യുന്നതോടൊപ്പം അവയെ സംരക്ഷിക്കുകയും ഉല്പാദിപ്പിക്കുകയും ചെയ്യുക എന്ന സംസ്കാരത്തിന് രൂപംനല്കിയത് സിന്ധുനദീതട നിവാസികളാണ്.

ക്രിസ്തുവിന് മുമ്പ് ആറായിരം വർഷങ്ങൾക്കപ്പുറം ഇന്ത്യക്ക് ഒരു കാർഷിക സംസ്കാരം ഉണ്ടായിരുന്നു. ഋഗ്വേദകാലഘട്ടമാകട്ടെ ക്രിസ്തുവിന് മുമ്പ് 2000 ത്തിനും 1500 നും ഇടയ്ക്കുള്ളതാണെന്ന് ചരിത്ര പണ്ഡിതന്മാർ കണ്ടെത്തിക്കഴിഞ്ഞു. ആറായിരം വർഷങ്ങൾക്കുമുമ്പുള്ള കീർത്തിപെറ്റ കാർഷിക സംസ്കാരമാണ് സൈന്ധവ സംസ്കാരം. കാർഷികവൃത്തിയിലൂടെ നിലനിന്ന പുരാതന സംസ്ക്കാരത്തിന്റെ സമഗ്രമായ ചരിത്രം മോഹൻജദാരോ-ഹാരപ്പ ഖനനത്തിലൂടെ കണ്ടെത്താൻ കഴിഞ്ഞിട്ടുണ്ട്. സൈന്ധവജനത കലപ്പ കണ്ടുപിടിച്ചതോടെയാണ് ഇന്ത്യയിൽ കാർഷികവിപ്ലവം ആരംഭിച്ചത്. സൈന്ധവജനത ഗോതമ്പും ബാർലിയും തിനയും അരിയും (നെല്ല്) കൃഷി ചെയ്തിരുന്നു. എണ്ണക്കുരുക്കളും പയറുവർഗ്ഗങ്ങളും കൃഷി ചെയ്തിരുന്നതിന്റേതായ തെളിവുകളും ലഭ്യമായിട്ടുണ്ട്. നദികൾ തടഞ്ഞുനിർത്തി ജലസേചന സൗകര്യങ്ങളിലൂടെ ഇരുപ്പൂകൃഷി സമ്പ്രദായങ്ങളും ആരംഭിച്ചിരുന്നു. നദികളിൽ അണകെട്ടി വെള്ളപ്പൊക്കവും നിയന്ത്രിച്ചിരുന്നു.

ക്രിസ്തുവിന് മുമ്പ് 5000-ാമാണ്ടിൽ ആര്യന്മാരെക്കുറിച്ച് ലോകം അറിഞ്ഞിരുന്നില്ല. പഞ്ചാബിലും സിന്ധിലും വൻ കാർഷിക അഭിവൃദ്ധി ഉണ്ടായിരുന്നുവെന്ന് സിന്ധു നദീതീരത്തെ ഖനനങ്ങളിലൂടെ കണ്ടെത്തിയിട്ടുണ്ട്. വ്യാപാരശാലകളും ധാന്യശാലകളും ഗോശാലകളും അഴുക്കുചാൽ നിർമ്മിച്ച വീതിയുള്ള തെരുവീഥികളും അവിടെ കണ്ടെത്തിയിട്ടുണ്ട്. സിന്ധു നദീതടങ്ങളിൽ നിന്ന് ലഭിച്ച ഗോതമ്പ് ഈജിപ്തിൽ നിന്ന്

കണ്ടെടുത്ത ഗോതമ്പിന് തുല്യമാണെന്ന് ചരിത്രകാരന്മാർ രേഖപ്പെടുത്തിയിട്ടുണ്ട്. മെസോപൊട്ടാമിയ, ഈജിപ്ത്, ബാബിലോൺ തുടങ്ങിയ രാജ്യങ്ങളിലെ നഗരാവശിഷ്ടങ്ങളിലും ഇത്തരം ഗോതമ്പുകൾ കണ്ടെത്തിയിട്ടുണ്ട്. ഈ ഗോതമ്പിന്റെ പരമ്പര തന്നെയാണ് ഇന്നും പഞ്ചാബിൽ കൃഷിചെയ്യുന്നത്.

ക്രിസ്തുവിന് മുമ്പ് 3000 ത്തിനും 2000 ത്തിനുമിടയിൽ കൃഷിയും കന്നുകാലി വളർത്തലും വസ്ത്രനിർമ്മാണവും പിച്ചള, ചെമ്പ്, ലോഹപ്പണിയുംകൊണ്ട് ആധുനിക നഗരസംവിധാനം പൂത്തുലഞ്ഞുനിന്നിരുന്നു സൈന്ധവ സംസ്കാര കാലഘട്ടത്തിൽ.

കൃഷിക്കുവേണ്ടി നദികളെ എങ്ങനെ ഉപയോഗപ്പെടുത്താമെന്ന് കണ്ടുപിടിച്ച് പ്രാവർത്തികമാക്കിയത് സിന്ധുനദീതട സംസ്കാര കാലത്താണ്. വെള്ളപ്പൊക്കത്തെ നിയന്ത്രിക്കാനും വേനൽക്കാലത്ത് ജലസേചനത്തിനും നദിയെ തടഞ്ഞുനിർത്തിയാൽ കഴിയുമെന്ന് സൈന്ധവരാണല്ലോ ലോകത്തെ പഠിപ്പിച്ചത്.

ജീവിക്കാൻ പ്രകൃതിവിഭവങ്ങളെ ഉപയോഗിക്കാനും ഉല്പാദനത്തിനും ഉല്പാദനവർദ്ധനവിനുമുള്ള കൂട്ടായ്മ കാർഷികമേഖലയിൽ രൂപപ്പെടുത്തിയത് സൈന്ധവരാണ്.

'ഇമയാഹഃ പഞ്ചപ്രതിഗോമാനവിം
പഞ്ചകൃഷ്ടായ വൃഷേടശാപം
നദീദീവേഗാസ്വതിം സമാവാഹാൻ'

'വർഷക്കാലത്തെ നദിയിലെ ജലപ്രവാഹത്തിൽ പതിച്ച ജീവികളെ ഒരു സ്ഥലത്തുനിന്ന് മറ്റൊരു സ്ഥലത്തേക്ക് കൊണ്ടുപോകുന്നതുപോലെ ഈ അഞ്ചുനദികളും അഞ്ചു പ്രകാരത്തിലുള്ള മനുഷ്യരും യജമാനനെ ധനധാന്യ സമ്പന്നമാക്കാൻ ശ്രമിക്കട്ടെ' എന്നാണ് ഇതിനർത്ഥം.

ജീവന്റെ നിലനില്പ് ജലത്തിനാലാണ്. കാർഷിക വികസനത്തിന്റെ താക്കോലും ജലമാണ്. ഈ പ്രാധാന്യം വിളിച്ചോതുന്ന നിരവധി മന്ത്രങ്ങൾ അഥർവ്വവേദത്തിലുണ്ട്.

സൈന്ധവ സംസ്കാര കാലഘട്ടത്തെ സംബന്ധിച്ച് ഡി ഡി കൊസാംബി വിലയിരുത്തിയത് ക്രിസ്തുവിന് മുമ്പ് 4000-ാമാണ്ടിലോ അതിനല്പം മുമ്പിലോ ആയിരിക്കാമെന്നാണ്.

കൃഷിപ്പണിയുടെ സർഗ്ഗാത്മകമായ വളർച്ചയുടെ കാലഘട്ടമായിരുന്നു അത്. ഉപജീവനാർത്ഥം പ്രകൃതി വിഭവങ്ങളെ ഉപയോഗിക്കുക എന്ന തത്ത്വവും പ്രകൃതിവിഭവങ്ങളുടെ പ്രത്യുല്പാദനം എന്ന സർഗ്ഗാത്മകമായ നിയമവും ഈ കാലഘട്ടത്തിലാണ് നടപ്പാക്കിയത്. ഭൂമിയിൽ അദ്ധ്വാനിച്ച് കൂടുതൽ വിഭവങ്ങൾ ഉണ്ടാക്കുകയും പ്രത്യുല്പാദനത്തിനുവേണ്ടി വീണ്ടും വിത്തുകൾ ഉല്പാദിപ്പിക്കുകയും സംഭരിക്കുകയും സൂക്ഷിക്കുകയും ചെയ്യുന്ന സർവ്വതോമുഖമായ വളർച്ചയുടെ കാലഘട്ടമായിരുന്നു ഇത്.

പ്രകൃതി വിഭവങ്ങളെ പ്രത്യുല്പാദിപ്പിക്കുക, അതിലൂടെ സമൂഹ

ത്തോടുള്ള കടപ്പാട് നിറവേറ്റുന്നതോടൊപ്പം തനിക്ക് ഭക്ഷണം തേടുക, വരും തലമുറയ്ക്ക് ഭക്ഷണം സംഭരിക്കുക, മാനവരാശിയുടെ കാവല്ക്കാരനാവുക എന്നീ ധർമ്മങ്ങൾ കൃഷിചെയ്യുക എന്ന 'കർമ്മ'ത്തിലൂടെ അവർ നിറവേറ്റി. മനുഷ്യരെല്ലാം സഹോദരന്മാരാണെന്ന ദർശനത്തിന് കാർഷിക അദ്ധ്വാനം രൂപംനല്കി. കൂട്ടായ ജീവിതമാണ് ജീവിതമെന്ന പ്രായോഗികതയും കൃഷിപ്പണിയിലൂടെ ഉടലെടുത്തു. അതിലൂടെ വ്യക്തി സമൂഹത്തിനും സമൂഹം വ്യക്തിക്കുമെന്ന ആശയം നാമ്പെടുക്കുകയും ചെയ്തു.

സിന്ധുനദീതട സംസ്കാരകാലഘട്ടത്തിൽ വികസനത്തിനുള്ള ഏക സാമ്പത്തിക സ്രോതസ്സ് കാർഷികമേഖലയിൽനിന്ന് മാത്രമായിരുന്നു. ധാന്യത്തിന്റെ മിച്ച ഉല്പാദനം കർഷകർ സമൂഹത്തിന് (ജനപഥത്തിന്) വിട്ടുകൊടുത്തിരുന്നു. ഉല്പാദനം വർദ്ധിച്ച തോതിലുണ്ടായിരുന്നു. സിന്ധുനദീതീരം എക്കൽമണ്ണുകൊണ്ട് ഫലഭൂയിഷ്ഠമായിരുന്നുവല്ലോ. ഏറ്റവും കൂടുതൽ മഴലഭിക്കുന്ന പ്രദേശവുമായിരുന്നു. മഴയെ മാത്രമല്ല, അണകൾ കെട്ടി വെള്ളം തോടുകൾ വഴി (കനാൽ) കൃഷിസ്ഥലത്തേക്ക് എത്തിച്ചിരുന്നു. പുഴയിൽനിന്ന് വെള്ളം തോട്ടിലേക്ക് ഒഴുക്കി കൃഷിയിടങ്ങളിൽ എത്തിക്കുന്നതിനെക്കുറിച്ച് അഥർവ്വവേദത്തിൽ നിരവധി മന്ത്രങ്ങളുണ്ട്. ചതുപ്പുനിലങ്ങളിൽ 8 പോത്തിനെ ഉപയോഗിച്ച് ഉഴുതുമറിച്ചതിനെക്കുറിച്ചും അഥർവ്വവേദത്തിൽ പരാമർശങ്ങളുണ്ട്.

കൃഷിയുടെ വികാസം കച്ചവട സംവിധാനത്തിലേക്ക് നീങ്ങി. മറ്റ് തൊഴിലുകളും ആരംഭിച്ചു. വസ്ത്രനിർമ്മാണവും നെയ്ത്തും വളർന്നുവന്നു. സൈന്ധവർ ഉല്പാദിപ്പിച്ച ഉല്പന്നങ്ങൾ ടൈഗ്രീസ്, യൂഫ്രട്ടീസ് നദീതീരങ്ങളിലെ കച്ചവടകേന്ദ്രങ്ങളിൽ എത്തിച്ചിരുന്നു. ഇന്ത്യയിലെ യവം, പരുത്തിതുണി തുടങ്ങിയവയായിരുന്നു അതിൽ മുഖ്യം. പരുത്തിനൂൽ തുണിനെയ്ത്തിന് ആദ്യമായി ഉപയോഗിച്ച രാജ്യം ഇന്ത്യയാണ്.

ഈ കാലഘട്ടത്തിലാണ് ആര്യന്മാർ സിന്ധുനദീതീരത്തെത്തുന്നത്. സിന്ധുനദീതടവാസികളായ ദ്രാവിഡരുമായി ഏറ്റുമുട്ടിയതിന്റെ വിവരണങ്ങൾ ഋഗ്വേദമന്ത്രങ്ങളിൽ കാണാം.

ഋഗ്വേദത്തിലെ പ്രധാന കഥാപാത്രമായ ഇന്ദ്രൻ, വൃത്രൻ എന്ന അസുരന്റെ തടവിൽ നിന്ന് നദികളെ മോചിപ്പിച്ച വിവരണങ്ങൾ ഋഗ്വേദത്തിലുണ്ട്. വൃത്രാസുരയുദ്ധം ഋഗ്വേദത്തിലെ പ്രധാന പ്രതിപാദ്യവിഷയമാണ്.

വേദഭാഷാപദാനങ്ങളെക്കുറിച്ച് ഭാഷാ പണ്ഡിതന്മാരുടെയിടയിൽ വിവിധ അഭിപ്രായങ്ങൾ നിലനില്ക്കുന്നുണ്ട്. വൃത്രൻ എന്നാൽ അസുരൻ എന്നല്ല, തടസ്സം, അണക്കെട്ട് എന്നീ അർത്ഥമാണുള്ളതെന്ന വാദം പണ്ഡിതന്മാരിലുണ്ട്. വൃത്രന്റെ തടവിൽ നിന്ന് നദികളെ ഇന്ദ്രൻ മോചിപ്പിച്ചു എന്ന മന്ത്രം കൃഷിയുമായി ബന്ധപ്പെടുത്തി പരിശോധിച്ചാൽ നദിയുടെ സുഗമമായ ഒഴുക്കിനെ തടസ്സപ്പെടുത്തിയ അണക്കെട്ടിനെ തകർത്തു എന്ന് അനുമാനിക്കാം.

അണക്കെട്ടുകൾ തകർത്തതോടെ കൃഷിയും തകർന്നു. സിന്ധു നദീതട സംസ്കാരത്തിന്റെ തകർച്ച ആരംഭിച്ചത് കാർഷിക തകർച്ചയിലൂടെയാണെന്ന് കൊസാംബി അഭിപ്രായപ്പെട്ടിട്ടുണ്ട്. ആക്രമണകാരികളായ ആര്യന്മാർ അണക്കെട്ടുകൾ നശിപ്പിക്കുകയും ഇത് കൃഷിയെ ബാധിക്കുകയും തുടർന്ന് കൃഷിചെയ്യാൻ കഴിയാത്ത സാഹചര്യം സംജാതമാകുകയും ചെയ്തു. തുടർന്ന് അവിടെനിന്ന് ജനങ്ങൾ പലായനം ചെയ്യേണ്ടിവരികയും ചെയ്തിരിക്കാം.

സിന്ധുനദീതട സംസ്കാര തകർച്ചയെ സംബന്ധിച്ച് ചരിത്രകാരന്മാരിൽ വ്യത്യസ്ത അഭിപ്രായങ്ങൾ നിലവിലുണ്ട്. മാറിമാറിവന്ന കാലാവസ്ഥ മണ്ണിനെ വരണ്ടതാക്കി, കൃഷിഭൂമികളെ വനഭൂമികളാക്കി തുടങ്ങിയവ. ഒന്നിനുമീതെ മറ്റൊന്നായുള്ള മണൽത്തിട്ടകൾ അവിടെ രൂപം കൊണ്ടു. ഇവയെ ഖനനം ചെയ്താണ് മോഹൻജദാരോ-ഹാരപ്പ നാഗരികത കണ്ടെത്തിയത്.

ആര്യന്മാർക്കും അണക്കെട്ടുകളുടെ തകർച്ചയോടെ പഴയരീതിയിലുള്ള കൃഷിയുമായി മുന്നോട്ടുപോകാൻ കഴിഞ്ഞില്ല. പുതിയ രീതി ആവിഷ്കരിക്കാനും കഴിഞ്ഞില്ല. ഇത് കാർഷികത്തകർച്ചയിലേക്കെത്തിച്ചു. ഈ മുരടിപ്പിനെ മറികടക്കാൻ കഴിഞ്ഞത് ഇരുമ്പിന്റെ കൊഴു കണ്ടുപിടിച്ചതോടെയാണ്.

ഋഗ്വേദ കാലഘട്ടത്തിലും സമ്പദ്‌വ്യവസ്ഥ കൃഷിയടിസ്ഥാനത്തിലായിരുന്നു. ഗോതമ്പും യവവുമായിരുന്നു പ്രധാന കൃഷി. ആര്യന്മാർ പശുക്കൾ, കുതിര, കാള എന്നിവയെ പോറ്റിവളർത്തിയിരുന്നു. കുളം, കിണർ എന്നിവയിലെ ജലം ഉപയോഗിച്ചായിരുന്നു കൃഷി. കലപ്പ വലിക്കാൻ കുതിരകളെയോ കാളകളെയോ ഉപയോഗിച്ചിരുന്നു. പശുവിന്റെ വിലയെ ആധാരമാക്കിയാണ് ക്രയവിക്രയങ്ങൾ നടത്തിയിരുന്നത്. പരുത്തിക്കൃഷിയും ആടുവളർത്തലും വ്യാപകമായി. ഇരുമ്പിന്റെ ഉപയോഗം കാർഷിക ഉപകരണ നിർമ്മാണത്തിൽ വമ്പിച്ച പുരോഗതി കൈവരിച്ചു. ഇതിലൂടെ കാർഷികരംഗത്ത് പുതിയ സമ്പ്രദായങ്ങൾക്ക് രൂപംനല്കാൻ കഴിഞ്ഞു.

ആര്യ-ദ്രാവിഡ ഗോത്ര സംയോഗം ജീവിക്കുക എന്ന ലക്ഷ്യത്തോടെ ഒരു പുതിയ സമൂഹത്തിന് രൂപംനൽകി. ഗോത്രരാജാക്കന്മാരും കുലമുഖ്യന്മാരും ഉയർന്നുവന്നു. ഗോത്രത്തിൽ അംഗമായാൽ അവർക്ക് അംഗീകാരമായി ഗോത്രഭൂമി നല്കും. എന്നാൽ ഭൂമി ഗോത്രത്തിന്റെ പൊതുസ്വത്തായിത്തന്നെ നിലനില്ക്കും.

ജനസംഖ്യാ വർദ്ധനവിനനുസരിച്ച് ഭക്ഷ്യോല്പാദനം വർദ്ധിപ്പിക്കാൻ പുതിയ വിത്തുകളെ തേടിപ്പിടിക്കേണ്ടിവന്നു. അതിൽ പ്രധാനപ്പെട്ട ഇനമാണ് തില (എള്ള്). പോഷകസമൃദ്ധമായ ഈ ധാന്യം അരിയുമായി ചേർത്താണ് ഭക്ഷിച്ചിരുന്നത്. പിന്നീട് ഭക്ഷ്യ എണ്ണയായി ഉപയോഗിക്കാൻ തുടങ്ങി. ഉത്തരായനകാലത്തെ മകരസംക്രമത്തിലാണ് എള്ള് വിതയ്ക്കേണ്ടതെന്ന് അഥർവ്വവേദം വിധിച്ചിട്ടുണ്ട്.

വേദകാലത്തെ കാർഷികമേഖലയുടെ വളർച്ച ചാതുർവർണ്യത്തി

ലാണ് കലാശിച്ചത്. തുടർന്ന് ജാതിവ്യവസ്ഥയുണ്ടായി. ഇത് വേദകാലത്തെ ലളിതജീവിതത്തിനുപകരം സംഘർഷാത്മകമായ സാമൂഹ്യ രാഷ്ട്രീയ സാമ്പത്തിക സ്ഥിതിയിലേക്ക് നീങ്ങി. ഗോത്രത്തലവന്മാർ കലഹത്തിലേർപ്പെട്ടു. കന്നുകാലികളും മേച്ചിൽ സ്ഥലങ്ങളും ആക്രമിക്കപ്പെട്ടു. അന്ധവിശ്വാസങ്ങളും അനാചാരങ്ങളും വ്യാപകമായി. സാധാരണ ജനങ്ങൾ ദുരിതത്തിലുമായി.

ഗോത്രത്തലവന്മാർ - രാജാക്കന്മാർ - കൃഷിഭൂമിയുടെ വിസ്തൃതി വർദ്ധിപ്പിച്ചെങ്കിലും ആവശ്യത്തിന് ഭക്ഷണം ലഭിക്കാത്ത സ്ഥിതിവിശേഷം സംജാതമായി. ഈ കാലഘട്ടം യജുർവേദകാലഘട്ടമായിരുന്നു. കാർഷിക സമ്പദ്വ്യവസ്ഥ തകർന്ന കാലമായിരുന്നു. പണിയായുധങ്ങൾ നിർമ്മിക്കാനുള്ള ഇരുമ്പിന്റെ അപര്യാപ്തത കൃഷിയെ പുറകോട്ടടിപ്പിച്ചു.

കാർഷികോല്പാദനത്തിന്റെ ഊർജ്ജമായ കാലിസമ്പത്തിന്റെ തകർച്ചയും കാർഷികോല്പാദന മാന്ദ്യത്തെ വർദ്ധിപ്പിച്ചു. കന്നുകാലികളെ യാഗ, ഹോമാദികൾക്കും ഭക്ഷണത്തിനുമായി യാതൊരു നിയന്ത്രണവുമില്ലാതെ കൊന്നൊടുക്കി. ഈ ഘട്ടത്തിലാണ് നഗര പുരോഹിതന്മാർ കാർഷിക മേഖലയിലേക്ക് കടന്നുവന്നത്. ഇരുമ്പിന്റെ ഉപയോഗത്തിലൂടെ പുതിയ കാർഷികോപകരണങ്ങൾ കലപ്പ, കൊഴു, മഴു, കത്തി തുടങ്ങിയ ഉപകരണങ്ങൾ ഉപയോഗിച്ച് കൃഷിയിറക്കാൻ തുടങ്ങി. ഇത് കൂടുതൽ വരുമാനമുണ്ടാക്കി. എന്നാൽ പ്രാകൃതരീതിയിൽ കൃഷി അവലംബിച്ച ഗ്രാമീണർ പിന്നോക്കാവസ്ഥയിൽതന്നെ തുടർന്നു.

ഈ ഘട്ടത്തിലാണ് മറ്റ് കൃഷിരീതിയിലേക്ക് സമൂഹം തിരിഞ്ഞത്. ഭക്ഷ്യദൗർലഭ്യം മറ്റ് ധാന്യങ്ങളുടെ കണ്ടുപിടുത്തത്തിലേക്ക് എത്തിച്ചു. പയറുവർഗ്ഗങ്ങളും പരുക്കൻ ധാന്യങ്ങളും കൃഷിചെയ്യാൻ തുടങ്ങി. ഈ സ്ഥലത്ത് നെൽകൃഷി നടത്തിയാൽ ഉല്പാദനവർദ്ധനവ് ഉണ്ടാകുമെന്നും മണ്ണിനെ പോഷക സമ്പുഷ്ടമാക്കാമെന്നും കാലാന്തരേണ അവർ മനസ്സിലാക്കി. 'മാറ്റ'കൃഷിയിലേക്ക് അവർ തിരിഞ്ഞു.

യജുർവേദകാലഘട്ടത്തിലെ കാർഷിക തകർച്ചയെത്തുടർന്ന് പുരോഹിത സമ്പന്ന വിഭാഗം ഉല്പാദനമേഖലയിൽ ഇടപെടുകയും ചെയ്തതോടെ സാമ്പത്തിക അസമത്വം പ്രകടമായി. ഇത് ജനങ്ങൾക്കിടയിൽ അസംതൃപ്തി വളർത്തി. ഈ അസംതൃപ്തിയുടെ പ്രതിഫലനമാണ് ജൈന-ബുദ്ധമതങ്ങളുടെ ആവിർഭാവം. ജൈന-ബുദ്ധമതങ്ങൾ മൃഗസംരക്ഷണത്തിന് പ്രോത്സാഹനം നല്കി. മൃഗബലിയും യാഗങ്ങളും നടത്തുന്നതുപേക്ഷിച്ചു. കാലിസമ്പത്ത് വർദ്ധിക്കുകയും തദ്വാരാ കാർഷികരംഗം അഭിവൃദ്ധി പ്രാപിക്കുകയും ചെയ്തു.

(2013 ഫെബ്രുവരി)

ഉഴവ് - കലപ്പ പൂട്ട്

തിരുവള്ളുവരുടെ *തിരുക്കുറൾ* എന്ന പ്രാചീന ഗ്രന്ഥത്തിലെ നൂറ്റി നാലാം അദ്ധ്യായത്തിന്റെ പേരാണ് 'ഉഴവ് - കലപ്പ പൂട്ട്' എന്നത്. നൂറ്റി മുപ്പത്തിമൂന്ന് അദ്ധ്യായങ്ങളിലായി 1330 കുറളുകളാണ് *തിരുക്കുറളി*ലുള്ളത്.

ഏഴു പദമാണ് ഒരു കുറളിലുള്ളത്. ഓരോ കുറളുകളും ഓരോ അർത്ഥ സാഗരങ്ങളാണ്. ഓരോ പദവും പുരുഷാർത്ഥതത്ത്വങ്ങളാണ്, ധർമ്മാർത്ഥ കാമങ്ങളാണ് ഓരോ കുറളുകളിലും അടങ്ങിയിട്ടുള്ളത്.

തിരുക്കുറൾ കേവലം ഒരു കാവ്യം മാത്രമല്ല. സമകാലിക പ്രസക്തി നിലനില്ക്കുന്ന ഒരു പ്രാചീന ഗ്രന്ഥമാണ്. പ്രാചീന സംസ്കൃതിയുടെ തിളങ്ങുന്ന കുറളുകളാണ്. പ്രാസവും അനുപ്രാസവും ചേർന്ന ശബ്ദ സാമ്യ ഈരടികളാണ് കുറൾ എന്ന പേരിൽ അറിയപ്പെടുന്നത്.

തമിഴ് സാഹിത്യത്തിലെ അനശ്വര കാവ്യമാണ് *തിരുക്കുറൾ.* ധർമ്മ ശാസ്ത്രഗ്രന്ഥമായ *തിരുക്കുറൾ* സാഹിത്യപരമായും മുന്നിൽത്തന്നെ ഇപ്പോഴും നിലക്കൊള്ളുന്നു. തമിഴ് വംശജർ അവരുടെ ഏറ്റവും ഉയർന്ന സാഹിത്യകാരനായി കാണുന്നത് തിരുവള്ളുവരെയാണ്. കന്യാകുമാരിയിൽ അദ്ദേഹത്തിന്റെ അതിബൃഹത്തായ പ്രതിമയുണ്ട്.

ഏറ്റവും ഗഹനമായ തത്ത്വശാസ്ത്രം സരളമായ - സംഗീതാത്മകമായ ശൈലിയിൽ അവതരിപ്പിക്കപ്പെട്ട ഒരു ഗ്രന്ഥം വേറെ ഉണ്ടോ എന്നറിയില്ല.

ഓരോ അദ്ധ്യായത്തിലും 10 വീതം കുറളുകൾ 133 അദ്ധ്യായങ്ങളിലായി 1330 കുറളുകൾ സുഗന്ധപൂരിതമായ പൂമാലപോലെ കോർത്തിണക്കിയിരിക്കുകയാണ്.

അറുത്തുപ്പാൽ (ധർമ്മമാർഗ്ഗം), പെക്കുടുപാൽ (അർത്ഥമാർഗ്ഗം),

കാമത്തുപാൽ (ഇൻപം) എന്നീ മൂന്നു ഭാഗങ്ങളെ 133 അദ്ധ്യായമായി വിഭജിച്ചിട്ടുണ്ട്.

കൃഷിയെ സംബന്ധിച്ചാണ് 'ഉഴവ്-കലപ്പ പൂട്ട്' പെക്കുടുപാൽ (അർത്ഥമാർഗ്ഗം) എന്ന 2-ാം ഭാഗത്തിൽ ഉൾപ്പെടുത്തിയിരിക്കുന്നത്.

103-ാം അദ്ധ്യായം കുടിമൈവകൈ എന്നതിൽ കുടുംബക്ഷേമ പ്രവർത്തനങ്ങളെക്കുറിച്ചാണ് കുറളുകൾ പരാമർശിക്കുന്നത്. 104-ാം അദ്ധ്യായത്തിൽ 10 കുറളുകളാണുള്ളത്.

1031-ാം കുറളുകൾ മുതൽ 1040-ാം കുറളുകൾ വരെ കുടുംബ ക്ഷേമം നിലനിർത്താനുള്ള കൃഷിയുടെ മാഹാത്മ്യമാണ് തിരുവള്ളുവർ വിശദമാക്കുന്നത്.

103-ാം അദ്ധ്യായത്തിലെ 1026-ാം കുറളുകളിൽ തിരുവള്ളുവർ പറയുന്നു.

"നല്ല ആൺമൈ എൺപതു ഒരുവർക്കു താൻ പിറന്ത
ഇൽ ആൺമൈ ആക്കിക്കോളൽ"

ഒരാളുടെ നല്ല പൗരുഷമെന്തെന്നാൽ താൻ ജനിച്ച കുടുംബച്ചുമതല ഏറ്റെടുത്തു നടത്തുക എന്നതാണ്.

1028-ാം കുറൾ നോക്കുക.

"കുടിചെയ്വാർകില്ലെ പരുവം മടി ചെയ്തു
മാനം കരുതക്കെടും"

കുടുംബക്ഷേമ പ്രവർത്തനനിരതർക്ക് കാലം എന്ന ഒന്നില്ല.

അലസത പൂണ്ട് ദുരഭിമാനം കരുതിയാൽ കുടുംബം പട്ടിണിയാവും. ഈ പട്ടിണിയകറ്റാൻ വേണ്ടി കലപ്പ പൂട്ട (ഉഴവ്) ലിനു പ്രാധാന്യവും മാഹാത്മ്യവും 104-ാം അദ്ധ്യായങ്ങളിൽ പ്രൗഢ ഗംഭീരമായി അവതരിപ്പിക്കുന്നു.

103-ാം കുറൾ പറയുന്നു

"ചുഴൻറും ഏർപ്പിനതു ഉലകം അതനാൽ
ഉഴത്തും ഉഴവൈ തലൈ"

നുകം പൂട്ടി കൃഷി ചെയ്യുന്നതിന്റെ കഷ്ടതകരുതി മറ്റു തൊഴിൽ സ്വീകരിക്കുന്നവരായാലും പൊതുവെ ലോകം കലപ്പ പൂട്ടി കൃഷി ചെയ്യുന്ന കർഷകരുടെ പിന്നിലാണ് നിലകൊള്ളുന്നത്. അതിനാൽ എത്ര തന്നെ ബുദ്ധിമുട്ടുള്ളതായാലും ഉഴവുതൊഴിലാണ് (കൃഷി) ഉത്തമം.

കൃഷിയുടെ മാഹാത്മ്യം പല പ്രഗത്ഭ കവികളും പുകഴ്ത്തിപ്പാടിയിട്ടുണ്ട്. അതിൽ *എർ എഴുപതു* എന്ന കമ്പറുടെ ഗ്രന്ഥത്തിൽ പറയുന്നു.

'ഉഴും കുലത്തിൽ പിറന്താരെ
ഉലകുയ്യ പിറന്താരെ'

കർഷക കുടുംബത്തിൽ പിറന്നവർ ലോക നന്മയ്ക്കായി ജനിച്ചവരാണ്.

കാർഷികവൃത്തി സ്വീകരിക്കാതെ മറ്റു ജോലികൾ സ്വീകരിച്ച് ജീവിക്കുന്നവരായാലും അവർക്ക് ഭക്ഷണം ഉല്പാദിപ്പിക്കുന്നത് കർഷകരാണ്. അതിനാൽ കർഷകർ ലോക ജനതയ്ക്ക് ജീവൻ നല്കുന്ന അന്നദാതാക്കളാണ്.

തിരുവള്ളുവർ *തിരുക്കുറളി*ലെ 1037-ാം കുറളിൽ പറയുന്നു.

"തൊടിപ്പുഴുതി 'ക; ചാ' ഉണക്കിൻ പിടിത്തെരുവും
വേണ്ടാതു ചാലച്ചെടും"

കലപ്പ പൂട്ടി ഉഴുമ്പോൾ ഒരു പലം (തൂക്കം) പൂഴിമണ്ണിലെ ചേറ്, കാൽപലം മണ്ണായി മാറത്തക്കവിധം ഉഴുത് ഉണക്കിയാൽ കൈവളം കൂടാതെ തന്നെ നല്ല മേനി കൊയ്യാം.

കേരളത്തിലെ പഴയ കർഷകർക്ക് ഒരു ചൊല്ലുണ്ട്.

"തൊണ്ണൂറു ചാലു പൂട്ടി മണ്ണിൽ
വെണ്ണീറു (ചാരം) കോരിയെറിഞ്ഞാൽ
ഒന്നുക്കു ഒരായിരം മേനി"

1039-ാം കുറളിൽ അതി മനോഹരമായ ഒരു പ്രയോഗം തിരുവള്ളുവർ കൃഷി പരിപാലനത്തെക്കുറിച്ചു പറയുന്നു.

"ചെല്ലൻ കിഴവൻ ഈപ്പിൻ നിലം പുലത്തു
ഇല്ലാളിൻ ഊടിവിടും"

കൃഷി സ്ഥലത്തുനിന്ന് ഉടമയായ കർഷകൻ ദിവസേന തന്റെ കൃഷിനിലം ചെന്നുകണ്ട് വേണ്ട പ്രവർത്തനങ്ങൾ ചെയ്യാത്തതിനാൽ കൃഷിനിലം പതിയെ (ഭർത്താവിനെ പിരിഞ്ഞുപോയ പത്നിയെ (ഭാര്യ) പോലെ) വെറുത്ത് കലഹംപൂണ്ട കാഴ്ച തരും. ദിവസേന കർഷകൻ തന്റെ കൃഷിനിലം സന്ദർശിച്ച് ചെടികൾക്ക് വേണ്ട പരിപാലനം ചെയ്യണം. അതിനു തയ്യാറാകാതിരുന്നാൽ വിത്തു ശുഷ്കിക്കും.

തന്റെ ഭാര്യയിൽ അനുരാഗം കാട്ടാതെയും അവളുടെ കാര്യങ്ങളിൽ ഇടപെടാതെയും കഴിയുന്ന ഭർത്താവിന് അവളിൽനിന്ന് ഭോഗസുഖം ലഭിക്കാത്തതുപോലെ കൃഷിയെ ലാളിക്കാതിരിക്കുകയും പരിപാലിക്കാതിരിക്കുകയും ചെയ്താൽ വിളവു കുറയുമെന്നു സാരം.

104-ാം അദ്ധ്യായത്തിലെ അവസാന കുറളായ 1040 ൽ തിരുവള്ളുവർ പറയുന്നു.

"ഇലമെന്റു അഗൈയി ഇരുപ്പാരൈ കാണിൻ
നിലം എന്നും നല്ലാൾ നാകും."

തങ്ങൾ ഒന്നും ഇല്ലാത്തവരാണെന്ന ഭാവേന അലസരായി ഇരിക്കുന്നവരെ കാണുമ്പോൾ നിലം എന്ന ഭൂമീദേവി ചിരിക്കും. ഭൂമീദേവി കൃഷി ചെയ്യുന്ന കർഷകർക്ക് എല്ലാ ഗുണങ്ങളും നല്കും. കാർഷികവൃത്തി ചെയ്യാതെ അലസതയാന്ന് ഇരിക്കുന്നവരെ കണ്ടാൽ ഭൂമീദേവി പരിഹസിച്ചു ചിരിക്കുമെന്ന് തിരുവള്ളുവർ പറയുന്നു.

പത്തു കുറൾകൊണ്ട് പതിനായിരം കാര്യങ്ങളാണ് കൃഷിയെ സംബന്ധിച്ച് തിരുവള്ളുവർ ഉര ചെയ്തിരിക്കുന്നത്. മനുഷ്യകുലത്തിന്റെ

നിലനില്പും കുടുംബത്തിന്റെ പ്രൗഢിയുമാണ് കൃഷിയെന്ന് അദ്ദേഹം സമർത്ഥിക്കുന്നു.

തിരുവള്ളുവരുടെ യാഥാർത്ഥ പേരും ജന്മസ്ഥലവും എവിടെയാണെന്നോ, ഏതു കാലത്താണ് ജീവിച്ചിരുന്നതെന്നോ കൃത്യമായി പറയാൻ ഒറ്റ പണ്ഡിതശ്രേഷ്ഠന്മാർക്കും കഴിഞ്ഞിട്ടില്ല. അവരുടെയിടയിൽ അഭിപ്രായ വ്യത്യാസങ്ങൾ ഇന്നും നിലനില്ക്കുന്നു. അഭിപ്രായ വ്യത്യാസമില്ലാതെ *തിരുക്കുറൾ* അനശ്വരമായും നിലനില്ക്കുന്നു.

(2017 മെയ്)

ഭാഗം 2
കാർഷിക പ്രശ്നങ്ങൾ

കാർഷികമേഖലയും ആത്മഹത്യയും

ബി ജെ പി നേതൃത്വത്തിലുള്ള കേന്ദ്ര ഗവൺമെന്റും നവലിബറൽ നയം നടപ്പാക്കുന്ന നിരവധി സംസ്ഥാന സർക്കാരുകളും കർഷകജന സമൂഹത്തിന് നേരെ നടത്തുന്ന കടന്നാക്രമണങ്ങളുടെ കാലഘട്ടത്തിലാണ് സി പി ഐയുടെ 23-ാം പാർട്ടി കോൺഗ്രസ് കൊല്ലത്ത് വച്ച് നടക്കുന്നത്. പ്രസ്തുത കോൺഗ്രസ്സിനോടനുബന്ധിച്ച് 'കാർഷിക മേഖലയും കർഷക ആത്മഹത്യയും' എന്ന വിഷയം ആസ്പദമാക്കി നടത്തുന്ന ഈ കർഷക സെമിനാറിന് കേരള കർഷകസംഘം സംസ്ഥാന കമ്മിറ്റിക്കു വേണ്ടി ഊഷ്മളമായ അഭിവാദ്യങ്ങൾ.

ആഗോളവല്ക്കരണ-ഉദാരവല്ക്കരണ സാമ്പത്തികനയം ഇന്ത്യയിൽ നടപ്പിലാക്കാൻ തുടങ്ങിയിട്ട് 25 വർഷം പിന്നിട്ടു. 1991 ൽ ശ്രീ. നരസിംഹറാവുവിന്റെ നേതൃത്വത്തിലുള്ള കോൺഗ്രസ് ഗവൺമെന്റ് ഒപ്പിട്ട വേൾഡ് ട്രേഡ് ഓർഗനൈസേഷൻ (WTO) കരാറോടെയാണ് ഇന്ത്യയിൽ കാർഷിക മേഖലയുടെ തകർച്ചയ്ക്ക് തുടക്കംകുറിച്ചത്. (WTO) കരാർ കാർഷിക മേഖലയിൽ നടപ്പാക്കാൻ ഇന്ത്യയുടെ കാർഷിക നയം തടസ്സമായി. ഇതിനെ മറികടക്കാൻ കേന്ദ്ര ഗവൺമെന്റ് 1993 ൽ ഒരു പുത്തൻ കാർഷിക നയത്തിന് രൂപംനല്കി. കാർഷികനയ പ്രമേയം എന്ന രൂപത്തിലാണ് പ്രസ്തുത കാർഷികനയം പ്രഖ്യാപിച്ചത്. കാർഷിക മേഖലയിൽ പുതിയ ഉണർവ്വ് കാർഷികനയ പ്രമേയത്തിലുണ്ടെന്ന് കോൺഗ്രസ് അവകാശപ്പെട്ടു. പ്രതിപക്ഷത്തായിരുന്ന ബി ജെ പി അതിന് പൂർണ്ണ പിന്തുണയും നല്കി. ഭരണവർഗ്ഗ കർഷക സംഘടനകളെല്ലാം ഈ നയത്തെ സ്വാഗതംചെയ്ത് മുക്തകണ്ഠം പ്രശംസിച്ചു.

തുറന്ന വിപണിയും സ്വതന്ത്ര വ്യാപാരവും കാർഷിക മേഖലയിൽ സർവ്വതോമുഖമായ വികസനം കൊണ്ടുവരുമെന്നും ഇത് രാജ്യത്തെ

കർഷകജന വിഭാഗത്തിനാകെ അഭിവൃദ്ധിക്കിടയാക്കുംവിധം ഒരു പരിവർത്തനം സൃഷ്ടിക്കുമെന്നും അവർ അവകാശപ്പെട്ടു. ഭരണവർഗ്ഗസംഘടനകൾ ഈ നയങ്ങളിൽ അമിതാവേശം പ്രകടിപ്പിച്ചു. ഇന്ത്യ അന്താരാഷ്ട്ര വിപണിയിലേക്കു കടക്കുന്നതോടുകൂടി കൃഷി ആദായകരവും ലാഭകരവുമായ സംരംഭമായി മാറും എന്ന് അവർ അവകാശപ്പെട്ടു.

ഈ കാർഷികനയ പ്രമേയം അംഗീകരിച്ച് നടപ്പാക്കുന്നതോടെ ഇന്ത്യൻ കാർഷിക സമ്പദ്വ്യവസ്ഥ തകരുമെന്നും കർഷകരെ അത് ദുരിതക്കയത്തിലാക്കുമെന്നും പ്രഖ്യാപിച്ചത് അഖിലേന്ത്യ കിസാൻ സഭകളാണ്. ഇന്ത്യയിലെ ഇടതുപക്ഷ പാർട്ടികളും ഈ പ്രമേയത്തെ നിശിതമായി വിമർശിക്കുകയും ഈ നയം വൻകിട കോർപ്പറേറ്റുകൾക്കു വേണ്ടി മാത്രമാണെന്ന് തുറന്നുപറയുകയും ചെയ്തു. എന്നാൽ ഇതൊന്നും ചെവിക്കൊള്ളാതെ കേന്ദ്ര ഗവൺമെന്റ് മുന്നോട്ടു പോവുകയാണുണ്ടായത്.

കാർഷികനയ പ്രമേയം നടപ്പാക്കുന്നതിന്റെ ഭാഗമായി ഇന്ത്യയിലുണ്ടായിരുന്ന കർഷക-കാർഷിക സുരക്ഷാ നിയമങ്ങൾ ഒന്നൊന്നായി ഭേദഗതി ചെയ്യപ്പെട്ടു. പേറ്റന്റ് നിയമം, വിത്ത് നിയമം, സബ്സിഡി നിയമങ്ങൾ, ബാങ്കിങ് നിയമങ്ങൾ, ഇറക്കുമതി നിയമം, കാർഷിക ഉല്പന്ന സംരക്ഷണ നിയമം, ഭൂനിയമം, ജലസേചനം ഇലക്ട്രിസിറ്റി നിയമം തുടങ്ങി കർഷക-കാർഷിക സംരക്ഷണ നിയമങ്ങൾ എല്ലാം കാറ്റിൽ പറത്തിക്കൊണ്ടായിരുന്നു കേന്ദ്രം നിയമം ഭേദഗതി ചെയ്തത്.

ഇതിനിടയിൽ WTO വിന്റെ "വട്ട" ചർച്ചകൾ ഓരോന്നും ഒരു തരത്തിലല്ലെങ്കിൽ മറ്റൊരു തരത്തിൽ പരാജയപ്പെടാൻ തുടങ്ങി. അതിനെ മറികടക്കാൻ സ്വതന്ത്ര വ്യാപാര കരാറുകൾക്കും രൂപംനല്കി. നവലിബറൽ സാമ്പത്തികനയം കാർഷിക മേഖലയിൽ പ്രാവർത്തികമാക്കാൻ, സർക്കാർ നിയന്ത്രണത്തിലുള്ള ആസൂത്രണത്തെ അട്ടിമറിച്ചു. കൃഷിയിൽ സ്വാശ്രയത്വം ലക്ഷ്യം വെച്ചുകൊണ്ടുള്ള ഗവേഷണം, വ്യാപനം, ഉല്പാദനോപാധികൾക്കുള്ള സംവിധാനങ്ങൾ, കുറഞ്ഞ പലിശയ്ക്കുള്ള വായ്പ, സംഭരണ-സംസ്കരണം, വിപണനം തുടങ്ങിയ രംഗത്തുനിന്ന് സർക്കാർ പിൻവാങ്ങി. പകരം കയറ്റുമതിക്കധിഷ്ഠിതമായ കൃഷിയെ പ്രോത്സാഹിപ്പിക്കുകയും ചെയ്തു.

കാർഷിക മേഖലയിൽനിന്നുള്ള സർക്കാരിന്റെ പിൻവാങ്ങലോടെ പിടിച്ചുപറിക്കാരായ അഗ്രിബിസിനസുകാർ കാർഷിക മേഖലയിലേക്കു കടന്നുവന്നു. കോർപ്പറേറ്റു കൃഷിക്കനുകൂലമായ നയം സർക്കാർ എടുത്തതിന്റെ ഫലമായി യഥാർത്ഥ കർഷകൻ പാർശ്വവല്ക്കരിക്കപ്പെട്ടു. ചാഞ്ചാട്ടമുള്ള ലോകവിപണിയുടെ വിലയുടെ വിളയാട്ടത്തിന് കർഷകരെ വിധേയരാക്കി.

WTO "ദോഹ വട്ട" ചർച്ച പരാജയത്തിനു ശേഷം കരാറിലെ അളവുപരമായ നിയന്ത്രണം നീക്കം ചെയ്യുന്നതിന്റെ മാതൃകയ്ക്കുള്ളിൽ നിന്നുകൊണ്ട് നിരവധി സ്വതന്ത്ര വ്യാപാര കരാറുകളിൽ ഇന്ത്യ ഒപ്പിട്ടു.

ആസിയാൻ സ്വതന്ത്ര-വ്യാപാര കരാറിന്റെ ഫലമായി റബ്ബർ ഉൾപ്പെടെയുള്ള നാണ്യവിളകളുടെ വില കുത്തനെ ഇടിഞ്ഞു. ആസിയാൻ കരാറിന്റെ തിക്താനുഭവമാണ് കേരളത്തിലെ കർഷകർ ഇന്ന് അനുഭവിക്കുന്നത്.

ഇന്ത്യ യൂറോപ്യൻ യൂണിയനുമായി മറ്റൊരു സ്വതന്ത്രവ്യാപാര കരാറിൽ ഒപ്പിടുകയാണ്. അമേരിക്കയും ഇന്ത്യയും ജപ്പാനുമായി മറ്റൊരു കരാറിനുള്ള കരട് തയ്യാറായിക്കഴിഞ്ഞു. ഇത്തരം കരാറുകൾ ഒന്നും ഇന്ത്യൻ പാർലമെന്റിൽ ചർച്ച ചെയ്ത് അംഗീകാരം വാങ്ങുന്നുമില്ല. ഇന്ത്യയുടെ ഫെഡറൽ തത്ത്വങ്ങളെ മാനിക്കാതെയാണ് ഭരണാധികാരികൾ കരാറുകളിൽ ഒപ്പുവെയ്ക്കുന്നത്. ഇത് കൃഷിയിലും മറ്റു മേഖലകളിലും ദൂരവ്യാപകമായ കടുത്ത പ്രത്യാഘാതങ്ങൾ സൃഷ്ടിക്കും.

കാർഷികനയ പ്രമേയത്തിന്റെ ഫലമായി കാർഷിക മേഖലയ്ക്കു നല്കുന്ന സബ്സിഡികൾ വെട്ടിക്കുറച്ചു. പ്രത്യേകിച്ച്, രാസവളങ്ങളുടെ സബ്സിഡി കുത്തനെ കുറച്ചു. രാസവളങ്ങളുടെ വില നിശ്ചയിക്കുവാനുള്ള അവകാശം ഉല്പാദന കമ്പനികൾക്കുതന്നെ നല്കാനുള്ള നടപടികൾ ആരംഭിച്ചു. യന്ത്രോപകരണങ്ങളുടെയും വിത്തുകളുടെയും കീടനാശിനികളുടെയും സബ്സിഡിയും വെട്ടിക്കുറച്ചു. തത്ഫലമായി കാർഷിക ഉല്പാദനോപാധികളുടെ വില കുതിച്ചുയർന്നുകൊണ്ടിരിക്കുകയാണ്. കാർഷിക വ്യാപാര സേവനങ്ങൾ കുറച്ചു. ഇത്തരം നടപടികൾ മൂലം കൃഷിയുടെ ഉല്പാദന ചെലവ് പതിന്മടങ്ങായി വർദ്ധിച്ചു. കൃഷി ചെലവിൽ ഏറെ വർദ്ധനവുണ്ടായ സാഹചര്യത്തിൽ, കൃഷി ആദായകരമാക്കാനുള്ള ഏക പോംവഴി താങ്ങുവില വർദ്ധിപ്പിക്കുക മാത്രമാണ്.

ഉല്പാദനചെലവ് അനിയന്ത്രിമായി കുതിച്ചുയരുകയാണ്. കേന്ദ്രം പ്രഖ്യാപിച്ച താങ്ങുവിലയാകട്ടെ ഉല്പാദനച്ചെലവ് നിറവേറ്റാൻ പോലും തികയുകയുമില്ല. താങ്ങുവില ന്യായമോ ആദായകരമോ അല്ല. ഉല്പാദനച്ചെലവിന്റെ 70-80 ശതമാനം മാത്രമാണ് കർഷകന് ലഭിക്കുന്നത്.

കാർഷിക മേഖലയിലെ ഇത്തരം നയങ്ങൾ ചെറുകിട-ഇടത്തരം കർഷകരെ പാപ്പരീകരിച്ചുകൊണ്ടിരിക്കുകയാണ്. കാർഷിക പ്രതിസന്ധിയുടെ ഫലമായി കർഷകരുടെ കടബാദ്ധ്യത വൻതോതിൽ വർദ്ധിച്ചിരിക്കുന്നു. ബാങ്കുകളുടെയും ഗുണ്ടകളുടെയും ഭീഷണിക്കു മുന്നിൽ പിടിച്ചുനില്ക്കാൻ കഴിയാത്ത കർഷകർ കിട്ടിയ വിലയ്ക്ക് ഭൂമി കൈമാറ്റം ചെയ്ത് പട്ടണങ്ങളിലേക്ക് തൊഴിൽതേടി പലായനം ചെയ്തുകൊണ്ടിരിക്കുന്നു. അതിനുമുതിരാത്ത അഭിമാനികളായ കർഷകർ ആത്മഹത്യയിലേക്കും നീങ്ങുന്നു.

ബി ജെ പി അധികാരത്തിൽ വന്നശേഷം കർഷക ആത്മഹത്യയുടെ തോത് വർദ്ധിച്ചുകൊണ്ടിരിക്കുന്നു. ബി ജെ പി ഭരിക്കുന്ന മഹാരാഷ്ട്രയിലാണ് ഏറ്റവും കൂടുതൽ കർഷക ആത്മഹത്യ നടന്നത്. ആത്മ

ഹത്യയിൽ 52 ശതമാനവും ബി ജെ പി ഭരിക്കുന്ന സംസ്ഥാനങ്ങളിലാണെന്ന് ചില സർവ്വേ റിപ്പോർട്ടുകൾ ചൂണ്ടിക്കാണിക്കുന്നു.

ഹരിതവിപ്ലവകാലത്ത് കൃഷിക്കാരെ സഹായിച്ച ദേശസാല്കൃത ബാങ്കുകൾ കാർഷിക വികസനത്തിന്റെ നിർണ്ണായകഘടകമായിരുന്നു. എന്നാൽ 1991 നുശേഷം സ്ഥിതി മാറി. ബാങ്കിങ് നയത്തിൽ മാറ്റം വരുത്തി. 1969 ലെ ബാങ്ക് ദേശസാല്ക്കരണത്തിനു ശേഷം ഒരു വില്ലേജിൽ ഒരു ബാങ്ക് ശാഖ എന്ന ലക്ഷ്യത്തിലെത്താൻ ദേശസാല്കൃത ബാങ്കുകൾ ശ്രമിച്ചു. എന്നാൽ 1991-2000 വരെയുള്ള ഒരു ദശകത്തിനുള്ളിൽ തന്നെ ആയിരത്തിൽപരം ഗ്രാമീണബാങ്കു ശാഖകൾ അടച്ചുപൂട്ടി. ഗ്രാമീണ മേഖലയ്ക്കുള്ള കാർഷിക വായ്പ കുത്തനെ ഇടിഞ്ഞു. അതോടെ സ്വകാര്യ പണമിടപാടുകാരേയും കൊള്ളപ്പലിശക്കാരെയും ഗുണ്ടകളെയും വായ്പയ്ക്കായി കർഷകന് അഭയം പ്രാപിക്കേണ്ടിവന്നു.

കാർഷികവായ്പ വർദ്ധിപ്പിക്കുമെന്ന് കേന്ദ്രസർക്കാർ പ്രഖ്യാപിക്കുന്നുണ്ടെങ്കിലും വായ്പാ വർദ്ധനവ് ബാങ്കുകളിൽനിന്ന് കൃഷിക്കാരുടെ കൈകളിൽ എത്തിച്ചേരുന്നില്ല. കാർഷിക മേഖലയിൽ വർദ്ധിപ്പിച്ച വായ്പയിൽ അധികവും നഗരങ്ങളിലെ അഗ്രിബിസിനസുകാരുടെ കൈയിലാണ് എത്തിച്ചേരുന്നത്.

ഈ പശ്ചാത്തലത്തിൽ ഇന്ത്യയിലെ കർഷക ആത്മഹത്യക്ക് പരിഹാരം കാണുവാൻ ഒരു ഭരണാധികാരിയുടെയും കൈയിൽ മാന്ത്രിക വടിയില്ല. ഇന്നത്തെ കർഷക ആത്മഹത്യക്ക് കാരണം കേന്ദ്രകാർഷിക നയമാണ്. കാർഷികനയം സ്വയംഭൂവല്ല. മറിച്ച് അധികാരവർഗ്ഗത്തിന്റെ സാമ്പത്തിക നയത്തിന്റെ പ്രതിഫലനമാണ്. ആ നയം തിരുത്തുക തന്നെ വേണം. ഇല്ലെങ്കിൽ തെറ്റായ നയം തുടരുന്ന അധികാരവർഗ്ഗത്തെ മാറ്റണം. അതിനുവേണ്ടിയുള്ള പോരാട്ടമാണ് നാം ഏറ്റെടുക്കേണ്ടത്.

സമീപകാലത്ത് ഇന്ത്യൻ കാർഷിക മേഖലയിൽ കർഷക സംഘടനകളുടെയും, കർഷക സഹായ സംഘടനകളുടെയും (NGO) കർഷകപക്ഷ വ്യക്തികളുടെയും ഗ്രൂപ്പുകളുടെയും വിപുലമായ ഒരു വേദി ഉയർന്നുവന്നത് ആവേശകരമാണ്. 184 കർഷക സംഘടനകളടങ്ങുന്ന സമിതി ആൾ ഇന്ത്യ കിസാൻ സംഘർഷ് - കോ-ഓഡിനേഷൻ കമ്മിറ്റി എന്ന പേരിലാണ് അറിയപ്പെടുന്നത്. കോ-ഓർഡിനേഷൻ കമ്മിറ്റിയുടെ നേതൃത്വത്തിൽ വിവിധ സംസ്ഥാനങ്ങളെ ബന്ധപ്പെടുത്തി ഏഴ് മേഖലാ ജാഥകൾ സംഘടിപ്പിച്ചു. പാർലമെന്റിനു മുന്നിൽ പ്രതീകാത്മക കർഷക പാർലമെന്റ് ചേർന്നു. ആയിരക്കണക്കിന് കർഷകർ പാർലമെന്റിൽ പങ്കെടുത്തു. പാർലമെന്റിൽ 2 ബില്ലുകൾ അവതരിപ്പിച്ചു. കാർഷിക ഉല്പന്നങ്ങൾക്ക് ഉല്പാദനച്ചെലവും അതിന്റെ 50 ശതമാനവും ചേർന്നു താങ്ങുവില നല്കുന്നതിന് നിയമപരമായ അംഗീകാരം, കാർഷിക കടങ്ങൾ പൂർണ്ണമായി എഴുതിത്തള്ളൽ ബിൽ എന്നിവയായിരുന്നു അത്. ഈ ബില്ലിനെ സംബന്ധിച്ച് പൊതുജനങ്ങളിൽനിന്നും കർഷകരിൽനിന്നും അഭിപ്രായം സ്വരൂപിക്കാൻ സെലക്ട് കമ്മിറ്റിയും രൂപീകരിച്ചു. കേരളം ഉൾപ്പെടെ

യുള്ള സംസ്ഥാനങ്ങളിൽ സെലക്ട് കമ്മിറ്റി സന്ദർശനം നടത്തി തെളിവെടുപ്പ് നടത്തുകയും ചെയ്തു.

ഇവിടെ നാം കാണേണ്ട ഒരു വസ്തുത കോൺഗ്രസായാലും, ബി ജെ പി ആയാലും ഭരണവർഗ്ഗത്തിന്റെ ലക്ഷ്യം കാർഷിക മുതലാളിത്തം വളർത്തിക്കൊണ്ടുവരുക എന്നതുമാത്രമാണ്. അതുകൊണ്ട് ഇത്തരം നിയമനിർമ്മാണം നടത്തുമ്പോൾ അഖിലേന്ത്യ കിസാൻ സഭകൾ വളരെ ജാഗ്രതയോടെ ഇടപെടണം.

കടങ്ങൾ എഴുതിത്തള്ളുമ്പോഴും, സബ്സിഡികൾ പ്രഖ്യാപിക്കുമ്പോഴും, താങ്ങുവില നിശ്ചയിക്കുമ്പോഴും അതിന്റെ ഗുണഭോക്താക്കൾ ഭൂപ്രഭുക്കന്മാരും കർഷക മുതലാളിമാരുമായി മാറാതിരിക്കണം. നിയമത്തിന്റെ ഗുണഫലങ്ങൾ ലഭ്യമാകേണ്ടത് മുഖ്യമായും ദരിദ്ര-ഇടത്തരം കർഷകർക്കായിരിക്കണം. ദരിദ്ര-ഇടത്തരം കർഷകരുടെ താൽപര്യം സംരക്ഷിക്കുന്നതിനു കിസാൻ സഭകൾ മുൻകൈയെടുത്ത് പോരാട്ടത്തിന് നേതൃത്വം നല്കണം. ദരിദ്ര-ഇടത്തരം കർഷകർക്കായി ഉല്പാദന ബോണസ്, കടത്തുകൂലി സബ്സിഡികൾ, അധിക ഇൻസെന്റീവ് തുടങ്ങിയ ആവശ്യങ്ങളും ഉന്നയിക്കണം.

ദരിദ്ര-ഇടത്തരം കർഷകർക്ക് വേണ്ടി മാത്രം കടങ്ങൾ പൂർണ്ണമായി എഴുതിത്തള്ളണം. കേരളമോഡൽ കർഷക കടാശ്വാസക്കമ്മിഷൻ രൂപീകരിക്കണം. അതുപോലെതന്നെ കുറഞ്ഞ പലിശ നിരക്ക്, പലിശരഹിത വായ്പകൾ എന്നിവ ദരിദ്ര-ഇടത്തരം കർഷകർക്ക് വേണ്ടി മാത്രമായിരിക്കണം. ഇത്തരം ആവശ്യങ്ങൾ പ്രാവർത്തികമാക്കുന്നതിലൂടെ മാത്രമേ ആത്മഹത്യയിൽനിന്ന് കർഷകരെ രക്ഷിക്കാനാകൂ. കൃഷി ആദായകരമാക്കൂ, ആഹ്ലാദകരമാക്കൂ.

(2018 ഏപ്രിൽ)

നെല്ലു സംഭരണത്തിന്റെ കാണാപ്പുറങ്ങൾ

ഉല്പാദനച്ചെലവുമായി ബന്ധപ്പെടുത്തി കർഷകരിൽ നിന്ന് നെല്ലു സംഭരണത്തിനുള്ള തുടക്കംകുറിച്ചത് 1987 ലെ ഇടതുപക്ഷ ജനാധിപത്യ മുന്നണി സർക്കാരാണ്. നെല്ലിന്റെ വില കുത്തനെ ഇടിഞ്ഞ കാലഘട്ട മായിരുന്നു അത്. നെൽകൃഷിയിൽ നിന്ന് കർഷകർ പിന്മാറാൻ തുടങ്ങി. നെൽവയലുകൾ മറ്റുകൃഷിക്കുവേണ്ടി വഴിമാറി. ഈയൊരു സാഹചര്യത്തിലാണ് അന്നത്തെ നായനാർ ഗവൺമെന്റ് സഹകരണ സംഘങ്ങൾ വഴി നെല്ലു സംഭരിച്ച് അരിയാക്കി പൊതുവിതരണ സംവിധാനത്തിലൂടെ ന്യായവിലയ്ക്ക് വില്പന ആരംഭിച്ചത്. അന്ന് കൃഷി മന്ത്രി ഭാവനാ സമ്പന്നനായ വി വി രാഘവനായിരുന്നു. കൃഷി വകുപ്പിനായിരുന്നു നെല്ലു സംഭരണത്തിന്റെ ചുമതല. സഹകരണ വകുപ്പായിരുന്നു നെല്ല് ഏറ്റെടുത്തിരുന്നത്. കേരളത്തിലെ കർഷകപ്രസ്ഥാനത്തിന്റെ തലമുതിർന്ന കാരണവർ സ. ടി കെ രാമകൃഷ്ണനായിരുന്നു സഹകരണ വകുപ്പു മന്ത്രി. ഗോഡൗണുകളുടെ അപര്യാപ്തത മൂലം സഹകരണ സംഘങ്ങളെ പലതിനേയും ഈ സംഭരണം നഷ്ടത്തിലാക്കുകയും ചെയ്തു. കൃത്യമായി നെല്ലിന്റെ ഈർപ്പം കുറച്ച് നെല്ല് സഹകരണ സംഘങ്ങൾക്ക് നല്കുന്ന കാര്യത്തിൽ കർഷകരുടെ ഭാഗത്തുനിന്നും വീഴ്ചയുണ്ടായി. ആഴ്ചകൾക്കും മാസങ്ങൾക്കും ശേഷം ഗോഡൗണുകളിൽ നിന്ന് നെല്ലെടുത്ത് നോക്കിയപ്പോൾ മൊത്തത്തിൽ ക്വിന്റൽ കണക്കിന് നെല്ലിന്റെ തൂക്കം കുറയുകയും ചെയ്തു. പല സംഘങ്ങളുടെയും ഓഡിറ്റു റിപ്പോർട്ടിൽ ഇതിനെ അഴിമതിയായി കണക്കാക്കി. ഇത് സഹകരണ സംഘങ്ങൾക്ക് ഒരു വിനയായി.

കേരളത്തിൽ നെല്ലു സംഭരണം നടക്കുന്നത് രണ്ടു സീസണുകളിലായിട്ടാണ്.

1. കന്നിക്കൊയ്ത്ത് (ആഗസ്റ്റ് - ഒക്ടോബർ)
2. മകരക്കൊയ്ത്ത് (ഡിസംബർ - ഫെബ്രുവരി)

കന്നിക്കൊയ്ത്തു കാലത്ത് മഴയുടെ ആധിക്യം കാരണം നെല്ലിന്റെ ഈർപ്പത്തിൽ (ജലാംശത്തിന്റെ) വർദ്ധനവ് ഉണ്ടാകും. 20-25% വരെയാകും അത്. എന്നാൽ മകരക്കൊയ്ത്തു കാലത്ത് 15 മുതൽ 20% വരെയാണ്.

ഇന്ന് നെല്ലു സംഭരണത്തിന്റെ ഉത്തരവാദിത്വം സിവിൽ സപ്ലൈസ് കോർപ്പറേഷനെയാണ് സർക്കാർ ഏല്പിച്ചിട്ടുള്ളത്. 2005 ആറാം മാസത്തിലെത്തിയ ഉത്തരവാണിത്. ഇതുപ്രകാരം കാർഷിക സഹകരണ സംഘങ്ങളിൽനിന്നും, പാടശേഖര സമിതികളിൽനിന്നും നെല്ലു സംഭരിച്ച് അരിയാക്കി ചുരുങ്ങിയ വിലയ്ക്ക് പൊതുവിതരണ സംവിധാനത്തിലൂടെ വിതരണം ചെയ്യണം. എന്നാൽ സപ്ലൈകോ ആവട്ടെ സ്വകാര്യ മില്ലുകളുമായി ഒരു കരാറുണ്ടാക്കി, നെല്ലു സംഭരിക്കാനുള്ള ചുമതല മില്ലുടമകൾക്ക് നല്കി. സംഭരണത്തിന്റെ ചെലവും, അരിയാക്കുന്നതിന്റെ സാമ്പത്തിക ബാദ്ധ്യതയും സപ്ലൈകോ മില്ലുടമകൾക്കു നല്കും. നെല്ലിന്റെ തവിടും ഉമിയും കഴിച്ച് 68% അരി സിവിൽ സപ്ലൈസിന് നല്കുകയും വേണം. ഇതാണ് കരാറിലെ മുഖ്യ ഘടകം.

റൈസ് മില്ലുടമകൾ നെല്ലു സംഭരിക്കാനുള്ള ചുമതല അവരുടെ ഏജന്റുമാർക്ക് നല്കി. ഇവർ കർഷകരിൽ നിന്ന് നെല്ല് നേരിട്ട് സംഭരിച്ച് സ്വകാര്യ മില്ലുകളിൽ എത്തിക്കുകയായിരുന്നു.

നെല്ലു സംഭരണത്തിലെ സർക്കാരിന്റെ ലക്ഷ്യം സർക്കാർ നിശ്ചയിക്കുന്ന മാന്യമായ താങ്ങുവില കർഷകനു ലഭിക്കുക, ബഹുജനങ്ങൾക്ക് ചുരുങ്ങിയ വിലയ്ക്ക് അരി ലഭിക്കുക എന്നതാണ്. ഈ ലക്ഷ്യമാണ് തകിടം മറിയുന്നത്.

കാർഷിക ഉല്പന്നങ്ങൾക്ക് ഉല്പാദനച്ചെലവുമായി ബന്ധപ്പെടുത്തി തറവില നിശ്ചയിക്കാനുള്ള അധികാരം കേന്ദ്ര സർക്കാരിൽ നിക്ഷിപ്തമാണ്. അതുകൊണ്ടാണ് ഒന്നാം യു പി എ ഗവൺമെന്റ് ഡോ. സ്വാമിനാഥനെ ചെയർമാനാക്കി ഒരു കർഷക കമ്മിഷൻ രൂപീകരിക്കാൻ തീരുമാനിച്ചത്. പ്രസ്തുത കമ്മിഷൻ സർക്കാരിന് ശുപാർശകൾ സമർപ്പിക്കുകയും ചെയ്തു. ഈ ശുപാർശകൾ ഒന്നാം യു പി എ ഗവൺമെന്റും പാർലമെന്റും അംഗീകരിക്കുകയും ചെയ്തു. ശുപാർശകളിൽ ഒരു പ്രധാനപ്പെട്ട ശുപാർശയാണ് ഉല്പാദനച്ചെലവും അതിന്റെ 50% വർദ്ധനവോടു കൂടിയുള്ള താങ്ങുവില നിശ്ചയിക്കൽ. നിർഭാഗ്യവശാൽ കേന്ദ്ര സർക്കാർ നാളിതുവരെ അത് അംഗീകരിച്ചിട്ടുമില്ല. കേന്ദ്രം നിശ്ചയിക്കുന്ന വിലയേക്കാൾ അധികവില നിശ്ചയിക്കാൻ സംസ്ഥാനങ്ങൾക്ക് അധികാരവുമില്ല. ഇന്ന് കേന്ദ്രസർക്കാർ നിശ്ചയിച്ച നെല്ലിന്റെ താങ്ങുവില 17 രൂപ 50 പൈസയാണ്. കേരളത്തിലെ ഉല്പാദന ചെലവുമായി ഇതിന് യാതൊരു ബന്ധവുമില്ലല്ലോ. അതുകൊണ്ടാണ് കേരള സർക്കാർ നെല്ലുല്പാദനത്തിനുള്ള ഇൻസന്റീവ് എന്ന നിലയ്ക്ക് 7 രൂപ 80 പൈസ 1 കിലോ നെല്ലിന് അധികമായി നല്കുന്നത്.

വടക്കേ ഇന്ത്യയിൽ ഭക്ഷ്യ ധാന്യ സംഭരണ സമയം ഒക്ടോബർ 1 മുതലാണ്. ഇതാണ് കേരളത്തിലും കേന്ദ്രം നടപ്പിൽ വരുത്തുന്നത്. കേരളത്തിൽ സംഭരിക്കുന്ന നെല്ലിന്റെ കണക്കനുസരിച്ച് 1 കിലോ നെല്ലിന് 68% അരി കണക്കാക്കി അത്രയും അരി കേന്ദ്രത്തിൽ നിന്നുള്ള അരി

വിഹിതത്തിൽ കുറവു വരുത്തും. ഇതിന്റെ ഫലമായി 3 - 4 ലക്ഷം ടൺ അരി കേന്ദ്രത്തിന് ലാഭവുമാണ്.

കേന്ദ്ര സർക്കാർ നിശ്ചയിക്കുന്ന ശരാശരി അരി വില 29 രൂപയാണ്. കേരളത്തിൽ നെല്ല് അരിയാക്കി മാറ്റുന്നതിന്റെ ചെലവ് കൂടിയതിനാൽ കിലോയ്ക്ക് ശരാശരി 35 രൂപ വില വരും. കേരളത്തിലെ ചുവന്ന അരിക്ക് കേന്ദ്ര സർക്കാർ 30 രൂപയാണ് വില നിശ്ചയിച്ചിരിക്കുന്നത്. കേന്ദ്രം അടിസ്ഥാന നെല്ലായി കണക്കാക്കിയിരിക്കുന്നത് പാലക്കാടൻ മട്ട നെല്ലായ ജ്യോതിയാണ്. ജ്യോതി അരിക്ക് വിദേശങ്ങളിൽ വലിയ പ്രിയവുമാണ്.

ഇന്നത്തെ നെല്ലുസംഭരണ സംവിധാനം പാടെ ഉടച്ചുവാർക്കേണ്ടതാണ്. നാലു വകുപ്പുകളാണ് നെല്ലുസംഭരണ സംവിധാനവുമായി ബന്ധപ്പെട്ടു കിടക്കുന്നത്.

1. കൃഷി വകുപ്പ്
2. വ്യവസായ വകുപ്പ് (റൈസ് മിൽ)
3. ധനകാര്യ വകുപ്പ്
4. ബാങ്കിങ് മേഖല

ഈ സംവിധാനം നെല്ലെടുപ്പിന്റെ സമയത്തെ വൈകിപ്പിക്കാൻ പ്രധാന കാരണമാവുന്നു.

04-06-2005 ൽ യു ഡി എഫ് സർക്കാർ ഇറക്കിയ ഉത്തരവിന് അനുസരിച്ചാണ് ഇന്ന് നെല്ലുസംഭരണം നടക്കുന്നത്. സിവിൽ സപ്ലൈസ് കോർപ്പറേഷൻ അഗ്രികൾച്ചറൽ കോ ഓപ്പറേറ്റീവ് സൊസൈറ്റികളിൽ നിന്നും പാടശേഖര സമിതികളിൽ നിന്നുമാണ് നെല്ലു സംഭരിക്കേണ്ടത്. കർഷകർക്കാവട്ടെ അവരുല്പാദിപ്പിച്ച നെല്ല് ഏറ്റവും അടുത്തുള്ള കാർഷിക സഹകരണ സംഘങ്ങളിലോ പാടശേഖര സമിതികളിലോ നല്കാനാണ് സൗകര്യം. അവിടെ നിന്നാണ് യഥാർത്ഥത്തിൽ സപ്ലൈകോ നെല്ല് സംഭരിക്കേണ്ടത്. സപ്ലൈകോ ഈ നെല്ല് അരിയാക്കി പൊതുവിതരണത്തിലൂടെ ചുരുങ്ങിയ വിലയ്ക്ക് ഗുണഭോക്താക്കൾക്ക് നല്കണം. ഈ നയത്തെയാണ് സപ്ലൈകോ അട്ടിമറിച്ചത്. കൃഷിക്കാരിൽ നിന്ന് നേരിട്ടു നെല്ലു സംഭരിക്കാനുള്ള ഉത്തരവാദിത്വം സ്വകാര്യ അരിമില്ലുകളെ ചുമതലപ്പെടുത്തി.

കേരളത്തിലെ റേഷൻകടകളിലൂടെ വിതരണം ചെയ്യേണ്ട, കേന്ദ്രം തരുന്ന റേഷനരി FCI ഗോഡൗണുകളിലാണ് സൂക്ഷിക്കുന്നത്. FCI ഗോഡൗണുകളിൽ നിന്ന് അരി എടുത്ത് റേഷൻ കടയിൽ എത്തിക്കാനുള്ള ചുമതല ചില സ്വകാര്യ ഏജൻസികൾക്ക് നല്കിയിരുന്നു. ഇവർ ഗോഡൗണിൽ നിന്ന് അരി ഏറ്റെടുത്ത് നേരെ റേഷൻകടയിലെത്തിക്കുന്നതിനു പകരം അരി സ്വകാര്യ മില്ലുടമകളുടെ ഗോഡൗണുകളിലേക്കായിരുന്നു എത്തിച്ചിരുന്നത്. അവിടെ എത്തിക്കുന്ന അരിയുടെയും ഗോതമ്പിന്റെയും ചെറിയൊരു ശതമാനം മാത്രമാണ് റേഷൻ കടയിലെത്തിയിരുന്നത്. ഇത് പരസ്യമായ ഒരു രഹസ്യവുമാണ്.

സ്വകാര്യ അരിമില്ലുകാരുടെ കൈവശമെത്തിച്ചേരുന്ന റേഷനരിയെ പോളിഷ് ചെയ്ത് മട്ട അരിയാക്കിയും മറ്റും വില്പന നടത്തിയിരുന്നു.

ഈ അരി തന്നെയാണ് സർക്കാർ സംഭരിച്ച നെല്ലിന്റെ അരിയായി രൂപാന്തരപ്പെട്ടിരുന്നത്. മട്ടയായും ജയയായും, എസ് ടിയായും അത് പ്രത്യക്ഷപ്പെട്ടു.

കേരളത്തിലെ കൃഷിക്കാരിൽനിന്നു സംഭരിച്ച യഥാർത്ഥ മട്ടയും മറ്റും മുന്തിയ വിലയ്ക്ക് വില്പനയും കയറ്റുമതിയും നടത്തി. മില്ലുടമകൾ കൊള്ളലാഭമുണ്ടാക്കുകയും ചെയ്തുവന്നു.

2016-17 മുതൽ ഭക്ഷ്യ സുരക്ഷാ നിയമപ്രകാരം റേഷൻ വിതരണം സുതാര്യമാക്കിയതിന്റെ ഭാഗമായി FCI ഗോഡൗണിൽ നിന്ന് അരിയെടുത്ത് നേരിട്ട് റേഷൻ കടയിലെത്തിക്കാൻ സിവിൽ സപ്ലൈസ് കോർപ്പറേഷനെ ചുമതലപ്പെടുത്തി. ഇതോടെ ഗോഡൗണിൽ നിന്ന് ഏറ്റെടുക്കുന്ന റേഷനരി റേഷൻ കടയിൽ കൃത്യമായി എത്തി. (എന്നിട്ടും അട്ടിമറികൾ നടക്കുന്നുണ്ട്) ഈ നടപടി ചില മില്ലുടമകൾക്കും റേഷൻ വ്യാപാരികൾക്കും വലിയ തിരിച്ചടിയായി.

കേരളത്തിലെ നെൽകൃഷി മേഖലയിൽ ഇടതുപക്ഷ ജനാധിപത്യ മുന്നണി ഗവൺമെന്റ് കൊണ്ടുവന്ന നയം ഒരു പുത്തൻ ഉണർവ്വ് കർഷകരിൽ ഉണ്ടാക്കിയിട്ടുണ്ട്. കാലാവസ്ഥാ വ്യതിയാനങ്ങൾ ഉണ്ടായെങ്കിലും കർഷകർ ഉല്പാദനവും ഉല്പാദന ക്ഷമതയും വർദ്ധിപ്പിക്കാൻ ജാഗ്രത കാട്ടുകയും ചെയ്തു. മാന്യമായ വിലയായില്ലെങ്കിലും ഒരു ഭേദപ്പെട്ട വിലയെന്ന നിലയിൽ 23 രൂപ 30 പൈസ വിലയിൽ കർഷകർ തൃപ്തരുമായി. സർക്കാരിന്റെ സംഭരണ വിലയ്ക്കുതന്നെ കർഷകർ ഉല്പാദിപ്പിച്ച മുഴുവൻ നെല്ലും നല്കാൻ കർഷകർ തയ്യാറായി. ഇത് മില്ലുടമകൾക്ക് ഒരു തിരിച്ചടിയുമായി.

ഈയൊരു പശ്ചാത്തലത്തിലാണ് ഉദ്യോഗസ്ഥന്മാരുടെ മൗനാനുവാദത്തോടെ സംഭരണ സംവിധാനത്തെ അട്ടിമറിക്കാനുള്ള കൊടിയ തന്ത്രങ്ങൾ രൂപംകൊണ്ടത്. മില്ലുടമകൾ 68% അരി സിവിൽ സപ്ലൈസിന് നല്കാൻ കഴിയില്ലെന്ന വാദവുമായെത്തി സംഭരണത്തിനു കാലതാമസം വരുത്തി. ഇതിൽ മുഖ്യമന്ത്രി ഉൾപ്പെടെ ചർച്ച നടത്തി 64% മാക്കി കുറച്ചു. നെല്ല് അരിയാക്കാനുള്ള ചെലവിന്റെ കാര്യത്തിലും വർദ്ധനവ് വരുത്തി. എന്നിട്ടും പ്രശ്നങ്ങൾ അവസാനിച്ചില്ല. മില്ലുടമ സംഭരിച്ച നെല്ലിന്റെ പാഡി റസീറ്റു കർഷകനു നല്കും. ഈ പാഡി റസീറ്റു പാഡി പേമെന്റു ഓഫീസർക്കു നല്കണം. പാഡി പേമെന്റ് ഓഫീസർ എലിജിബിലിറ്റി സർട്ടിഫിക്കറ്റും പേമെന്റ് ഓർഡറും കർഷകന്റെ അക്കൗണ്ടുള്ള ബാങ്കിലേക്ക് നല്കും. ബാങ്ക്, കർഷകന്റെ അക്കൗണ്ടിൽ വരവു വെക്കും. ഇത്രയും സർക്കാർ നടപടികൾക്കു തന്നെ ആഴ്ചകളെടുക്കും. (സർക്കാർ കാര്യം മുറപോലെയാണല്ലോ.) UDF സർക്കാരിന്റെ കാലത്തെ മുറതെറ്റിക്കാത്ത ഉദ്യോഗസ്ഥ മേധാവികൾ തന്നെയാണ് ഉള്ളത് എന്നത് പ്രസ്താവ്യമാണ്.

കേരളത്തിലെ കൃഷിക്കാർക്ക് കൊയ്ത നെല്ല് സംഭരിച്ചു വെക്കാൻ പത്തായപ്പുരയോ മറ്റു സംവിധാനങ്ങളോ ഇല്ല. അതുകൊണ്ടുതന്നെ കൊയ്തെടുത്ത നെല്ല് അതിവേഗം വില്പന നടത്താനുള്ള വ്യഗ്രതയിലാണ് കർഷകർ. മാത്രമല്ല ബാങ്കുകളിൽ നിന്ന് ഹ്രസ്വകാല വായ്പയായി എടുത്താണ് കൃഷിയിറക്കുന്നത്. വളങ്ങൾക്കും മറ്റു പണികൾക്കു

മായി വീട്ടിലെ സ്വർണ്ണപ്പണ്ടങ്ങളും ബാങ്കിൽ പണയം വെച്ചിരിക്കും. കൊയ്ത്ത് കഴിഞ്ഞ് നെല്ലു വിറ്റ പണം കിട്ടി വായ്പ തിരിച്ചടക്കാനും പണ്ടം തിരിച്ചെടുക്കാനുള്ള വലിയ വെപ്രാളത്തിലായിരിക്കും കൊയ്ത്ത് കഴിഞ്ഞ കർഷകർ. കൃത്യസമയത്ത് വായ്പ തിരിച്ചടച്ചിട്ടില്ലെങ്കിൽ നില വിലുള്ള പലിശ ഇരട്ടിയാവുകയും ചെയ്യും. ഇതിനു പുറമേ ഇടയ്ക്കി ടയ്ക്കു പെയ്യുന്ന മഴ, കർഷകന് ഭീഷണിയുമാണ്. മഴ തട്ടിയ നെല്ല് മൂന്നോ നാലോ ദിവസത്തിനുള്ളിൽ മുള പൊട്ടുകയും ചെയ്യും. അതു കൊണ്ട് കൊയ്തെടുത്ത പാടെ നെല്ല് വില്പന നടത്താൻ ചെറുകിട ഇടത്തരം കൃഷിക്കാർ വ്യഗ്രത കാണിക്കും. ഇത് മനസ്സിലാക്കിയ മില്ലുട മകളും ഏജന്റുമാരും നെല്ലു സംഭരിക്കാതെ നീട്ടി നീട്ടി കൊണ്ടുപോകും. അതിനുള്ള ലൊട്ടുലൊടുക്കു ന്യായങ്ങൾ അവർ ഉന്നയിക്കും. വേണ്ടത്ര ചാക്കു ലഭിച്ചിട്ടില്ല, കയറ്റിറക്കു തർക്കങ്ങൾ, ഉദ്യോഗസ്ഥന്മാരുടെ അഭാവം, വാഹനങ്ങളുടെ പ്രശ്നങ്ങൾ തുടങ്ങിയ കാര്യങ്ങളാണ് അവർ ഉന്നയിക്കുന്നത്. നെല്ലിന്റെ ജിപ്സത്തിന്റെ പേരിൽ കർഷകർ കൊണ്ടു വന്ന നെല്ല് തിരിച്ചയയ്ക്കുക, ഈ ജിപ്സത്തിന്റെ പേരിൽ 8-10 കിലോ കിന്റലിൽ കുറവു വരുത്തുക, ഓരോ ചാക്കിൽനിന്നും 1000 നെൽമണി എടുത്തു തൂക്കി 26 ഗ്രാമിൽ കുറഞ്ഞാൽ ഓരോ ഗ്രാമിനും ഒരു കിലോ നെല്ലു വീതം കുറയ്ക്കുക എന്നീ നീചവും ക്രൂരവുമായ നടപടികളാണ് മില്ലുടമകളുടെ ഏജന്റുമാർ നടത്തുന്നത്. ഇതെല്ലാം നമ്മുടെ ഉദ്യോഗ സ്ഥർ നോക്കിനില്ക്കുന്നു. കാലമിത്രയായിട്ടും നെല്ല് സംഭരണത്തിന് ശാസ്ത്രീയമായ ഒരു നിലപാടും നിയമവും സൃഷ്ടിക്കാൻ കഴിഞ്ഞി ട്ടില്ല.

മറുവശത്തൂടെ മില്ലുടമകളുടെ ദല്ലാളന്മാർ കൃഷിക്കാരനെ സമീപിച്ച് താങ്ങുവിലയേക്കാൾ ചുരുങ്ങിയ വിലയ്ക്ക് ചുളുവിൽ സംഭരിക്കാനുള്ള പ്രലോഭനങ്ങളും നടത്തുന്നു. 23 രൂപ 30 പൈസ താങ്ങുവിലയുള്ള നെല്ല് 17 ഉം 18 ഉം രൂപയ്ക്ക് വില്ക്കാൻ കർഷകർ നിർബ്ബന്ധിതരാവുന്നു. ഇതിനു പുറമേ മറ്റൊരു ചതി കൂടി ഈ ദല്ലാളന്മാർ നടത്തുന്നു. കർഷ കർ വില്ക്കാറുള്ള നെല്ലിന്റെ പെർമിറ്റ് (എലിജിബിലിറ്റി സർട്ടിഫിക്കറ്റ്) ഈ ദല്ലാൾ കരസ്ഥമാക്കുന്നു. ഈ പെർമിറ്റിന്റെ മറവിൽ തമിഴ്നാട്ടിൽ നിന്ന് ചുരുങ്ങിയ വിലയ്ക്ക് നെല്ലുവാങ്ങി സംഭരിച്ച നെല്ലിന്റെ കണക്കിൽ ഉൾപ്പെടുത്തി വൻ തട്ടിപ്പും നടത്തുന്നു. ചുരുക്കത്തിൽ കർഷകരെ മാന സികമായും സാമ്പത്തികമായും മനസ്സു മുട്ടിച്ചു സംഭരണം കാലതാ മസം വരുത്തി, ചുരുങ്ങിയ വിലയ്ക്ക് നെല്ല് എടുക്കാനുള്ള ശ്രമമാണ് മില്ലുടമകളും ദല്ലാൾമാരും നടത്തുന്നത്.

കേരളത്തിൽ ആവശ്യമായ അരി 40 ലക്ഷം ടൺ ആണ്. കേരള ത്തിൽ ഉല്പാദിപ്പിക്കുന്നത് $5^1/_2$ - 6 ലക്ഷം ടൺ അരിയുമാണ്. കേന്ദ്ര സർക്കാർ തരുന്നതാകട്ടെ കേവലം 14 ലക്ഷം ടൺ അരി. മുമ്പ് 16 ലക്ഷം ടൺ ആയിരുന്നു ലഭിച്ചിരുന്നത്. അതിൽ 2 ലക്ഷം ടൺ അരി BJP ഗവൺമെന്റ് കുറച്ചു. കേരളത്തിന്റെ ഭക്ഷ്യധാന്യകമ്മി 20 ലക്ഷം ടൺ ആണ്. ഇതിന് അന്യ സംസ്ഥാനങ്ങളെ ആശ്രയിക്കണം. അന്യ സംസ്ഥാന വിലയാകട്ടെ അവിടുത്തെ മില്ലുകളിൽ തന്നെ 40 രൂപ മുതൽ

45 രൂപ വരെയാണ്. അത് കേരളത്തിൽ എത്തിക്കാനുള്ള ചെലവ് കൂടിയാവുമ്പോൾ അരിയുടെ വില അമിതമായി വർദ്ധിക്കും. ഇവിടെയാണ് കേരളത്തിലെ ഭക്ഷ്യധാന്യ ഉല്പാദനത്തിന്റെ പ്രാധാന്യം കാണേണ്ടത്. നാം ആർജ്ജിച്ച ശാസ്ത്ര സാങ്കേതിക വിദ്യയും ഇന്നു നിലവിലുള്ള കൃഷിയിടവും ശാസ്ത്രീയമായി ഉപയോഗപ്പെടുത്തേണ്ടതുണ്ട്. നെല്ലുല്പാദനം ഇന്നുള്ളതിന്റെ ഇരട്ടിയാക്കാൻ കഴിയുമെന്ന് നമ്മുടെ കൃഷിശാസ്ത്രജ്ഞരും ആസൂത്രണബോർഡും ആണയിട്ടു പറയുന്നു. അതിനുള്ള തീവ്രശ്രമത്തിലാണ് സ. പിണറായി വിജയന്റെ നേതൃത്വത്തിലുള്ള ഇടതുപക്ഷ ഗവൺമെന്റും കൃഷി വകുപ്പും കൃഷി, പാട്ടകൃഷി, നെല്ലുല്പാദനത്തിനുള്ള പ്രത്യേക മേഖല തുടങ്ങിയ പദ്ധതികൾ ആരംഭിച്ചിട്ടുള്ളത്.

നെല്ല് ഉല്പാദനവും ഉല്പാദനക്ഷമതയും വർദ്ധിപ്പിക്കണമെങ്കിൽ ശാസ്ത്ര സാങ്കേതിക വിദ്യയോടൊപ്പം കർഷകരെ അണി നിരത്തേണ്ടതുണ്ട്. ഭൂഉടമകളായ കൃഷിക്കാരായാലും ശരി അവർ ഉല്പാദിപ്പിക്കുന്ന നെല്ലിന് ഉല്പാദനച്ചെലവുമായി ബന്ധപ്പെടുത്തി ആദായകരമായ വില ലഭിക്കണം. അവ സംഭരിക്കാനുള്ള ശാസ്ത്രീയമായ സംവിധാനവും ഉണ്ടാവണം. വൻകിട അരിമില്ലുടമകളും, ചില ഉദ്യോഗസ്ഥ മേധാവികളും ഇടത്തട്ടുകാരും നിശ്ചയിക്കുന്ന വിലയുടെ വിളയാട്ടത്തിനു കർഷകരെ വിട്ടുകൊടുക്കാതെ നെല്ലു സംഭരിക്കാൻ കഴിയണം.

കേന്ദ്ര സർക്കാരിന്റെ കാരുണ്യത്തിന് കാത്തു നില്ക്കാതെ കേരളത്തിലെ നെൽകൃഷിയുടെ പ്രത്യേകതയ്ക്ക് അനുസരിച്ച് തക്കസമയത്ത് നെല്ലു സംഭരിക്കാൻ കഴിയണം. സർക്കാർ ഉടമസ്ഥതയിൽ തന്നെ സംസ്കരിച്ച് പൊതുവിപണിയിൽ എത്തിക്കാൻ കഴിയണം. അതിന് താഴെ ചേർത്ത കാര്യങ്ങൾ നടപ്പാക്കുന്നത് ഉചിതമായിരിക്കും.

സംഭരണച്ചുമതല പൂർണ്ണമായി സഹകരണ വകുപ്പ് ഏറ്റെടുക്കുക. സഹകരണ മേഖലയിലും സർക്കാർ മേഖലയിലുമുള്ള അരി മില്ലുകളും അവശ്യമില്ലുകളും വാടകയ്ക്ക് എടുത്ത് അരിയാക്കി മാറ്റുക. അരിയുടെയും, ഉമി, തവിട് എന്നിവയുടെയും മൂല്യ വർദ്ധിത വസ്തുക്കൾ നിർമ്മിക്കുക, ഒന്നോ രണ്ടോ പാടശേഖര സമിതികളെ സംയോജിപ്പിച്ച് നെല്ലു സംഭരണശാലകൾ നിർമ്മിക്കുക. സഹകരണ സംഘങ്ങൾക്ക് ഗോഡൗൺ നിർമ്മിക്കാനുള്ള സംവിധാനം ഉണ്ടാക്കുക. 13-ാം പഞ്ചവത്സരപദ്ധതിയിലെ നെൽകൃഷി പ്രത്യേക പദ്ധതിയിൽ ഇവയ്ക്കു പ്രാമുഖ്യം നല്കുക. മേൽ ചേർത്ത നിർദ്ദേശങ്ങൾ ഹ്രസ്വകാല-ദീർഘകാല പദ്ധതികളായി 13-ാം പഞ്ചവത്സര പദ്ധതിയിൽതന്നെ നടപ്പിൽ വരുത്തുക.

(2017 നവംബർ)

കൃഷിയും കാർഷിക വിപണിയും വൻകിട കോർപ്പറേറ്റുകൾക്ക്

നരസിംഹറാവു സർക്കാർ തുടങ്ങിവെച്ച കർഷക ദ്രോഹ കാർഷികനയം നരേന്ദ്രമോദി പൂർത്തിയാക്കുന്ന ത്രിമാന ഓർഡിനൻസാണ് പ്രസിഡന്റ് ഒപ്പുവെച്ചിരിക്കുന്നത്. ആഗോളവല്ക്കരണം, കാർഷികമേഖലയിൽ നടപ്പാക്കാനുള്ള ശ്രമം 1990 ൽ കോൺഗ്രസ് പ്രധാനമന്ത്രി നരസിംഹറാവുവാണ് തുടങ്ങിവെച്ചത്. തുടർന്ന് ഇന്ത്യൻ പ്രധാനമന്ത്രിമാരായ രാജീവ് ഗാന്ധി, അടൽബിഹാരി വാജ്പേയ്, മൻമോഹൻസിങ് എന്നിവർ ഇന്ത്യൻ കാർഷിക മേഖലയിലേക്ക് ബഹുരാഷ്ട്രകുത്തകകൾക്ക് കടന്നുവരാനുള്ള വാതായനങ്ങൾ തുറന്നുവെച്ചു. നിലവിലുള്ള പരിമിതമായ കാർഷിക മേഖലാ സംരക്ഷണനിയമങ്ങളിൽ ഓരോന്നോരോന്നായി ഭേദഗതി ചെയ്തുകൊണ്ടിരുന്നു. അവസാനമായി പ്രധാനമന്ത്രി നരേന്ദ്രമോദി കൊറോണക്കാലത്ത് വിദേശ കുത്തകകൾക്ക് ഇന്ത്യൻ കാർഷികമേഖല പൂർണ്ണമായി തീറെഴുതി കൊടുക്കുന്ന മൂന്ന് ഓർഡിനൻസ് ഇറക്കിയിരിക്കുന്നു. ഈ ഓർഡിനൻസ് കാർഷിക ബില്ലുകളാക്കി 2020 സെപ്തംബർ 17 നു ലോക്സഭയിൽ പ്രതിപക്ഷത്തിന്റെ ശക്തമായ എതിർപ്പുണ്ടായിട്ടും ബി ജെ പിയുടെ ഭൂരിപക്ഷം ഉപയോഗിച്ച് പാസ്സാക്കി എടുത്തു. ബി ജെ പിയുടെ സഖ്യകക്ഷിയായ അകാലിദൾ മന്ത്രി ഹർസിമ്രത് കൗർ രാജിവെച്ചു. പഞ്ചാബിലെ കർഷകരുടെ ശക്തമായ പ്രക്ഷോഭമാണ് കൗറിന്റെ രാജിയുടെ പിന്നിലുള്ളത്. പഞ്ചാബ്, ഹരിയാന ഉൾപ്പെടെ രാജ്യത്തിന്റെ വിവിധ സംസ്ഥാനങ്ങളിൽ കർഷകപ്രക്ഷോഭം ശക്തിപ്പെട്ടുവരുന്ന സമയത്താണ് ബിൽ അവതരിപ്പിച്ച് പാസാക്കിയെടുത്തത്.

1994 മുതൽ ഗാട്ടുകരാർ ഇന്ത്യയിൽ പ്രാവർത്തികമാക്കുകയുണ്ടായി. 1990 ൽ ഇന്ത്യൻ പ്രധാനമന്ത്രി നരസിംഹറാവുവാണ് കരാറിൽ ഒപ്പുവെ

ച്ചത്. ഗാട്ടു കരാറിന്റെ ഭാഗമായി കാർഷിക സബ്സിഡി നിർത്തൽ, താങ്ങുവില നിർത്തൽ, ചുങ്കരഹിതമായ ഇറക്കുമതി, പേറ്റന്റ് നിയമഭേദഗതി, വിത്തുനിയമം, ഭൂമി ഏറ്റെടുക്കൽ നിയമം തുടങ്ങിയ ഒട്ടേറെ കർഷക ദ്രോഹ നടപടികൾ കേന്ദ്ര ഗവൺമെന്റുകൾ പ്രാവർത്തികമാക്കിക്കൊണ്ടിരുന്നു. ഗാട്ടുകരാറിലെ കമ്പോള പ്രവേശന വ്യവസ്ഥപ്രകാരം മുതലാളിത്ത രാജ്യങ്ങളിലെ ധാന്യശേഖരം ചുങ്കരഹിതമായി ഇറക്കുമതി ചെയ്ത് ഇന്ത്യയിൽ ഡമ്പു ചെയ്യാം.

ഇന്ത്യൻ കൃഷിയെ ആഗോള സമ്പദ്ഘടനയുമായി വിളക്കിചേർക്കാനുള്ള നടപടികൾക്കാണ് ഇപ്പോൾ നരേന്ദ്രമോദി ശ്രമിക്കുന്നത്. അതിന് ഇന്ന് തടസ്സം നില്ക്കുന്ന നിയമമാണ് "അവശ്യവസ്തു നിയമം." ഈ നിയമത്തിനാണ് 2020 ജൂൺ 3 ന് ചേർന്ന കേന്ദ്രമന്ത്രിസഭ മൂന്ന് ഭേദഗതികൾ ചെയ്തുകൊണ്ടുള്ള മൂന്ന് കർഷക വിരുദ്ധ ഓർഡിനൻസുകൾ ഇറക്കാൻ തീരുമാനിച്ചത്. ഓർഡിനൻസിൽ പ്രസിഡന്റ് ഒപ്പുവെക്കുകയും ചെയ്തു. ഈ ഓർഡിനൻസുകളിലൂടെയാണ് കൃഷിയും കാർഷിക വിപണിയും കുത്തകകളുടെ കൈപ്പിടിയിലൊതുക്കുന്നത്.

കാർഷിക മേഖലയെ തകർക്കുന്ന ഈ ഓർഡിനൻസുകൾ ഭരണഘടനാവിരുദ്ധമാണെന്ന് വിദഗ്ദ്ധർ ചൂണ്ടിക്കാട്ടുന്നു. ഫെഡറൽ സംവിധാനത്തെ തകർക്കുന്ന ഓർഡിനൻസുകളാണിത്. കൃഷി സംസ്ഥാന വിഷയമാണ്. എന്നാൽ കേന്ദ്രം സംസ്ഥാനങ്ങളോട് ആലോചിക്കാതെയാണ് ഏകപക്ഷീയമായി ഈ ഓർഡിനൻസ് ഇറക്കിയിട്ടുള്ളത്.

സ്വാതന്ത്ര്യാനന്തരം കർഷകർക്കു ലഭിച്ചിട്ടുള്ള പരിമിതമായ അവകാശങ്ങളും ഇതിലൂടെ നഷ്ടപ്പെടുന്നു. സാമ്രാജ്യത്വ കുത്തകകൾ കാർഷികമേഖല ചൂഷണംചെയ്യുന്ന സ്ഥിതി സംജാതമാക്കാവുന്ന ഓർഡിനൻസുകളാണ് ഇന്ത്യൻ പ്രസിഡന്റ് ഒപ്പുവെച്ചിരിക്കുന്നത്.

ഓർഡിനൻസുകൾ

1. ദ ഫാർമേഴ്സ് പ്രൊഡ്യൂസ് ട്രേഡ് & കൊമേഴ്സ് (പ്രമോഷൻ & ഫെസിലിറ്റേഷൻ) ഓർഡിനൻസ് 2020
2. ദ ഫാർമേഴ്സ് (എംപവർമെന്റ് പ്രൊട്ടക്ഷൻ) എഗ്രിമെന്റ് ഓർഡിനൻസ് ഓൺ പ്രൈസ് അഷ്വറൻസ് & ഫാം സർവ്വീസ് ഓർഡിനൻസ് 2020
3. എസൻഷ്യൽ കമ്മോഡിറ്റീസ് (അമൻമെന്റ്) ഓർഡിനൻസ്

ഈ മൂന്നു ഓർഡിനൻസുകളെക്കുറിച്ച് പ്രധാനമന്ത്രി നരേന്ദ്രമോദി അവകാശപ്പെടുന്നത് കാർഷിക മേഖലയിൽ 'വൻ കുതിച്ചുച്ചാട്ടം' ഉണ്ടാക്കുമെന്നതാണ്.

ഈ കുതിച്ചുചാട്ടത്തെക്കുറിച്ച് കാർഷിക വിദഗ്ദ്ധരുടെ നിഗമനം ഭയാനകമാണ്. ഈ ഓർഡിനൻസുകൾ വഴി കാർഷിക വിപണി ബഹുരാഷ്ട്ര കുത്തകകൾ കൈയടക്കും. പൊതുവിതരണ സമ്പ്രദായം പൂർണ്ണമായി തകരും. വിളകൾക്ക് താങ്ങുവില പ്രഖ്യാപിക്കാനുള്ള കേന്ദ്ര അവ

കാശം നഷ്ടപ്പെടും. കാർഷിക മേഖലയിൽ വിദേശനിക്ഷേപം വർദ്ധിക്കും. ഈ ഓർഡിനൻസുകളാണ് 2020 സെപ്തംബർ 17 ന് ലോക്സഭയിൽ അവതരിപ്പിച്ചത്. കാർഷിക ഉല്പന്നങ്ങളുടെ ഉല്പാദനം, വ്യാപാരം, വാണിജ്യം പ്രോത്സാഹനവും സംവിധാനമൊരുക്കലും, ബിൽ വില സ്ഥിരതയും കൃഷി സേവനങ്ങളും സംബന്ധിച്ച് കർഷകരുടെ കരാറും. ശാക്തീകരണവും സംരക്ഷണവും ബിൽ എന്നീ രണ്ടു ബില്ലുകളുമായാണ് അവതരിപ്പിച്ചത്.

കർഷകരുടെ ജീവിതത്തിൽ വിപ്ലവത്തിനിടയാക്കുന്ന വ്യവസ്ഥകളാണ് ബില്ലിലുള്ളതെന്നും കൃഷിമന്ത്രി നരേന്ദ്രസിങ് തോമറും അവകാശപ്പെട്ടു.

ഈ ഓർഡിനൻസിലൂടെ ബി ജെ പി സർക്കാർ പ്രധാനമായി ലക്ഷ്യമിടുന്നത് കാർഷിക ഉല്പന്ന വ്യാപാരം സ്വതന്ത്രമാക്കുക എന്നതാണ് ഇതിനർത്ഥം കച്ചവടക്കാർ ചോദിക്കുന്ന വിലയ്ക്ക് ഉല്പന്നം നല്കുക, കച്ചവടക്കാർ പറയുന്ന വിലക്ക് ഉല്പന്നങ്ങൾ വാങ്ങുക എന്നതാണ്. ഏതു മാർക്കറ്റിൽ പോയാലും അവർ പറയുന്ന വിലയ്ക്ക് ഉല്പന്നങ്ങൾ വില്ക്കേണ്ടി വരും, 'ഒരു രാഷ്ട്രം, ഒരു വിപണി' എന്ന ആർ എസ് എസ് തന്ത്രമാണ് ഇതിനു പിന്നിലുള്ളത്. കൃഷിയും കാർഷിക വിപണനവും കുത്തക മുതലാളിമാരുടെ നിയന്ത്രണത്തിൽ കൊണ്ടുവരിക എന്നതാണ് ലക്ഷ്യം.

കരാർ കൃഷിയുമായി ബന്ധപ്പെട്ട ഓർഡിനൻസിലാണ് അപകടം പതിയിരിക്കുന്നത്. കരാർ കൃഷിമൂലം നമ്മുടെ ഗ്രാമീണ മേഖല വൻകിട കോർപ്പറേറ്റുകളുടെ നിയന്ത്രണത്തിലാവും. കരാർ കൃഷിക്ക് നിയമപ്രകാരം ചില നിബന്ധനകളുണ്ട്. എന്നാൽ ഈ ഓർഡിനൻസ് ഇതെല്ലാം കാറ്റിൽ പറത്തുകയാണ്. എന്തു കൃഷി ചെയ്യാനും കരാറുകാരന് (കോർപ്പറേറ്റുകൾക്ക്) അവകാശമുണ്ടായിരിക്കും. ഉദാഹരണമായി നെൽവയലിൽ കരിമ്പുകൃഷി ചെയ്യാനും ഗോതമ്പു വയലിൽ പരുത്തികൃഷി ചെയ്യാനും അവർക്കു സാധിക്കും. വൻകിട കമ്പനികൾക്ക് വ്യവസായ ആവശ്യത്തിനുള്ള എന്തു കാർഷിക അസംസ്കൃതവസ്തുക്കളും കൃഷിഭൂമിയിലുല്പാദിപ്പിക്കാം. നെല്ലും ഗോതമ്പും വിളയിച്ചാൽ ആ ഉല്പന്നങ്ങൾ ആൽക്കഹോൾ വ്യവസായത്തിന് ഉപയോഗിക്കും. കരാറു കൃഷിക്ക് ഒട്ടേറെ ഭൂമി ആവശ്യമായി വരും. കരാറുമായി എന്തെങ്കിലും തർക്കമുണ്ടെങ്കിൽ കൃഷിക്കാരന് കോടതിയെ സമീപിക്കേണ്ടി വരും.

കർഷകരുടെ ഭൂമിയിൽ വൻകിട കോർപ്പറേറ്റുകൾക്ക് ആവശ്യമുള്ള ഏതു കൃഷിയും നടത്തി ഉല്പാദനമെടുക്കാം. കരാർ മൂലം കർഷകരിൽ നിന്ന് ആവശ്യമുള്ള ഉല്പന്നങ്ങൾ വാങ്ങാൻ കഴിയും. വൻകിട കോർപ്പറേറ്റുകൾക്ക് ആവശ്യമുള്ള വിള കർഷകരെക്കൊണ്ട് ഉല്പാദിപ്പിച്ച് അവർ നിശ്ചയിക്കുന്ന വിലയ്ക്ക് ഉല്പന്നങ്ങൾ വാങ്ങാൻ കഴിയും.

ഭക്ഷ്യധാന്യങ്ങൾ, ഭക്ഷ്യ എണ്ണ, എണ്ണവിളകൾ, ഉള്ളി, പലവ്യഞ്ജനങ്ങൾ, ഉരുളക്കിഴങ്ങ് തുടങ്ങിയവ കയറ്റുമതിക്കും മൊത്ത വില്പനയ്ക്കും എത്ര വേണമെങ്കിലും സംഭരിക്കാം. കാർഷിക ഉല്പന്നങ്ങ

ളുടെ അന്തർ സംസ്ഥാന കടത്തു നിയന്ത്രണം നീക്കം ചെയ്യും. കാർഷിക വിളസംഭരണ അവകാശം കേന്ദ്ര-കാർഷിക-ഉല്പന്ന-വിപണന സമിതിയിൽ നിന്ന് എടുത്തുകളയുകയും ചെയ്യും

ഇന്നത്തെ കാർഷിക ഉല്പന്ന സംഭരണം കേന്ദ്ര സർക്കാറിൽ നിക്ഷിപ്തമാണ്. സർക്കാർ ഏജൻസികളാണ് സംഭരണം നടത്തുക. സംഭരണ വില, സംഭരണരീതി എന്നീ കാര്യങ്ങൾ എങ്ങനെയെന്ന് ഈ ഓർഡിനൻസിൽ വിഭാവനം ചെയ്യുന്നത് ഒരു ഏജന്റിനെയാണ്. കർഷകർക്കും, വ്യവസായിക്കും ഇടയിലുള്ള ഇടനിലക്കാരനാണ് ഏജന്റ്. ഈ ഏജന്റിന് നിയമത്തിന്റ് സാധുതയുമുണ്ട്. ഏജന്റിനെ 'കർഷകനിർവ്വചന'ത്തിൽ ഉൾപ്പെടുത്തിയിട്ടുണ്ട്. കാർഷികവൃത്തിയിൽ ഏർപ്പെട്ടിരിക്കുന്നവൻ, കൂലിക്ക് നിയോഗിക്കപ്പെട്ടവൻ, തൊഴിലാളി അല്ലെങ്കിൽ കാർഷിക മേഖലയുമായി ബന്ധപ്പെട്ടു പ്രവർത്തിക്കുന്നവൻ എന്നിങ്ങനെയാണ് ഏജന്റിനെ നിർവ്വചിച്ചിരിക്കുന്നത്.

കൃഷിക്കു മുമ്പ് സഹായം നല്കാനും, അതിനുശേഷം ഉല്പന്നം സംഭരിക്കാനും ഓർഡിനൻസിൽ ഒരു ഓർഗനൈസേഷൻ രൂപീകരിച്ചിട്ടുണ്ട്. ഫുഡ് പ്രൊഡ്യൂസേഷ്സ് ഓർഗനൈസേഷൻ (FPO). ഈ ഏജന്റിന് കർഷകന് കടം കൊടുക്കാം. വിളവു സംഭരിക്കാം. കടം വാങ്ങാതെ കൃഷിയിറക്കിയ കർഷകന്റെ വിളവ് പൂക്കുകയും കായ്ക്കുകയും ചെയ്യുമ്പോൾ അതിന്റെ മേനി നോക്കി വിളവ് കരാറെടുക്കാം. അല്ലെങ്കിൽ വിളവെടുപ്പിനുശേഷം വിളവു വാങ്ങാം. എങ്ങനെയായാലും ഈ ഏജന്റിന് കർഷകരിൽനിന്നും കമ്മീഷൻ വാങ്ങാം. വ്യവസായത്തിൽനിന്നും കമ്മീഷൻ വാങ്ങാം. അവശ്യവസ്തുക്കൾ വാങ്ങാനും വില്ക്കാനും യാതൊരു നിയന്ത്രണവും ഇല്ലാതാക്കുന്നതാണ് ഈ ഓർഡിനൻസുകൾ.

ഈ ഓർഡിനൻസുകൾ വൻകിട കോർപ്പറേറ്റുകളെ ഇന്ത്യയിലേക്ക് ക്ഷണിച്ചു വരുത്തി കൃഷിഭൂമി നല്കുകയാണ്. കൃഷിയും കൃഷിഭൂമിയും അവരുടെ നിയന്ത്രണത്തിലാകും. അങ്ങനെ ഭൂമിയും ആകാശവും കോർപ്പറേറ്റുകളുടെ നിയന്ത്രണത്തിലാക്കുന്നവയാണ് ഈ കാർഷക വിരുദ്ധ നിയമങ്ങൾ.

കർഷകന്റെ കപട വേഷമണിഞ്ഞ നരേന്ദ്രമോദി കർഷകരെ വഞ്ചിക്കുകയാണ്. ബ്രിട്ടീഷ്യാധിപത്യം ഇന്ത്യയിൽ കർഷകന്റെ ഭൂമി എങ്ങനെയാണോ ജന്മിക്ക് ഏൽപ്പിച്ചുകൊടുത്തത് അതുപോലെയുള്ളൊരു നടപടിയാണ് ഈ ഓർഡിനൻസിലൂടെ ബി ജെ പി ഗവൺമെന്റ് നടത്തുന്നത്.

ഈ വഞ്ചന ഇന്ത്യൻ കർഷകർ തിരിച്ചറിഞ്ഞുകൊണ്ടിരിക്കുന്നു. അഖിലേന്ത്യാടിസ്ഥാനത്തിൽ കൊറോണക്കാലത്തുപോലും നിബന്ധനകൾ പാലിച്ചുകൊണ്ട് ശക്തമായ പ്രതിഷേധം ഉയർത്തികൊണ്ടുവരികയുണ്ടായി. ശക്തമായ സമരത്തിലൂടെ ബി ജെ പി സർക്കാരിന്റെ ഈ കാർഷികനയം തിരുത്തികൊണ്ടുവരേണ്ടതുണ്ട്. കക്ഷിരാഷ്ട്രീയത്തിനതീതമായി കർഷക ജനവിഭാഗം ബഹുജന പങ്കാളിത്തത്തോടെ രംഗത്തിറങ്ങിയേ മതിയാവൂ.

(2017 മെയ്)

കാർഷിക സംസ്കാരം വീണ്ടെടുക്കുക

കേരള നാടിന്റെ പൂർവ്വകാല കാർഷികസമൃദ്ധിയും അതിലൂടെ വികസിച്ച ഗാർഹിക ഐശ്വര്യവും വീണ്ടെടുക്കുവാൻ മലയാളവർഷം ആരംഭിക്കുന്ന ചിങ്ങമാസത്തിൽ കേരള കർഷകസംഘം പ്രവർത്തകർ പ്രത്യേക ഗൃഹസന്ദർശനം നടത്തുവാൻ തീരുമാനിച്ചിട്ടുണ്ട്. സംസ്ഥാനത്തെ മുഴുവൻ നഗര-ഗ്രാമ വാർഡുകളിലും സെപ്റ്റംബർ ഒന്നുമുതൽ എട്ടുവരെയാണ് കർഷക ഗൃഹങ്ങളിൽ കർഷകസംഘം പ്രവർത്തകർ സന്ദർശിക്കുന്നത്. കാർഷിക പൈതൃകത്തിന്റെ മുഖമുദ്രയായ പുരയിട കൃഷി, പച്ചക്കറി കൃഷി എന്നിവയ്ക്ക് പ്രോത്സാഹനവും ജൈവവള പ്രാധാന്യം, മാലിന്യസംസ്കരണം, ജലസംരക്ഷണം, പരിസ്ഥിതി സംരക്ഷണം എന്നീ വിഷയങ്ങളിൽ ഉയർന്ന അവബോധവും സംസ്ഥാനത്തെ കർഷകരിലെത്തിക്കുകയാണ് ഈ പരിപാടിയുടെ പരമമായ ലക്ഷ്യം.

കേരളത്തിൽ കർഷകർക്ക് കൃഷി ഒരു അനുഷ്ഠാനമായിരുന്നു. കാലാന്തരത്തിൽ കൃഷി കച്ചവടമായതോടെ കാർഷികമേഖലയുടെ തകർച്ച ആരംഭിച്ചുവെന്നുവേണം പറയാൻ. വ്യാപാരാധിഷ്ഠിതമായ കൃഷി പ്രകൃതിയെ അനുകമ്പയില്ലാത്തവിധത്തിൽ ചൂഷണം ചെയ്യുകയും ക്രമേണ കൃഷി പ്രകൃതിവിരുദ്ധമായ നിലയിൽ എത്തുകയും ചെയ്തു. ഇടിച്ചുനിരത്തിയ കുന്നുകളും വരണ്ട പുഴകളും വിണ്ടുകീറിയ പാടങ്ങളും കാർഷിക സംസ്കാരത്തെ രോഗാതുരമാക്കി. അതോടൊപ്പം എണ്ണമറ്റ സസ്യ-ജന്തു സമ്പത്തും പൈതൃകവിത്തുകളും നഷ്ടമായി. നമ്മുടെ സംസ്കാരത്തിന്റെ അടിസ്ഥാന കൃഷിയറിവുകൾ അന്യം വന്നു. കാർഷിക കൂട്ടായ്മ നഷ്ടപ്പെട്ടതോടെ നാട്ടിൻപുറങ്ങളിൽ സൗഹൃദത്തിന്റെ ചൂടും ചൂരും നഷ്ടപ്പെട്ടു. ഇങ്ങനെ മാഞ്ഞുപോകുന്ന കാർഷിക സംസ്കൃതിയെ വീണ്ടെടുക്കുവാനുള്ള പരിശ്രമമാണ് കർഷകസംഘം പ്രവർത്തകർ നിർവ്വഹിക്കുന്നത്.

ഹരിതവിപ്ലവം വരെ കൃഷി ഒരു പ്രാദേശിക പ്രവർത്തനമായിരുന്നു. കാർഷികോല്പന്നങ്ങൾ തദ്ദേശീയരുടെ ഭക്ഷ്യവസ്തുക്കളായിരുന്നു. എന്നാൽ പുത്തൻ ആഗോളവല്ക്കരണത്തിന്റെ കെണിയിൽപ്പെട്ടതോടെ ഉല്പന്നങ്ങൾ വിപണിയുടെ ആവശ്യമായി മാറി. ലാഭസാദ്ധ്യതയില്ലെങ്കിൽ കൃഷിഭൂമി തരിശിടുക എന്ന സ്ഥിതിയാണ് ഇന്നുള്ളത്. കേരളത്തിൽ ലഭ്യമായിരുന്ന നൂറുകണക്കിന് ഭക്ഷ്യോല്പന്നങ്ങൾ അന്വേഷിച്ചാൽപ്പോലും കണ്ടെത്താനാവില്ല. നമ്മുടെ താളും തകരയും തഴുതാമയും ചേനയും ചേമ്പും കാവത്തും നൂറ്റക്കിഴങ്ങും പ്രധാന ഭക്ഷ്യവസ്തുക്കളായിരുന്നുവെന്ന് പുതുതലമുറയ്ക്ക് അജ്ഞാതമാണ്. അവശേഷിക്കുന്ന കക്കിരിയും വെള്ളരിയും മത്തനും എന്നാണ് നാടുകടത്തപ്പെടുക എന്നും അറിയില്ല. ഓരോ കേരളീയന്റെയും ജീവൻ നിലനിർത്താനുള്ള മേല്പറഞ്ഞ തനത് ഭക്ഷ്യവസ്തുക്കൾക്ക് അന്യ സംസ്ഥാനങ്ങളേയോ ബഹുരാഷ്ട്ര കുത്തക കമ്പനികളേയോ ആശ്രയിക്കേണ്ട സ്ഥിതിയിലാണ് നാം എത്തിയിരിക്കുന്നത്. അന്യംവന്നുകൊണ്ടിരിക്കുന്ന കൃഷിപാരമ്പര്യം തിരിച്ചുകൊണ്ടുവരേണ്ടതിന്റെ പ്രധാന്യം ഓരോ കേരളീയ കുടുംബവും തിരിച്ചറിയേണ്ടിയിരിക്കുന്നു. പുരയിട കൃഷിയും പച്ചക്കറിത്തോട്ട നിർമ്മാണവും ജലസംരക്ഷണ പ്രവർത്തനങ്ങളും മാലിന്യസംസ്കരണത്തിന്റെ പ്രാധാന്യവും പ്രചരിപ്പിക്കുന്നതിന്റെ പ്രധാന്യം ഇതാണ്. കർഷകൻ കുടുംബാംഗങ്ങളുമായോ അയൽവാസികളുമായോ ഒത്തുചേർന്ന് പരിമിതമായ സ്ഥലങ്ങളിലെങ്കിലും ഭക്ഷ്യവസ്തുക്കൾ ഉല്പാദിപ്പിക്കേണ്ട സമ്പ്രദായം ജീവിതശൈലിയായി വളർത്തിക്കൊണ്ടുവരാനുള്ള പരിശ്രമം കൂടിയാണിത്.

കേരള കർഷകസംഘം ഏറ്റെടുത്ത ഇത്തരം പ്രവർത്തനം കേരളത്തിലെ പുരോഗമന പ്രസ്ഥാനങ്ങളെ സംബന്ധിച്ചിടത്തോളം പുത്തരിയല്ല. ഇത്തരം പ്രവർത്തനങ്ങൾ ദേശീയ സ്വാതന്ത്ര്യസമരപ്രസ്ഥാനത്തിന്റെ സാമ്രാജ്യത്വവിരുദ്ധ പോരാട്ടത്തിന്റെ അഭേദ്യഭാഗമായിരുന്നു. രണ്ടാം ലോകമഹായുദ്ധക്കാലത്ത് ഭക്ഷ്യക്ഷാമത്തിനെതിരായും ഉല്പാദനത്തിനും ഉല്പാദനക്ഷമതയ്ക്കുവേണ്ടിയും പകർച്ചവ്യാധികൾക്കെതിരായും മുന്നിൽ നിന്നു പ്രവർത്തിച്ചത് കേരള കർഷകസംഘമായിരുന്നു(മലബാർ കർഷകസംഘം).

കർഷക-ബഹുജന സംഘടനകളെ ആസൂത്രണത്തിലും വികസന പ്രവർത്തനത്തിലും ബോധപൂർവ്വം പങ്കാളികളാക്കുക എന്നതാണ് ഉല്പാദനവർദ്ധനവിനുവേണ്ടിയുള്ള വികസന പ്രവർത്തനത്തിന്റെ കാതൽ. ബഹുജന സംഘടനകൾ ഇടപെട്ട് ശ്രമദാനത്തിലൂടെ പൊതുമൂലധന സമ്പ്രദായം സൃഷ്ടിക്കുക എന്നത് സാമൂഹ്യക്ഷേമത്തിന്റെ ഗുണമേന്മ വർദ്ധിപ്പിക്കും.

കേരളത്തിലെ കാർഷിക ഉല്പാദന ബന്ധത്തിലുള്ള പ്രത്യേകത കൂലിവേലയിലധിഷ്ഠിതമായ ചെറുകിട ഉല്പാദന വ്യവസ്ഥയാണ്. കാർഷികമേഖലയിലെ രണ്ട് പ്രബല വിഭാഗങ്ങളാണ് ചെറുകിട ഭൂവുടമകളും

കർഷകത്തൊഴിലാളികളും. ചെറുകിട ഭൂവുടമകൾ നല്ലൊരു പങ്കും മറ്റ് മേഖലകളിൽ പണിയെടുക്കുന്നവരാണ്. അതുകൊണ്ട് കർഷകത്തൊഴിലാളികളെ ആശ്രയിച്ചാണ് അവർ കൃഷിപ്പണി നടത്തുന്നത്. നമ്മുടെ കൃഷിക്കാരും കർഷകത്തൊഴിലാളികളും കക്ഷിരാഷ്ട്രീയത്തിന് അതീതമായി ഒന്നിക്കുന്ന സമ്പ്രദായം നാട്ടിൻപുറങ്ങളിൽ വളർന്നുവരണം. എങ്കിലേ ഉല്പാദനവും ഉല്പാദനക്ഷമതയും വർദ്ധിക്കുകയുള്ളൂ. അതിനുതകുംവിധം സർക്കാറിൽ നിന്നുള്ള ആനുകൂല്യങ്ങൾ ലഭിക്കുകയും വേണം. സർക്കാർ ഇപ്പോൾ നല്കുന്ന ആനുകൂല്യങ്ങൾ കേവലം തുച്ഛമാണുതാനും. നല്കുന്ന ആനുകൂല്യങ്ങളാകട്ടെ കർഷകരിൽനിന്ന് അന്യവല്ക്കരിക്കപ്പെട്ട ഉദ്യോഗസ്ഥസംവിധാനങ്ങളാണ് നടപ്പിലാക്കുന്നത്. സൗജന്യങ്ങളിൽ നിന്ന് തങ്ങൾക്കെന്തു കിട്ടുമെന്നാണ് അവർ ചിന്തിക്കുന്നത്.

കേരളത്തിൽ തൊഴിലെടുക്കാൻ കഴിവുള്ള ധാരാളം ചെറുപ്പക്കാരുണ്ടെങ്കിലും അവർക്ക് തൊഴിലില്ല. കാരണം അഭ്യസ്തവിദ്യർ കാർഷിക അദ്ധ്വാനത്തിന് തയ്യാറാവുന്നില്ല. പ്രത്യേകിച്ച് കൃഷിപ്പണിയിൽ. ഇവരുടെ കായികശേഷി വ്യഥാവിലായിക്കൊണ്ടിരിക്കുകയാണ്. ഇവരിൽ ചെറുതല്ലാത്തൊരു വിഭാഗത്തെ സന്നദ്ധ പ്രവർത്തനത്തിന് പ്രേരിപ്പിച്ചാൽ സന്നദ്ധ കായിക അദ്ധ്വാനത്തിന് അവർ തയ്യാറായേക്കും

പുരയിടകൃഷി

പുരയിടക്കൃഷിയിലെ പ്രമുഖ വിള തെങ്ങുകൃഷിയാണ്. തെങ്ങിൻതടം നല്ലൊരു ജലസംഭരണികൂടിയാണ്. കാലവർഷത്തിലും തുലാവർഷത്തിലും പെയ്തിറങ്ങുന്ന മഴ തെങ്ങോലയിൽ പതിച്ച് ഓല മടലുകളിലൂടെ തെങ്ങിൻതടിയിൽക്കൂടി താഴോട്ട് ഒഴുകി തുറന്നുവെച്ച തെങ്ങിൻതടത്തിൽ വന്ന് നിറയുന്നു. മേയ്മുതൽ ഡിസംബർ വരെയുള്ള മഴക്കാലത്ത് ലഭിക്കുന്ന ഈ ജലം പുരയിടക്കൃഷികൾക്ക് ഈർപ്പം നല്കുന്നു. അതുകൊണ്ടുതന്നെ കരനെൽകൃഷി പുരയിടക്കൃഷിയായി നടത്തുന്നു. അറുപത്-എഴുപത് ദിവസംമൂപ്പുള്ള മോഡൽ നെല്ലാണ് ഇവിടെ ഉല്പാദിപ്പിക്കുന്നത്. കൂടാതെ പയറുവർഗ്ഗങ്ങൾ, നിലക്കടല എന്നിവയും കൃഷിചെയ്യാം. പച്ചക്കറിയിനങ്ങളായ വെള്ളരി, വഴുതന, വെണ്ട, ചീര, പയർ എന്നിവയും കൃഷിചെയ്യാം. കറിക്കൂട്ടായ ഇഞ്ചിയും, മഞ്ഞളും പുരയിടകൃഷിയിൽ ധാരാളമായി ചെയ്യാറുണ്ട്. നൂതനമായ സാങ്കേതിക വിജ്ഞാനങ്ങൾ കൃഷിക്കാരിൽ എത്തിച്ചുകൊണ്ടുമാത്രമേ പുരയിടകൃഷിയിലെ വിളവുകളുടെ ഉല്പാദനം വർദ്ധിപ്പിക്കുവാൻ കഴിയൂ. കർഷക-കർഷകത്തൊഴിലാളികളുടെ കൂട്ടായ്മയും പുരയിടകൃഷിയിൽ അത്യന്താപേക്ഷിതമാണ്. പുരയിടകൃഷിയിൽ വനിതകളുടെ പങ്കാളിത്തവും നേതൃത്വവും പരമപ്രധാനമാണ്. ഈ രംഗത്തേക്ക് സ്ത്രീകളുടെ കടന്നുവരവിനെ ബോധപൂർവ്വം പ്രോത്സാഹിപ്പിക്കണം.

പച്ചക്കറി

കീടനാശിനികളുടെ അവശിഷ്ടം അടങ്ങിയ പച്ചക്കറികളാണ് നമുക്കിന്ന് കടകളിൽനിന്ന് ലഭിക്കുന്നത്. ക്യാൻസർ രോഗികളുടെ എണ്ണം കേരളത്തിൽ വർദ്ധിക്കാനുള്ള കാരണങ്ങളിൽ പ്രധാനം ഇത്തരം പച്ചക്കറികളുടെ ഉപയോഗമാണെന്ന് വിദഗ്ദ്ധർ അഭിപ്രായപ്പെടുന്നു. അല്പം സമയവും താല്പര്യവുമുണ്ടെങ്കിൽ ഈ വിപത്ത് ഒഴിവാക്കാൻ കഴിയും. ചെറിയൊരു കുടുംബത്തിന് ആവശ്യമായ പച്ചക്കറികൾ സ്വയം നട്ടുണ്ടാക്കാൻ കഴിയുന്നതേയുള്ളൂ. തറയിലോ ടെറസ്സിലോ ഗ്രോബാഗുകളിലോ പച്ചക്കറി ഉല്പാദിപ്പിക്കാം. പ്രധാനമായും വെണ്ട, വഴുതന, തക്കാളി, മുളക്, ചീര, പയർ, കുമ്പളം, മത്തങ്ങ എന്നീ ഹ്രസ്വകാല വിളകളും, ഓമ (പപ്പായ), മുരിങ്ങ, കറിവേപ്പ് എന്നീ ദീർഘകാല വിളകളും അഞ്ചോ പത്തോ സെന്റ് സ്ഥലത്ത് ഉല്പാദിപ്പിക്കാൻ കഴിയും. വീട്ടിലോ അയൽവീട്ടിലോ പശുവുണ്ടെങ്കിൽ അതിന്റെ ചാണകവും മൂത്രവും വീട്ടിലുപയോഗിക്കുന്ന അടുപ്പിലെ ചാരവും വളമായി ഉപയോഗിക്കാം.

ശാസ്ത്രീയ പച്ചക്കറിക്കൃഷിയെക്കുറിച്ച് നമ്മുടെ കൃഷിഭവനുകളിലെ ഉദ്യോഗസ്ഥരുടെയും റിട്ടയർചെയ്ത കൃഷി ഉദ്യോഗസ്ഥന്മാരുടെയും സഹായം എല്ലാ ഗ്രാമങ്ങളിലും ലഭിക്കും.

അല്പം സമയവും, അയൽവാസികളുമായും കൃഷിഭവനുമായുള്ള കൂട്ടായ്മയും കർഷകമനസ്സും ഉണ്ടെങ്കിൽ വിഷാംശമില്ലാത്ത സമീകൃതവും പോഷകപ്രദവുമായ പച്ചക്കറി നമുക്ക് ഉപയോഗിക്കാം.

ജലസേചനം

ജലസമ്പത്തിന്റെ കാര്യത്തിൽ കേരളം അതിസമ്പന്നമാണെന്ന ധാരണ നിലവിലുണ്ട്. കേരളത്തിലെ ആളോഹരി ജലലഭ്യത അഖിലേന്ത്യാ ശരാശരിയേക്കാൾ താഴെയാണ്. എല്ലാ വേനൽക്കാലത്തും കേരളത്തിൽ വരൾച്ച അനുഭവപ്പെടുന്നു. കുടിവെള്ളക്ഷാമവും കൃഷിനാശവും സംഭവിക്കുന്നു. അതുകൊണ്ട് ശാസ്ത്രീയമായ രീതിയിൽ ജലവിനിയോഗവും ജലസംരക്ഷണവും ഉറപ്പുവരുത്തേണ്ടതുണ്ട്.

കേരളത്തിലെ ശരാശരി മഴ ലഭ്യത 3000 മി.മീറ്ററാണ്. എന്നാൽ മഴയുടെ സ്ഥലകാല വ്യതിയാനം മൂലവും ആറുമാസം കൊണ്ടുതന്നെ 85 ശതമാനം മഴ പെയ്തു തീരുകയാലും ആഗോളകാലാവസ്ഥാ വ്യതിയാനവും കേരളത്തിലെ ജലപ്രശ്നം രൂക്ഷമാക്കുന്നുണ്ട്.

കാർഷികവികസനത്തിന്റെ താക്കോലാണ് ജലം. കൃഷിക്ക് ആവശ്യമായ പ്രധാനപ്പെട്ട ഘടകവും ജലമാണ്. മഴയെ മാത്രം ആശ്രയിച്ചു തന്നെയാണ് ഇന്നും കൃഷി നടത്തുന്നത്. കൃത്യമായ മഴ ലഭിക്കാത്ത പ്രദേശം, ആവശ്യത്തിന് മഴ ലഭിക്കാത്ത പ്രദേശം, മഴനിഴൽ പ്രദേശം തുടങ്ങിയ പ്രദേശങ്ങളിൽ ജലസേചനത്തിലൂടെ മാത്രമേ കൃഷിനടത്താൻ കഴിയൂ. അതിനുള്ള ജലസംഭരണ സംവിധാനം പ്രാദേശികമായി കണ്ടെത്തണം. പെയ്യുന്ന മഴയുടെ ഏറിയപങ്കും മഴക്കാലത്തുതന്നെ കടലി

ലേക്ക് ഒഴുകിപ്പോകുന്നു. ഇതിനുകാരണം വിവിധങ്ങളാണ്. കേരളത്തിലെ ഭൂമിയുടെ ചരിവ്, വനനശീകരണം, കുളങ്ങളുടെയും കിണറുകളുടെയും നശീകരണം, തണ്ണീർത്തടങ്ങൾ നികത്തൽ എന്നിവമൂലം ഭൂഗർഭത്തിലേക്ക് വേണ്ടത്ര വെള്ളം കിനിഞ്ഞിറങ്ങുന്നതിനുള്ള സാദ്ധ്യതകൾ നഷ്ടപ്പെടുന്നു. ഇത് കുടിവെള്ളക്ഷാമവും ജലസ്രോതസ്സും നഷ്ടപ്പെടുത്തുന്നു.

ഓരോ പ്രദേശത്തും പെയ്യുന്ന മഴവെള്ളം പരമാവധി സംഭരിക്കുന്നതിനും ഭൂഗർഭത്തിലേക്ക് എത്തിക്കുന്നതിനും വേണ്ട സംവിധാനം ശാസ്ത്രീയമായി ഉണ്ടാക്കേണ്ടതുണ്ട്.

ആഗോളവല്ക്കരണത്തിന്റെ കാലത്ത് സർക്കാർ സേവന ദാതാവ് എന്ന നിലയിൽ നിന്ന് മാറുകയാണ്. ഗ്രാമീണ ജലവിതരണമേഖലയിൽ നിന്ന് സാമ്പത്തിക ലാഭമുണ്ടാക്കുക എന്ന നയത്തിലേക്ക് നീങ്ങിയിരിക്കുന്നു. ജലത്തെ ഒരു വില്പനച്ചരക്കാക്കി മാറ്റിയിരിക്കുകയാണ്.

മാലിന്യപ്രശ്നം

നമ്മുടെ വാർഡുസഭ (ഗ്രാമസഭ) മുതൽ സുപ്രീംകോടതിവരെ ചർച്ച ചെയ്യുന്നതും പരിഹാരം തേടുന്നതുമായ പ്രതിസന്ധിയാണ് മാലിന്യ പ്രശ്നം. മാലിന്യ പ്രശ്നത്തിന്റെ മുഖ്യകാരണം കിലോമീറ്ററുകൾ ദൂരെ നിന്ന് ഭക്ഷ്യവസ്തുക്കൾ എത്തിച്ചേരുന്നതാണ്. ഭക്ഷ്യപാക്കറ്റുകളിൽ നിന്നുണ്ടാകുന്ന മാലിന്യങ്ങൾ ഭക്ഷ്യഅവശിഷ്ടങ്ങളിൽ നിന്നുണ്ടാകുന്ന മാലിന്യങ്ങൾ, ഭക്ഷ്യവസ്തുക്കളിൽ നിന്നുണ്ടാകുന്ന മാലിന്യങ്ങൾ എന്നിവ എങ്ങനെ കൈകാര്യം ചെയ്യണം എന്നതാണ് പ്രശ്നം. നമ്മുടെ വീടുകളിലുണ്ടാകുന്ന മാലിന്യങ്ങളിൽ പകുതിയോളം പലതരം ഭക്ഷ്യപാക്കിങ് വസ്തുക്കളാണ്. പ്രകൃതിയിലെ സ്വാഭാവിക പ്രവർത്തനങ്ങൾവഴി ഇവ നിർമ്മാർജ്ജനം ചെയ്യാൻ കഴിയാത്തവയാണ്. കാരണം പാക്കിങ്ങിനുപയോഗിക്കുന്ന വസ്തുക്കൾ പ്ലാസ്റ്റിക് വസ്തുക്കളാണ്. ഈ മാലിന്യക്കൂമ്പാരങ്ങൾ കേരളം ഇന്നുവരെ കാണാത്ത മാരകരോഗങ്ങൾക്ക് ഇടയാക്കുകയും ചെയ്തിരിക്കുന്നു. അതുകൊണ്ട് മാലിന്യത്തിന്റെ പ്രഭവസ്ഥാനത്തുവെച്ചുതന്നെ നശിപ്പിക്കത്തക്ക രൂപത്തിലുള്ള ശാസ്ത്ര-സാങ്കേതിക വിദ്യകൾ ഇന്ന് നിലവിലുണ്ട്. അവ നടപ്പാക്കാനുള്ള മാനസികാവസ്ഥയിലേക്ക് ജനങ്ങൾ എത്തിച്ചേരേണ്ടതുണ്ട്.

വനവല്ക്കരണത്തിന്റെ പ്രസക്തി

ഒരു സാങ്കേതികവിദ്യകൊണ്ട് സൃഷ്ടിക്കാൻ കഴിയാവുന്നതല്ല വനം. വനനശീകരണം ആഗോളതാപനത്തേയും വർദ്ധിപ്പിച്ചിരിക്കുന്നു. വനവല്ക്കരണം വലിയ മനുഷ്യാവകാശമായി മാറിയിരിക്കുകയാണ്. ജീവന്റെ നിലനില്പിന് വനങ്ങൾ സംരക്ഷിച്ചേ പറ്റൂ. ജനങ്ങൾക്കും രാജ്യത്തിനും പരിസ്ഥിതി സംരക്ഷണത്തിനും നാം മുന്നോട്ടുവരേണ്ടതുണ്ട്. അതിന് നിലവിലുള്ള കണ്ടൽക്കാടുകളേയും കാവുകളേയും സംരക്ഷിക്കണം.

വനഭൂമിയിലും പുറത്തുമുള്ള തനതുമരങ്ങളുടെ എണ്ണം വർദ്ധിപ്പിക്കണം. അതിനായി ആദിവാസികളുമായും പ്രാദേശികവാസികളുമായും ബന്ധം പുലർത്തി വനസംരക്ഷണത്തിന് അവരുടെ സഹായം തേടി പരിസ്ഥിതി സംരക്ഷണ പ്രവർത്തനത്തിന് വലിയ ആക്കം കൂട്ടേണ്ടതുണ്ട്.

നാളത്തെ ആവശ്യങ്ങൾക്കുമാത്രമല്ല ഇന്നത്തെ നിലനില്പിന്റെ കൂടി ആവശ്യമാണ് വനസംരക്ഷണം. ആഗോളതാപനത്തിന്റെ കെടുതികൾ പലഭാഗങ്ങളിലും രൂക്ഷമായി അനുഭവപ്പെട്ടുകൊണ്ടിരിക്കുന്നു. താളംതെറ്റിയ കാലാവസ്ഥയുടെ വിളയാട്ടം നമ്മുടെ രാജ്യവും അഭിമുഖീകരിക്കുന്നു. മണ്ണൊലിപ്പിനും നീർവാർച്ചയ്ക്കും സാദ്ധ്യത കൂടിയ ചെരിവുള്ള കേരളത്തിൽ പാരിസ്ഥിതിക സന്തുലിതാവസ്ഥയ്ക്ക് വനവല്ക്കരണം അത്യന്താപേക്ഷിതമാണ്. അതുകൊണ്ടുതന്നെ വിട്ടുവീഴ്ചയില്ലാത്തൊരു നിലപാട് വനസംരക്ഷണത്തിനായി നാം ഏറ്റെടുക്കേണ്ടതുണ്ട്.

ജനങ്ങൾക്കും രാജ്യതാല്പര്യങ്ങൾക്കും വേണ്ടിയുള്ള ഒരു വനസംരക്ഷണ-പാരിസ്ഥിതിക സമീപനം എടുക്കേണ്ടതുണ്ട്. കാടിന്റെയും പരിസ്ഥിതിയുടെയും സംരക്ഷണം സർക്കാർ നടപടികൊണ്ടുമാത്രം സാദ്ധ്യമാവുന്ന ഒന്നല്ല. ആദിവാസികളേയും കർഷകരേയും വനസംരക്ഷണ പ്രവർത്തനങ്ങളുമായി ബന്ധപ്പെടുത്തിയെടുക്കേണ്ടതുണ്ട്. ശാസ്ത്രീയമായ വനപരിപാലനം നടപ്പാക്കേണ്ടത് കാർഷികാഭിവൃദ്ധിക്ക് അത്യന്താപേക്ഷിതമാണ്.

ഈ പശ്ചാത്തലത്തിലാണ് കേരളകർഷകസംഘം 24-ാം സംസ്ഥാന സമ്മേളനം കാർഷികമേഖലയിലെ ഇത്തരം പ്രശ്നങ്ങൾക്ക് പരിഹാരം കാണാൻ വേണ്ടിയുള്ള പ്രക്ഷോഭ പരിപാടികൾ നടത്തുന്നതിനോടൊപ്പം ഉല്പാദനവും ഉല്പാദനക്ഷമതയും വർദ്ധിപ്പിക്കാനാവശ്യമായ പ്രായോഗിക പ്രവർത്തനങ്ങളിൽ ഇടപെടാൻ തീരുമാനിച്ചത്. കർഷകരുമായി നേരിട്ടുബന്ധം പുലർത്തിയാൽ മാത്രമേ ഇത് സാധിക്കുകയുള്ളൂ. അതിന്റെ അടിസ്ഥാനത്തിൽ താഴെ ചേർത്ത കർമ്മ പരിപാടികൾ ആവിഷ്കരിച്ച് നടപ്പാക്കാനുള്ള ശ്രമമാണ് നടത്തുന്നത്.

വീട്ടുമുറ്റത്തൊരു പച്ചക്കറിത്തോട്ടവും പുരയിടകൃഷിയും പ്രോത്സാഹിപ്പിക്കുക, ഗുണമേന്മയുള്ള നടീൽവസ്തുക്കളും വിത്തുകളും കർഷകർക്ക് ലഭിക്കാനുള്ള സംവിധാനം ഉണ്ടാക്കുക, പരിസ്ഥിതി സംരക്ഷണം ലക്ഷ്യംവെച്ചുകൊണ്ട് ഒരു വില്ലേജിൽ ഒരായിരം വൃക്ഷത്തൈ നട്ടുവളർത്തുക, ഗൃഹമാലിന്യങ്ങൾ ഉപയോഗിച്ചുകൊണ്ടുള്ള ജൈവവള നിർമ്മാണവും ജൈവകൃഷിയും പ്രോത്സാഹിപ്പിക്കുക, ജലസംഭരണത്തിനായി തോടുകൾ, കനാലുകൾ, കിണറുകൾ എന്നിവ വൃത്തിയാക്കാനും മൺചിറകൾ നിർമ്മിച്ച് ജലം സംഭരിക്കാനും കർഷക കൂട്ടായ്മ വളർത്തുക, തൊഴിലാളികളെ ഉറപ്പാക്കാൻ കർഷകത്തൊഴിലാളി വിഭാഗങ്ങളെ സംഘടിപ്പിച്ച് തൊഴിൽസേന രൂപീകരിക്കുക എന്നിവയാണ് പ്രധാനപ്പെട്ട ലക്ഷ്യങ്ങൾ. ഇതിന്റെ ഭാഗമായി സംസ്ഥാനാടിസ്ഥാനത്തിൽ തിരുവന

ന്തപുരത്തുവെച്ച് സംസ്ഥാന വർക്ക്ഷോപ്പും, ജില്ലയിലും വില്ലേജുകളിലും പഠനക്കളരികളും നടത്തിക്കഴിഞ്ഞു. ഈ പരിശീലനം ലഭിച്ച കർഷകസംഘം പ്രവർത്തകന്മാരാണ് സെപ്റ്റംബർ 1 മുതൽ 8 വരെ തീയതികളിൽ കർഷകഭവനങ്ങൾ സന്ദർശിക്കുന്നത്. കക്ഷിരാഷ്ട്രീയത്തിനതീതമായി മുഴുവൻ ജനവിഭാഗങ്ങളുടെയും സഹായസഹകരണങ്ങൾ കേരള കർഷകസംഘം സംസ്ഥാന കമ്മിറ്റി അഭ്യർത്ഥിക്കുന്നു.

(2013 ആഗസ്റ്റ്)

ഖിലാഫത്തും മലബാർ കർഷക പ്രസ്ഥാനവും

ആയിരത്തിത്തൊള്ളായിരത്തി ഇരുപത്തിയൊന്നിൽ നടന്ന മലബാർ കലാപത്തെ ബ്രിട്ടീഷ് ഗവണ്മെന്റ് മാപ്പിള ലഹളയായിട്ടാണ് ചിത്രീകരിച്ചത്. ഇന്നിപ്പോൾ ബി ജെ പിയും ആർ എസ് എസ് സംഘപരിവാറും അത് ആവർത്തിച്ചു പ്രചരിപ്പിക്കുകയും ചെയ്യുന്നു. 1836 മുതൽ 1921 വരെ മലബാറിലെ ഏറനാട്ടിലും വള്ളുവനാട്ടിലും മുസ്ലീം കൃഷിക്കാർ ജന്മിമാരുടേയും അവരുടെ കാര്യസ്ഥന്മാരുടേയും കടന്നാക്രമണത്തിനെതിരെ ചെറുത്തുനില്പുകൾ നടത്തുകയുണ്ടായി. അത് ചിലപ്പോൾ കൊലപാതകങ്ങളിലേക്ക് വരെ എത്തിച്ചേരുകയുമുണ്ടായി. ചില സായുധ ആക്രമണങ്ങളും നടന്നിരുന്നു. ഇത് ബ്രിട്ടീഷ് ഭരണകൂടം അടിച്ചമർത്തുകയും, ഈ കലാപങ്ങളുടെ കാര്യകാരണങ്ങളെ സംബന്ധിച്ച് പഠിക്കുന്നതിനും റിപ്പോർട്ട് ചെയ്യുന്നതിനുംവേണ്ടി ഒരു കമ്മീഷനെ ബ്രിട്ടീഷ് ഗവണ്മെന്റ് നിയോഗിക്കുകയും ചെയ്തു. ഈ റിപ്പോർട്ടാണ് ചരിത്ര പ്രസിദ്ധമായ 'മലബാർ മാനുവൽ.'

1914 ആഗസ്റ്റ് 4 ന് 2-ാം ലോക മഹായുദ്ധം ആരംഭിച്ചു. യുദ്ധത്തിൽ സഖ്യകക്ഷികൾക്കെതിരായി (ബ്രിട്ടൻ, ഫ്രാൻസ്, അമേരിക്ക) തുർക്കി ജർമ്മനിയോടു യോജിച്ചു. തുർക്കി ഭരണാധികാരിയായ സുൽത്താൻ മുസ്ലിം രാജാക്കന്മാരിൽ പ്രഥമ ഗണനീയനാണ്. ഇസ്ലാം മതത്തെ സംരക്ഷിക്കാൻ അർഹതയും, ഉത്തരവാദിത്വവുമുള്ള ഭരണാധികാരിയാണ്. തുർക്കി സുൽത്താൻ, ഖലീഫ അഥവാ ദൈവത്തിന്റെ പ്രതിനിധികൂടിയാണ്. ഇസ്ലാം മതത്തിനോ അവരുടെ പുണ്യസ്ഥലങ്ങൾക്കോ ശത്രുക്കളുടെ ആക്രമണമുണ്ടാകുമ്പോൾ അതിനെ ചെറുക്കാനുള്ള അധികാരം ഖലീഫയ്ക്ക് ഉണ്ടായിരുന്നു.

തുർക്കി സുൽത്താൻ ജർമ്മനിയുമായി ചേർന്ന് യുദ്ധം പ്രഖ്യാപിച്ചു.

ഇതോടെ ബ്രിട്ടീഷ് ആധിപത്യമുള്ള രാജ്യങ്ങളിലെ മുസ്ലിം ജനവിഭാഗം ആശയക്കുഴപ്പത്തിലായി. മുസ്ലിം ജനങ്ങളാകട്ടെ അതാതു രാജ്യങ്ങളിലെ ഭരണാധികാരികളോട് ഭക്തിയും കൂറും പുലർത്തുന്നവരുമാണ്. രാജ്യ ഭക്തി കാണിക്കാതിരിക്കുന്നത് ദൈവദോഷമായാണ് മുസ്ലിംങ്ങൾ കാണുന്നത്. മതഭക്തിയും, രാജ്യഭക്തിയും തമ്മിലുള്ള മത്സരമായി മുസ്ലിം ങ്ങൾക്കിടയിൽ.

മുസ്ലിം ജനവിഭാഗത്തിന്റെ പിന്തുണ യുദ്ധവിജയത്തിന് അനിവാര്യമാണെന്ന് മനസ്സിലാക്കിയ ബ്രിട്ടീഷ് ചക്രവർത്തി മുസ്ലിംങ്ങളെ പാട്ടിലാക്കാനുള്ള ശ്രമമാരംഭിച്ചു. അതിന്റെ ഭാഗമായി ഇന്ത്യയിൽ ബ്രിട്ടീഷ് വൈസ്രോയി 1914 ൽ തന്നെ ഒരു വിളംബരം നടത്തി.

'തുർക്കിയുമായുള്ള യുദ്ധം മതപരമായ യുദ്ധമല്ല. മുസ്ലിം സൈന്യങ്ങളിലെ പുണ്യ സ്ഥലങ്ങൾക്ക് യാതൊരു കേടുപാടും ബ്രിട്ടീഷ് സൈന്യം ഏല്പിക്കില്ല.' ഈ വാഗ്ദാനങ്ങൾ മുസ്ലിം ജനവിഭാഗത്തിനിടയിൽ വലിയ ആശ്വാസം പകർന്നു. ബ്രിട്ടീഷ് ഭരണത്തിനെതിരെ ശക്തമായ അമർഷം നിന്നിരുന്ന മുസ്ലിം ജനവിഭാഗം ബ്രിട്ടീഷ് അനുകൂലികളായി. മുസ്ലിങ്ങൾ ബ്രിട്ടീഷ് ചക്രവർത്തിയുടെ സൈന്യത്തിൽ ചേർന്നു. ഐക്യകക്ഷിയുമായി ചേർന്ന് ജർമ്മൻ തുർക്കി സഖ്യത്തോട് പട പൊരുതി. യുദ്ധഫണ്ടിലേക്ക് അളവറ്റ ധനം ദാനം ചെയ്തു.

ഇടയ്ക്കിടയ്ക്ക് വൈസ്രോയിയും ബ്രിട്ടീഷ് മന്ത്രിമാരും വാഗ്ദാനങ്ങൾ ചൊരിഞ്ഞു. 'ഖലീഫയുടെ അധികാരത്തിനോ മുസ്ലിങ്ങളുടെ പുണ്യസ്ഥലങ്ങളുടെ നാശത്തിനോ ബ്രിട്ടീഷ് ചക്രവർത്തി ഇടവരുത്തില്ല. മുസ്ലിങ്ങൾക്കിടയിലെ ബ്രിട്ടനോടുള്ള തെറ്റിദ്ധാരണകൾ തിരുത്തി ഇന്ത്യൻ മുസ്ലിങ്ങളെ ബ്രിട്ടീഷ് ഭരണാധികാരികളോടൊപ്പം നിർത്തി.

1918 ൽ യുദ്ധം അവസാനിച്ചു. എന്നാൽ ബ്രിട്ടീഷ് ചക്രവർത്തി ഇന്ത്യൻ മുസ്ലിങ്ങൾക്കുള്ള വാഗ്ദാനങ്ങൾ കാറ്റിൽ പറത്തി. ജർമ്മനി യുദ്ധത്തിൽ പരാജയപ്പെട്ടതോടെ തുർക്കി ഐക്യകക്ഷിയിൽ അഭയം പ്രാപിച്ചു. എന്നാൽ അവർ ഖലീഫയോട് സത്യവും നീതിയും പാലിച്ചില്ല. യുദ്ധത്തിലൂടെ സംഭവിച്ച വമ്പിച്ച ധനനഷ്ടത്തിന് പരിഹാരമായി എണ്ണ വിളയുന്ന മുസ്ലിം പുണ്യസ്ഥലങ്ങൾ നില്ക്കുന്ന മെസോപൊട്ടോമിയ ബ്രിട്ടൻ കരസ്ഥമാക്കി. സഖ്യകക്ഷിയായ ഫ്രാൻസ് സിറിയയേയും കൈവശപ്പെടുത്തി. മാത്രമല്ല തുർക്കിയിൽ താമസിച്ചിരുന്ന വിദേശികളുടെ പേരിൽ നീതിന്യായം നടത്താൻ തുർക്കി സുൽത്താനുള്ള അധികാരം ബ്രിട്ടൻ എടുത്തു കളഞ്ഞു. സ്വേച്ഛാധിപതികൾ പറഞ്ഞത് ചെയ്യാതിരിക്കുകയും പറയാത്തത് ചെയ്യുകയുമാണല്ലൊ അവരുടെ നീതി.

ശത്രുപക്ഷത്തിൽനിന്ന് ഇസ്ലാം മതത്തെ രക്ഷിക്കൽ, ഇസ്ലാംമത പുണ്യസ്ഥലങ്ങളുടെ മേലുള്ള ഖലീഫയുടെ ആധിപത്യം, അറബി ദ്വീപുകളുടെ മേല്ക്കോയ്മ എന്നിവയെയാണ് ഖിലാഫത്ത് അധികാരം എന്ന പേരിൽ അറിയപ്പെടുന്നത്. ഈ മൂന്നു അധികാരങ്ങളേയും സഖ്യകക്ഷികൾ തകർത്തു. ഇത് മുസ്ലിം ജനവിഭാഗത്തിന് വലിയ പോറൽ ഏല്പിച്ചു.

ബ്രിട്ടനോട് പ്രതികാരവാഞ്ഛ മുസ്ലിം സമുദായത്തിൽ ഉയർന്നു.

മുസ്ലിം സമുദായത്തേയും ഖിലാഫത്ത് അധികാരത്തേയും ജീവൻ കൊടുത്തും സംരക്ഷിക്കേണ്ടത് എല്ലാ മുസ്ലിങ്ങളുടേയും കടമയാണെന്നും അവർ കരുതി. തങ്ങൾക്കു നല്കിയ വാഗ്ദാനങ്ങളും, മതത്തെ രക്ഷിക്കേണ്ട ഖലീഫയുടെ അധികാരത്തേയും തകർത്ത ബ്രിട്ടീഷു ഗവണ്മെന്റുമായി മുസ്ലിം സമുദായം സഹകരിക്കുന്നത് പാപമാണെന്ന് അവർ വിശ്വസിച്ചു.

മുസ്ലിങ്ങളോട് അക്രമവും അനീതിയും കാണിച്ച ബ്രിട്ടീഷ് ഗവണ്മെന്റിനോട് ദേശീയ സ്വാതന്ത്ര്യ സമര പ്രസ്ഥാനത്തിലും അമർഷം ഉയർന്നുവന്നിരുന്നു. എന്നാൽ ദേശീയ സ്വാതന്ത്ര്യപ്രസ്ഥാനത്തിലെ ഒരു വിഭാഗം ഹിന്ദുക്കൾക്ക് ഇതിനോട് യോജിപ്പുണ്ടായിരുന്നില്ല.

1920 മെയ് മാസത്തിൽ മഹാത്മാഗാന്ധി ഇതുമായി ബന്ധപ്പെട്ട് ബോംബെയിൽവെച്ച് ഒരു യോഗം വിളിച്ചുചേർത്തു. യോഗത്തിൽ ധാരാളം മുസ്ലിങ്ങളും ഹിന്ദുക്കളും പങ്കെടുക്കുകയുണ്ടായി. ഈ യോഗത്തിൽ വെച്ച് സഹകരണ ത്യാഗപ്രസ്ഥാനം ഖിലാഫത്ത് പ്രസ്ഥാനത്തിന് രൂപം നല്കി.

1920 ജൂൺ മാസത്തോടെ ഇന്ത്യയിലെ മിക്ക സംസ്ഥാനങ്ങളിലും ഇത്തരം പ്രസ്ഥാനങ്ങൾ രൂപം കൊണ്ടു. ഈ പ്രസ്ഥാനങ്ങൾ ബ്രിട്ടീഷ് വൈസ്രോയിക്ക് ഖിലാഫത്തു സന്ദേശം അയച്ചു. 1920 ആഗസ്റ്റ് 1 ന് 'ഖിലാഫത്ത് ദുഃഖദിനമായി ഇന്ത്യയിലാകമാനം ആചരിച്ചു.

1920 ഏപ്രിൽ മാസത്തിൽ മലബാറിലെ മഞ്ചേരിയിൽ വെച്ച് സഹകരണത്യാഗ പ്രസ്ഥാന (ഖിലാഫത്ത്) സമ്മേളനം നടന്നു. ഇതോടെ മലബാറിലെ ഖിലാഫത്ത് പ്രസ്ഥാനം സ്വാതന്ത്ര്യ സമരപ്രസ്ഥാനത്തിന്റെ ഭാഗമായി. മഞ്ചേരി സമ്മേളനത്തിൽ ആയിരത്തിൽപരം പേർ പങ്കെടുത്തതിൽ ഭൂരിപക്ഷവും മുസ്ലിങ്ങളായിരുന്നു.

സഹകരണത്യാഗ പ്രസ്ഥാനത്തെ (ഖിലാഫത്ത്) ഇന്ത്യയിലാകമാനം പ്രചരിപ്പിക്കാൻ മഹാത്മാഗാന്ധിയുടേയും മൗലാനാ ഷൗക്കത്തലിയുടേയും നേതൃത്വത്തിൽ പര്യടനം നടത്തുകയുണ്ടായി. അവർ 1920 ആഗസ്റ്റ് 18ന് കോഴിക്കോടും എത്തിച്ചേരുകയുണ്ടായി.

ഖിലാഫത്തു പ്രസ്ഥാനവുമായി ബന്ധപ്പെടുന്നവർ ബ്രിട്ടീഷ് പൊലീസിന്റെ നോട്ടപ്പുള്ളികളായി. പൊലീസ് ഖിലാഫത്തു നേതാക്കന്മാരെ പിടിച്ച് തടവിലിടുക, പ്രവർത്തകരെ മർദ്ദിക്കുക തുടങ്ങിയവ നിത്യസംഭവമായി. മാത്രമല്ല ഖിലാഫത്ത് യോഗങ്ങളെ യോഗ തലേദിവസം നോക്കി നിരോധിക്കുക തുടങ്ങിയ നടപടികൾ മുസ്ലിംങ്ങളുടെയിടയിൽ വലിയ ക്ഷോഭം ഉയർത്താൻ ഇടവന്നു.

മലബാറിലെ ഏറനാട്, വള്ളുവനാട് താലൂക്കുകളിൽ മഹാഭൂരിപക്ഷവും അക്ഷരാർത്ഥത്തിൽ ദരിദ്രനാരായണന്മാരായിരുന്നു - അഥവാ ദരിദ്രമുഹമ്മദീയരായിരുന്നു. മാത്രമല്ല ഇവരിൽ മഹാഭൂരിപക്ഷവും വെറും പാട്ട കുടിയന്മാരായിരുന്നു. ചെറു ന്യൂനപക്ഷം മാത്രമാണ് കാണാകുടി

യന്മാരായിരുന്നത്. ഖിലാഫത്തു പ്രസ്ഥാനത്തിന്റെ നേതാക്കന്മാർ ജന്മിമാർക്കെതിരായ കുടിയാൻ പ്രസ്ഥാനത്തിന്റേയും നേതാക്കളായിരുന്നു. മലബാറിലെ ഈ രണ്ടു താലൂക്കുകളിലേയും മുസ്ലിം കൃഷിക്കാർ ജന്മിമാർക്കും അവരുടെ കാര്യസ്ഥന്മാർക്കും എതിരായി കായികമായ ചെറുത്തുനില്പുവരെ അവലംബിക്കുകയുണ്ടായി.

ഖിലാഫത്തു പ്രസ്ഥാനത്തിന്റെ സാമ്രാജ്യത്വ വിരുദ്ധ-ബ്രിട്ടീഷ് വിരുദ്ധ-മനോഭാവവും ജന്മി വിരുദ്ധ മനോഭാവവും (ജന്മിമാർ പൂർണ്ണമായി ഹിന്ദുക്കൾ മാത്രമായിരുന്നു) ഒരുമിച്ചാണ് ഖിലാഫത്തു പ്രസ്ഥാനം മുന്നോട്ടു പോയത്. പാട്ടക്കുടിയാന്മാരോടും വെറും പാട്ടക്കാരോടും ജന്മിമാർ എടുക്കുന്ന ക്രൂരമായ നിലപാട് മുസ്ലിം കർഷകരിലുള്ള അതൃപ്തി കർഷക കലാപത്തിന്റെ രൂപത്തിൽ പ്രത്യക്ഷപ്പെടാൻ തുടങ്ങി.

ഖിലാഫത്തു പ്രസ്ഥാനത്തിന്റെ ശക്തികേന്ദ്രമാണ് ഏറനാട്ടിലെ പൂക്കോട്ടൂർ എന്ന ഗ്രാമം. നിലമ്പൂർ കോവിലകത്തെ കുടിയാന്മാരും വെറും പാട്ടക്കാരുമായിരുന്നു ഈ പ്രദേശത്തെ കൃഷിക്കാർ. അവരിൽ ഭൂരിപക്ഷവും മുസ്ലിം കൃഷിക്കാരുമായിരുന്നു.

കുടിയാന്മാർ താമസിക്കുന്ന സ്ഥലത്തിനോ കൃഷി നടത്തുന്ന നിലത്തിനോ ഇവർക്ക് യാതൊരു അവകാശവുമില്ലായിരുന്നു. പാട്ടം കൊടുത്തു കഴിഞ്ഞാൽ കർഷകന് ജീവിതച്ചെലവിന് മറ്റു മാർഗ്ഗങ്ങൾ ആരായേണ്ടിവരും. കാലാവസ്ഥ മൂലം കൃഷി നശിച്ചാൽ വെറും പാട്ടക്കാരന് പട്ടിണി തന്നെ. ഭൂമിയിൽ സ്ഥിരാവകാശമില്ലാത്തതിനാൽ കർഷകന് ആരും പണം കടം കൊടുക്കുകയുമില്ല.

ജീവിതത്തിനാധാരമായ കൃഷിയും കൃഷി നടത്തുന്ന ഭൂമിയും നഷ്ടപ്പെടുന്ന കൃഷിക്കാരൻ ദാരിദ്ര്യദുഃഖത്താൽ നിരാശാവാദിയായി മാറുന്നു. അദ്ധ്വാനിക്കുന്ന തനിക്ക് പട്ടിണിയും അദ്ധ്വാനിക്കാത്ത ജന്മിക്ക് സുഖലോലുപതയും കാണുമ്പോൾ ജന്മിമാരോടുള്ള അമർഷം കർഷകരിൽ പടരുന്നത് സ്വാഭാവികം മാത്രം.

1921 ജനുവരിയിൽ പൂക്കോടിനടുത്ത് എട്ടുതറ എന്ന സ്ഥലത്ത് കുടിയാന്മാരുടെ ഒരു വമ്പിച്ച യോഗം നടന്നു. കുടിയാൻ സംഘം എന്ന പേരിലാണ് അതറിയപ്പെട്ടത്. യോഗം കുടിയാൻ പ്രശ്നത്തോടൊപ്പം ഖിലാഫത്തു സന്ദേശത്തിന്റെ പ്രാധാന്യവും വിശദീകരിച്ചിരുന്നു.

ഈ കാലഘട്ടത്തിൽ മഞ്ചേരിയിൽ ഒരു ബ്രാഹ്മണ അമ്മച്ചി ഒരു മുസ്ലിം കുടിയാനെ ഒഴിപ്പിച്ചു. ഇതിനെത്തുടർന്ന് കുടിയാൻ സംഘം ഒരു തീരുമാനമെടുത്തു. ഒഴിപ്പിച്ച ഭൂമിയിൽ യാതൊരാളും കൃഷിയിറക്കാനോ വിളവെടുക്കാനോ തയ്യാറാകരുത്. ആരും തയ്യാറായില്ല. ഇതോടെ കുടിയാൻ സംഘവും ഖിലാഫത്തു പ്രസ്ഥാനവും ശക്തി പ്രാപിച്ചു. കുടിയാൻ സംഘവും ഖിലാഫത്തു പ്രസ്ഥാനവും ശക്തിപ്പെട്ടതോടെ (സാമ്രാജ്യത്വത്തിനും ജന്മിത്വത്തിനുമെതിരെ കർഷകർ സടകുടഞ്ഞ് എഴുന്നേറ്റപ്പോൾ) കുടിയാൻ സംഘത്തിൽ നിന്നും ഖിലാഫത്തു പ്രസ്ഥാനത്തിൽ നിന്നും കോൺഗ്രസ്സിന്റെ പല ഉന്നത നേതാക്കന്മാരും തന്ത്ര

പൂർവ്വം പിന്മാറി.

കുടിയാൻ സംഘത്തിന്റെ ബലം കൊണ്ടും പ്രക്ഷോഭത്തിന്റെ ശക്തി കൊണ്ടും ജന്മിമാരെ സാമാന്യത്തിലധികം ബുദ്ധിമുട്ടിക്കുന്നുവെന്ന അഭിപ്രായമാണ് കോൺഗ്രസ് നേതാക്കന്മാർക്കുണ്ടായിരുന്നത്. ഇത്തരം സമരം അധാർമ്മികമാണെന്നാണ് നേതാക്കൾ പ്രഖ്യാപിച്ചത്.

ഒന്നാം ലോക മഹായുദ്ധാനന്തരം ഇന്ത്യയിൽ പടർന്നുപിടിച്ച ഭക്ഷ്യക്ഷാമവും വിലക്കയറ്റവും കർഷകരെ ദുരിതത്തിലാഴ്ത്തി. ഭക്ഷ്യവില വർദ്ധന താങ്ങാനാകാതെ വന്ന കർഷകരിൽ ഇത് വലിയ അസംതൃപ്തിയുളവാക്കി. കഞ്ഞിക്ക് ഉഴക്കരി പോലും കർഷകന് ലഭിക്കാതെ വന്നു. അരി പത്തായത്തിൽ സൂക്ഷിച്ചുവെച്ച ജന്മിമാരിലേക്ക് കർഷകരുടെ ശ്രദ്ധ തിരിഞ്ഞു. ജന്മിമാരുടെ വീട്ടിലേക്ക് നെല്ലിനുവേണ്ടി ചാക്കുമായി കർഷകർ മാർച്ചു നടത്തി.

1920 ൽ കോഴിക്കോടു വെച്ച് കുടിയാൻ സംഘം രൂപീകരിച്ചു. തുടർന്ന് പല പ്രദേശങ്ങളിലും കുടിയാൻ സംഘം രൂപീകരിക്കപ്പെട്ടു. ഇരുപതുകളിൽ രൂപം കൊണ്ട കുടിയാൻ സംഘത്തിന് ദേശീയ പ്രസ്ഥാനവുമായി യാതൊരു ബന്ധവുമുണ്ടായിരുന്നില്ല.

1920 ൽ തന്നെ കോട്ടക്കലിൽ വെച്ച് 'സാമൂതിരി എസ്റ്റേറ്റ് കുടിയാൻ സങ്കട നിവാരണസംഘം' രൂപീകരിച്ചു. പൊളിച്ചെടുത്ത് അവകാശം, മിച്ചവാരം എന്നിവ വർദ്ധിപ്പിക്കുന്നതിനെതിരെയായിരുന്നു ഈ സംഘടനയുടെ രൂപീകരണം.

ന്യായമായ മിച്ചവാരം കൊടുത്തുവന്നിരുന്നൊരു കുടിയാനെ സാമൂതിരി എസ്റ്റേറ്റിൽനിന്ന് ഒഴിപ്പിച്ചു. സാമൂതിരി ഒഴിപ്പിച്ചെടുത്ത ആ ഭൂമിയിൽ ആരും കൃഷി ചെയ്യരുതെന്ന് കുടിയാൻ സംഘം തീരുമാനിച്ചു. തന്മൂലം കൃഷി ചെയ്യാനോ വിളവെടുക്കാനോ ഒരാളേയും ജന്മിക്കു ലഭിച്ചില്ല.

1920 സെപ്തംബറിൽ കോട്ടക്കൽ വെച്ചുതന്നെ കുടിയാന്മാരുടെ ഒരു വൻ കൺവെൻഷൻ നടന്നു. 5000 ത്തിൽ പരം പേർ അതിൽ പങ്കെടുത്തിരുന്നു. ധാരാളം ഹിന്ദുക്കളും മുസ്ലിങ്ങളും ആ കൺവെൻഷനിൽ പങ്കെടുത്തു. കൃഷിക്കാരിൽ ശക്തമായ ജന്മിവിരോധം വളർന്നുവന്നു.

ഖിലാഫത്തു പ്രസ്ഥാനത്തിന്റേയും, വെറും പാട്ടക്കുടിയാന്മാരുടേയും ശക്തികേന്ദ്രമാണ് പൂക്കോട്ടൂർ എന്ന പ്രദേശം. നിലമ്പൂർ കോവിലകത്തെ കുടിയാന്മാരും വെറും പാട്ടകൃഷിക്കാരുമായിരുന്നു ഈ പ്രദേശത്തെ കൃഷിക്കാർ. അവരിൽ ഭൂരിപക്ഷം കൃഷിക്കാരും മുസ്ലിം സമുദായക്കാരായിരുന്നു.

ഖിലാഫത്തു പ്രസ്ഥാനം പൂക്കോട്ടൂരിൽ ശക്തിപ്പെട്ടു വരികയാണെന്നും ബ്രിട്ടീഷുകാർക്കെതിരെ ജനങ്ങൾ സംഘടിക്കുന്നുവെന്നും മനസ്സിലാക്കിയ പൊലീസ് ഈ പ്രദേശത്ത് കേന്ദ്രീകരിക്കാൻ തുടങ്ങി.

ഏറനാട്ടിലെ ഖിലാഫത്തു പ്രസ്ഥാനം ശക്തിപ്പെട്ടതോടെ അന്നത്തെ മലബാർ കളക്ടറായ തോമസ് ഏറനാട്ടിലെ മുസ്ലിങ്ങളെ ഭയപ്പെടുത്തി

വശപ്പെടുത്താമെന്നു കരുതി. കളക്ടർ തോമസ് പട്ടാളക്കാരുമായി തിരൂരങ്ങാടിയിലേക്ക് മാർച്ച് ചെയ്തു.

തിരൂരങ്ങാടി പള്ളിയിൽ ഖിലാഫത്തു നേതാക്കൾ ഒളിച്ചിരിക്കുന്നുണ്ടെന്നും അവരെ അറസ്റ്റു ചെയ്യാനുള്ള നീക്കമാണ് ഇതെന്നും നാട്ടിൽ പരന്നു. ലോകമഹായുദ്ധ കാലത്ത് ഏഷ്യയിലെ തുർക്കിയില പല പള്ളികളും തകർത്തുവെന്നുള്ള പ്രചാരണം ഖിലാഫത്തുപ്രസ്ഥാനം യോഗങ്ങളിൽ കോൺഗ്രസ് നേതാക്കൾ പ്രസംഗിച്ചിരുന്നു.

1921 ആഗസ്റ്റ് 21 ന് രാത്രി കളക്ടർ തോമസ് അന്നത്തെ പോലീസ് സൂപ്രണ്ട് ഹിച്ച് കോക്, ഡി വൈ എസ് പി ആമു എന്നിവരുടെ നേതൃത്വത്തിൽ വെള്ളപ്പട്ടാളം കോഴിക്കോടുനിന്ന് തിരുരങ്ങാടിക്കു പുറപ്പെട്ടു. കൂടാതെ 'മാപ്പിള ലഹള' അടിച്ചമർത്തുന്നതിനുവേണ്ടി മലപ്പുറത്തു ക്യാമ്പ് ചെയ്തിരുന്ന സ്പെഷ്യൽ പൊലീസും തിരൂരങ്ങാടിക്കു പുറപ്പെട്ടു. (മലബാർ സ്പെഷ്യൽ പൊലീസിൽ അന്ന് മുസ്ലിമുകളെ നിയമിച്ചിരുന്നില്ല)

ഖിലാഫത്തു പ്രസ്ഥാനത്തിന്റേയും കർഷക പ്രക്ഷോഭത്തിന്റേയും കുന്തമുന ബ്രിട്ടീഷ് ഭരണത്തോടും ജന്മിത്തത്തോടുമാണെന്ന് മനസ്സിലാക്കിയ ഭരണാധികാരികൾ ഈ ബഹുജനപ്രസ്ഥാനത്തെ അമർച്ച ചെയ്യാൻ മതപരമായി വേർപിരിക്കുക എന്ന പോംവഴിയായാണ് ഉദ്യോഗസ്ഥന്മാരേയും പൊലീസുകാരേയും ഉപയോഗപ്പെടുത്തി പള്ളിക്കുനേരെ തിരിഞ്ഞത്.

മുസ്ലിം കർഷകരെ ഇളക്കിവിടാതെ മലബാർ പ്രദേശത്ത് നിസ്സഹകരണ - ഖിലാഫത്ത് പ്രസ്ഥാനം വിജയിക്കുകയില്ലെന്ന് കോൺഗ്രസ് നേതാക്കൾക്കറിയാമായിരുന്നു.

ചെകുത്താൻ ഭരണം എന്ന് മഹാത്മാഗാന്ധി വിശേഷിപ്പിച്ച ബ്രിട്ടീഷ് ഭരണത്തിനെതിരെയായിരുന്നു മലബാറിലെ കൃഷിക്കാർ ഖിലാഫത്തിലൂടെയും കർഷക പ്രസ്ഥാനത്തിലൂടെയും സംഘടിച്ചത്. ഈ പ്രസ്ഥാനത്തിന്റെ നേതൃത്വത്തിലാണ് മലബാറിൽ കർഷക സമരങ്ങൾ രൂപപ്പെട്ടു വന്നത്. ഖിലാഫത്തു പ്രസ്ഥാനത്തിന്റേയും കർഷക പ്രസ്ഥാനത്തിന്റേയും ആദ്യഘട്ടത്തിൽ ഹിന്ദു മുസ്ലിം ഐക്യം നിലനിന്നിരുന്നു. എന്നാൽ തിരൂരങ്ങാടി പള്ളിയിലേക്കുള്ള വെള്ളപ്പട്ടാളത്തിന്റെ മാർച്ചോടെ ഹിന്ദു ജനവിഭാഗങ്ങളെ മുസ്ലിങ്ങൾക്കെതിരെ തിരിച്ചുവിടാൻ ബ്രിട്ടീഷ് ഭരണാധികാരികൾക്ക് സാധിച്ചു. അതോടൊപ്പം കോൺഗ്രസ്സ് നേതൃത്വത്തിന്റെ ഭീരുത്വവും, സാമ്രാജ്യത്വവിരുദ്ധ ഫ്യൂഡൽ വിരുദ്ധസമരത്തെ തകർച്ചയിലേക്ക് എത്തിച്ചു.

നല്ല ഭൂമിയുടെ അവകാശികൾ

ലോകരാഷ്ട്രങ്ങളുടെ സംഗമവേദികളിൽ ഇന്ത്യയുടെ ആവർത്തിച്ച് സ്വയം അഭിമാനകരമാണ് കേരളം. അന്നാളിലും കേരളത്തിന്റെ മഹത്ത്വങ്ങൾ സ്വീകരിക്കപ്പെടുന്നില്ല. ഭൂപരിഷ്കരണ ഭേദഗതിപോലും അട്ടിമറിക്കപ്പെടുന്നു.

1959 ലും 1969 ലും ഇ എം എസ് ഗവൺമെന്റ് കൊണ്ടുവന്ന കാർഷികബന്ധ നിയമവും ഭൂപരിഷ്കരണ (ഭേദഗതി) നിയമവും മാറ്റം വരുത്തിയാലേ കേരളത്തിൽ കേന്ദ്രഗവൺമെന്റ് നടപ്പാക്കുന്ന നവ ഉദാരവല്ക്കരണ നയം കാർഷിക മേഖലയിൽ നടപ്പാക്കാൻ കഴിയൂ.

ഭൂപരിഷ്ക്കരണ ഭേദഗതി നിയമം 4-ാം ഭാഗം 95-ാം വകുപ്പു പ്രകാരം കൈവശം വെക്കാവുന്ന ഭൂപരിധി അഞ്ചംഗ കുടുംബത്തിന് 15 ഏക്കർ ഭൂമിയാണ്. അഞ്ചിൽ കൂടുതൽ അംഗങ്ങളുള്ള കുടുംബത്തിൽ, അധികമുള്ളവർക്ക് ഒരു ഏക്കർ വീതവും പരമാവധി 20 ഏക്കറുമാണ്. അതിൽ കൂടുതലുള്ള ഭൂമി മിച്ചഭൂമിയാണ്.

1959 ലെ നിയമം പാട്ടവ്യവസ്ഥ നിരോധിച്ചുകൊണ്ടുള്ളതാണ്. ഈ നിയമം നിലനില്ക്കുന്നതുമൂലം കരാർകൃഷി കേരളത്തിൽ നിയമപരമായി നടപ്പിലാക്കാൻ പ്രയാസമാണ്. കരാർകൃഷി സാദ്ധ്യമാക്കിയില്ലെങ്കിൽ വൻകിട കോർപ്പറേറ്റുകൾക്ക് കാർഷികമേഖല കൈയടക്കാൻ കഴിയുകയില്ല. നിലവിലുള്ള ഭൂപരിഷ്ക്കരണ നിയമത്തിൽ മാറ്റം വരുത്തിയാലേ കരാർകൃഷി പ്രാവർത്തികമാക്കാൻ പറ്റൂ. അതിനുള്ള ശ്രമമാണ് യു ഡി എഫ് ഗവൺമെന്റ് 2005 ൽ ആരംഭിച്ചത്.

ഭൂപരിഷ്കരണഭേദഗതി നിയമത്തിൽ തോട്ടം മേഖലയെ ഭൂപരിധിയിൽ നിന്ന് ഒഴിവാക്കിയിട്ടുണ്ട്. റബ്ബർ, കാപ്പി, തേയില, ഏലം, കറുവപ്പട്ട, കൊക്കോ എന്നീ കൃഷിഭൂമിക്കാണ് ഇത് ബാധകം. ഇവിടെ

മറ്റു കൃഷികൾ അനുവദനീയമല്ല. ഒട്ടേറെ തരിശുഭൂമികൾ പരിധിയിൽ കവിഞ്ഞ ഭൂമിയായി സർക്കാരിന് ഏറ്റെടുക്കേണ്ടിവന്നിട്ടുണ്ട്. അവയിൽ മിക്കതും കോടതിയിൽ (ട്രിബ്യൂണിൽ) തർക്കത്തിൽ നില്ക്കുകയുമാണ്. ഈയൊരു പശ്ചാത്തലത്തിലാണ് 2005 ൽ കോൺഗ്രസിന്റെ നേതൃത്വത്തിലുള്ള യു ഡി എഫ് ഗവൺമെന്റ് ഭൂപരിഷ്കരണ (ഭേദഗതി) നിയമത്തിൽ മാറ്റം വരുത്താൻ തീരുമാനിച്ചത്. തോട്ടം മേഖലയിലെ 5 ശതമാനം ഭൂമി മറ്റു കൃഷികൾക്കായി നീക്കിവെക്കുക, കശുവണ്ടി കൃഷി പ്ലാന്റേഷൻ ആക്ടിൽ ഉൾപ്പെടുത്തുക, കൃഷിചെയ്യാതെ കിടക്കുന്ന ഭൂമിയും ചെറുകിട നാമമാത്ര കർഷകരുടെ ഭൂമിയും പാട്ടത്തിനെടുത്ത് കരാർ സമ്പ്രദായം നിലവിൽ വരുത്തുക തുടങ്ങിയ ഭേദഗതികളാണ് 2005 ൽ നിയമസഭ പാസാക്കി രാഷ്ട്രപതിയുടെ അനുമതിക്കു വേണ്ടി അയച്ചുകൊടുത്തത്.

2006 ൽ അധികാരത്തിൽ വന്ന ഇടതുപക്ഷ സർക്കാർ ഈ ഭേദഗതി നിയമം റദ്ദാക്കി. 2011 ൽ കോൺഗ്രസിന്റെ നേതൃത്വത്തിൽ അധികാരത്തിൽ വന്ന യു ഡി എഫ് ഗവൺമെന്റ് അത് വീണ്ടും കൊണ്ടുവന്ന് ഭൂപരിഷ്കരണ നിയമത്തെ അട്ടിമറിക്കാനുള്ള ശ്രമമാണ് നടത്തുന്നത്. ഇത് നടപ്പായാൽ കൃഷി ചെയ്യാനല്ല, കാർഷികേതര ആവശ്യങ്ങൾക്കാണ് കൃഷിഭൂമിയെ ഉപയോഗപ്പെടുത്തുക.

ഭൂപരിഷ്കരണം കൃഷിഭൂമിയെ തുണ്ടുവൽക്കരിച്ചുവെന്നും അതിന്റെ ഫലമായാണ് ഉല്പാദനവും ഉല്പാദനക്ഷമതയും കുറഞ്ഞതെന്നും കാർഷിക പുരോഗതി പുറകോട്ട് പോയതെന്നും വാദിക്കുന്നവരുണ്ട്. ഭൂപരിഷ്കരണനിയമം കേരളത്തിന്റെ പുരോഗതിയെ തടസ്സപ്പെടുത്തുന്നുവെന്നും ഭൂപരിഷ്ക്കരണ നിയമം മാറ്റണമെന്നും ചിലർ വാദിക്കുന്നു. ഭൂമിയുടെ തുണ്ടുവല്ക്കരണത്തിന് കാരണം ഭൂപരിഷ്കരണമാണെന്ന വാദത്തിൽ ശരിയുണ്ടെന്ന് അംഗീകരിക്കുന്ന പുരോഗമന ചിന്താഗതിക്കാരും കേരളത്തിലുണ്ട്. ഈ വാദം ആഗോളവല്കരണ നയം കേരളത്തിൽ പ്രാവർത്തികമാക്കാനേ സഹായിക്കൂ.

നവ ഉദാരവല്ക്കരണനയം കാർഷികമേഖലയിൽ നടപ്പാക്കാൻ കേന്ദ്രസംസ്ഥാന ഗവൺമെന്റുകൾ കാർഷിക നിയമങ്ങളിൽ നിരവധി മാറ്റങ്ങൾ വരുത്തിക്കൊണ്ടിരിക്കുകയാണ്. ഭൂപരിഷ്കരണ നിയമം, ഭൂപരിധിനിയമം എന്നിവയിലെ ഭേദഗതിയിലൂടെ വിദേശ കോർപ്പറേറ്റുകൾക്കടക്കം കർഷകരിൽ നിന്ന് ഭൂമി തട്ടിയെടുക്കാൻ ഈ നിയമഭേദഗതികൾ സൗകര്യമൊരുക്കും. സ്പെഷ്യൽ എക്കണോമിക്ക് സോണിനുവേണ്ടി ഇപ്പോൾതന്നെ രണ്ടരലക്ഷം ഹെക്ടർ ഭൂമി ഇന്ത്യയിൽ ഏറ്റെടുത്തു കഴിഞ്ഞു. ലക്ഷക്കണക്കിന് ഏക്കർ ഭൂമി കോർപ്പറേറ്റുകൾ വാങ്ങിക്കൂട്ടുന്നു. കൂടാതെ നാഷണൽ മാനുഫാക്ചറിങ് പോളിസിയുടെ അടിസ്ഥാനത്തിൽ കോർപ്പറേറ്റുകൾ വിവിധ സംസ്ഥാനങ്ങളിൽ വ്യവസായ പാർക്ക് നിർമ്മിക്കാൻ ഭൂമി ഏറ്റെടുക്കുന്നു. ഒരു പാർക്കിന് ചുരുങ്ങിയത് 5000 ഹെക്ടർ ഭൂമിയാണ് ആവശ്യം. വിവിധ സംസ്ഥാനങ്ങൾ

അതിനുവേണ്ട നിയമനിർമ്മാണവുമായി മുന്നോട്ടുപോകുന്നു.

ബഹുരാഷ്ട്ര ഭീമന്മാർ ഭൂമി വാങ്ങി കാർഷിക ഉല്പന്നങ്ങൾ ഉല്പാദിപ്പിക്കുകയും ആ ഉല്പന്നങ്ങൾ അവരിൽ നിന്ന് നേരിട്ട് വാങ്ങുവാനുള്ള സംവിധാനം ഉണ്ടാക്കുകയും ചെയ്യുന്നതിന്റെ ഭാഗമാണ് കരാർ കൃഷി. ഇടത്തരം നാമമാത്ര ചെറുകിട കർഷകർ ഇതിന്റെ ഫലമായി കാർഷികമേഖലയിൽ നിന്ന് ഒഴിവാക്കപ്പെടും. മിക്ക സംസ്ഥാനങ്ങളും ഇതിനനുസൃതമായി ഭൂപരിഷ്കരണ നിയമത്തിലും ഭൂപരിധി നിയമത്തിലും മാറ്റം വരുത്തിക്കഴിഞ്ഞു.

1929-30 കളിൽ ആരംഭിച്ച ലോക സാമ്പത്തിക കുഴപ്പം കേരളത്തിലെ കാർഷിമേഖലയെയും ബാധിച്ചു. മലബാർ കൊച്ചി തിരുവിതാംകൂർ നാട്ടുരാജ്യങ്ങളായിട്ടായിരുന്നു അന്ന് കേരളം. മലബാറിലെ കർഷകർ പാട്ടകുടിയാന്മാരെ ഒഴിപ്പിക്കലിനെതിരെയും കൊച്ചി തിരുവിതാംകൂർ മേഖലയിലെ കർഷകർ മറ്റ് കാർഷിക സാമ്പത്തിക പ്രശ്നങ്ങൾ ഉന്നയിച്ചും ശക്തമായ പ്രതിഷേധ സമരങ്ങൾ ഉയർത്തിക്കൊണ്ടുവന്നു. കേരള കർഷകസംഘവും കമ്യൂണിസ്റ്റ് പാർട്ടിയും ഈ സമരങ്ങൾക്ക് നേതൃത്വം നല്കി. സ്വതന്ത്ര്യാനന്തരം കർഷകപോരാട്ടത്തോടൊപ്പം ഐക്യകേരള രൂപീകരണത്തിനുവേണ്ടിയുള്ള പോരാട്ടത്തിലും ഏർപ്പെട്ടു. 1956 നവംബർ 1 ന് ഐക്യകേരളം നിലവിൽ വന്നു. അതിനുശേഷം നടന്ന ആദ്യത്തെ തിരഞ്ഞെടുപ്പിൽ കമ്യൂണിസ്റ്റ് പാർട്ടി കേരളത്തിൽ അധികാരത്തിൽ വന്നു. അധികാരത്തിൽവന്ന ദിവസം മുതൽ കാർഷിക ഭൂപരിഷ്കരണത്തിനുള്ള നിയമ നടപടികൾ എടുക്കുകയും 1959 ൽ ബന്ധബിൽ പാസാക്കുകയും ചെയ്തു.

ജന്മിത്തത്തിന്റെ കടയ്ക്കൽ കത്തിവെച്ച് ഈ ബിൽ കോൺഗ്രസിന്റെ അടിത്തറയും തകർക്കുമെന്ന് അവർ മനസ്സിലാക്കി. ജന്മിനാടുവാഴി മതജാതി വിഭാഗങ്ങളെ കൂട്ടുപിടിച്ച് കമ്യൂണിസ്റ്റ് മന്ത്രിസഭയ്ക്കെതിരെ വിമോചനസമരം നടത്തി. ഭൂരിപക്ഷമുള്ള മന്ത്രിസഭയെ കേന്ദ്ര കോൺഗ്രസ് ഗവൺമെന്റ് പിരിച്ചുവിട്ടു. പിന്നീട് അധികാരത്തിൽ വന്ന കോൺഗ്രസ് ലീഗ് പി എസ് പി മന്ത്രിസഭ കാർഷികബന്ധബിൽ വികലമായ രൂപത്തിൽ ഭേദഗതി വരുത്തി. അതിന്റെ ഫലമായി പതിനായിരക്കണക്കിന് കുടിയാന്മാർക്ക് ലഭിക്കേണ്ടിയിരുന്ന ഭൂമി നഷ്ടപ്പെടുന്ന സ്ഥിതിവരെയെത്തി. ഇതിനെതിരെ പാവങ്ങളുടെ പടത്തലവനായ എ കെ ജിയുടെ നേതൃത്വത്തിൽ കേരള കർഷകസംഘവും, കേരളത്തിലെ കൃഷിക്കാരും ഒഴിപ്പിക്കലിനെതിരെ ശക്തമായ സമരം നടത്തുകയുണ്ടായി.

1967 ൽ വീണ്ടും ഇ എം എസിന്റെ നേതൃത്വത്തിൽ ഒരു ഐക്യ മുന്നണി സർക്കാർ അധികാരത്തിൽ വന്നു. പഴയകാല അനുഭവത്തിന്റെ പശ്ചാത്തലത്തിൽ സമഗ്രമായ ഒരു ഭൂപരിഷ്കരണ ഭേദഗതി നിയമം ഇ എം എസ് ഗവൺമെന്റ് 1969 ൽ കൊണ്ടുവന്നു. ഈ നിയമത്തിന്റെ ഫലമായി 26,50,000 കുടികിടപ്പുകാർക്ക് കൈവശാവകാശം ലഭിച്ചു. 'കുടി

യായ്മ' അവസാനിച്ചുവെന്നുമാത്രമല്ല, നിശ്ചിത പരിധിയുടെ മുകളിലുള്ള ഒരു കുടുംബത്തിന്റെ 15 ഏക്കർ കഴിഞ്ഞുള്ള ഭൂമി ഏറ്റെടുത്ത് ഭൂരഹിതരായ കർഷകത്തൊഴിലാളികൾക്കും നാമമാത്ര ചെറുകിട കർഷകർക്കും വിതരണം ചെയ്യാനും, മറ്റുള്ളവരുടെ ഭൂമിയിൽ താമസിക്കുന്ന കുടികിടപ്പുകാർക്ക് ചുരുങ്ങിയത് 10 സെന്റിൽ കുറയാത്ത ഭൂമി ഉടമസ്ഥാവകാശം വിട്ടുകൊടുക്കുന്ന നിയമവുമായിരുന്നു അത്.

ഈ ബിൽ പാസാക്കിയെടുത്തതോടെ ഐക്യമുന്നണിയിൽ ഒരു കുറുമുന്നണി രൂപംകൊണ്ടു. തുടർന്ന് കുറുമുന്നണി കോൺഗ്രസുമായി യോജിച്ച് ഒരു പുതിയ മന്ത്രിസഭ അധികാരത്തിൽ വരികയും ചെയ്തു. കുറുമുന്നണിയുടെ നേതൃത്വത്തിലുള്ള കോൺഗ്രസ് ഗവൺമെന്റ് 1969 ലെ ഭൂപരിഷ്കരണ ഭേദഗതി നിയമത്തെ അട്ടിമറിക്കാനുള്ള ശ്രമങ്ങളാരംഭിച്ചു. അതിന്റെ ഭാഗമായിരുന്നു ഇഷ്ടദാനനിയമം. മിച്ചഭൂമി തിരിമറി ചെയ്യാനുള്ള അവസരങ്ങൾ സൃഷ്ടിച്ചുകൊടുത്ത് ഭൂപരിഷ്കരണ നിയമത്തെ അട്ടിമറിക്കാൻ ശ്രമിച്ചു. ഇതിനെതിരെ ഡിസംബറിൽ ആലപ്പുഴയിൽ ചേർന്ന സമരപ്രഖ്യാപനം ചരിത്രപ്രസിദ്ധമാണ്. തുടർന്ന് ആരംഭിച്ച കർഷക-കർഷകത്തൊഴിലാളി സമരം ഐക്യകേരളം കണ്ട ഉജ്വല സമരമാണ്. ഇതിന്റെ ഫലമായി കേരളത്തിലെ കർഷകർക്കും കർഷകത്തൊഴിലാളികൾക്കും സ്വന്തം ഭൂമിയിൽ പിടിച്ചുനില്ക്കുവാൻ കഴിഞ്ഞു. എന്നിട്ടും അടിയന്തരാവസ്ഥയുടെ കാളരാത്രികളിൽ ബൂർഷ്വാ ഭൂപ്രഭുക്കന്മാർക്കുവേണ്ടി ഒട്ടനവധി സൗകര്യങ്ങളും സൗജന്യങ്ങളും കോൺഗ്രസ് സർക്കാർ ചെയ്തുകൊടുത്തു.

തുടർന്ന് ഇടവിട്ടിടവിട്ട് വന്ന ഇടതുപക്ഷ സർക്കാരുകൾ ഭൂപരിഷ്കരണാനുബന്ധ കാർഷിക നടപടികൾ പലതും കൈക്കൊണ്ടെങ്കിലും അവയെല്ലാം പിന്നീട് മാറിവരുന്ന കോൺഗ്രസ് സർക്കാർ അട്ടിമറിക്കുകയാണ് ചെയ്തത്. ഇതാണ് കേരളത്തിന്റെ മുരടിപ്പിന് മുഖ്യകാരണം. എപ്പോഴൊക്കെ കോൺഗ്രസ് ഗവൺമെന്റ് അധികാരത്തിൽ വന്നുവോ അപ്പോഴൊക്കെ ഭൂപരിഷ്കരണ നിയമത്തെ അട്ടിമറിക്കാൻ ശ്രമിച്ചിട്ടുണ്ട്.

2000-2005 ലെ കോൺഗ്രസ് ഗവൺമെന്റ് കാർഷിക മേഖലയിൽ ആഗോളവല്കരണനയം നടപ്പാക്കാനുള്ള ശ്രമങ്ങൾക്ക് തുടക്കമിട്ടു. അതിനെതിരെ ശക്തമായ ചെറുത്തുനില്പ് കേരളത്തിലെ കർഷകരിൽ നിന്ന് കക്ഷിരാഷ്ട്രീയത്തിനതീതമായി ഉയർന്നുവരികയുണ്ടായി. 2006 ൽ അധികാരത്തിൽവന്ന ഇടതുപക്ഷ ജനാധിപത്യമുന്നണി സർക്കാർ അത്തരം നടപടികളെ മരവിപ്പിക്കുകയോ റദ്ദാക്കുകയോ ചെയ്തു. അവ പുനഃസ്ഥാപിക്കാനുള്ള ശ്രമമാണ് 2011 ൽ വീണ്ടും അധികാരത്തിൽ വന്ന കോൺഗ്രസ് ഗവൺമെന്റ് നടത്തിയത്. അതിന്റെ പ്രഖ്യാപനമാണ് ധനമന്ത്രി കെ എം മാണി അസംബ്ലിയിൽ ബജറ്റിലൂടെ പ്രഖ്യാപിച്ച ഭൂപരിഷ്ക്കരണ ഭേദഗതിനിയമം. ഇത് നടപ്പാക്കാൻ കേരളത്തിലെ കൃഷിക്കാർ അനുവദിക്കുകയില്ല.

കിടപ്പാടമില്ലാത്തവർക്ക് ഭൂമി നല്കുക എന്നതാണ് കർഷക സംഘ

ത്തിന്റെ ലക്ഷ്യം. അതിനുവേണ്ടിയാണ് ഐക്യ കേരളത്തിനു മുമ്പും അതിനുശേഷവും കർഷകസംഘം നടത്തിയിട്ടുള്ള സമരങ്ങൾ. അത് ഇനിയും പൂർവ്വാധികം കരുത്തോടെ തുടരും. ഭൂപരിഷ്ക്കരണ നിയമത്തെ അട്ടിമറിക്കാൻ ആരെയും അനുവദിക്കുകയില്ല. അത് കേരളത്തിലെ കർഷകരുടെ ചോരയാൽ എഴുതപ്പെട്ട നിയമമാണ്.

പട്ടയം-കർഷകന്റെ ജന്മാവകാശം

കേരള ഭൂപരിഷ്കരണ (ഭേദഗതി) ബിൽ 1969 ഒക്ടോബർ 17 ന് കേരളനിയമസഭ പാസ്സാക്കി. 1959 ലെ ഭൂപരിഷ്കരണനിയമം കുടിയാന്മാരുടെ ഭൂമിക്ക് ഉടമസ്ഥാവകാശം നല്കാനായിരുന്നുവെങ്കിൽ 69 ലെ നിയമം കുടിയിരിപ്പുകാർക്കും ഭൂരഹിതകർഷകർക്കും ഭൂമിലഭിക്കുന്നതിനായിരുന്നു. ജന്മിമാരുടെ ഭൂമി പിടിച്ചെടുത്ത് കൃഷിഭൂമി കൃഷിക്കാരന് നല്കുക എന്നതാണ് ഭൂപരിഷ്കരണത്തിന്റെ വിപ്ലവപരമായ കാതൽ. 1935 മുതൽ കേരളത്തിലെ കർഷകപ്രസ്ഥാനം നടത്തിയ പോരാട്ടത്തിന്റെ സാക്ഷാൽക്കാരമായിരുന്നു ഇത്. കൃഷിഭൂമി കൃഷിക്കാരന് എന്ന മുദ്രാവാക്യത്തിന്റെയും, ഭൂമിഇല്ലാത്തവന് ഭൂമി എന്ന മുദ്രാവാക്യത്തിന്റെയും സാക്ഷാൽക്കാരം. 1969 ലെ ഭൂപരിഷ്കരണ (ഭേദഗതി) നിയമം ആത്യന്തികമായി ജന്മിധനിക കർഷകരെയാണ് ബാധിക്കുന്നത്. ഭൂപരിധി ഒരു കുടുംബത്തിന് പതിനഞ്ച് ഏക്കറായി ചുരുക്കി. ബാക്കിവരുന്ന ഭൂമി മിച്ചഭൂമിയായി കണക്കാക്കി ഭൂരഹിത നാമമാത്ര കൃഷിക്കാർക്ക് നല്കാനുമാണ് ബില്ല് വിഭാവനം ചെയ്തത്.

1957-59ലെ കാർഷിക ബന്ധബില്ലിന് രൂപം നല്കിയ ഇ എം എസ് മന്ത്രിസഭ തന്നെയാണ് 1969 ലെ ഭൂപരിഷ്കരണ(ഭേദഗതി) ബില്ലിനും രൂപം നല്കിയത്. എന്നാൽ 1967ൽ അധികാരത്തിൽ വന്ന ഇ എം എസ് ഗവൺമെന്റിന്റെ മുന്നണിയിൽ വർഗ്ഗപരമായ കാഴ്ചപ്പാടിൽ വ്യത്യാസമുള്ളവരും ഉണ്ടായിരുന്നു. നാമമാത്ര ചെറുകിട ഭൂരഹിത കർഷകരിൽ കാലൂന്നി നിന്നുകൊണ്ടു വേണം കർഷകപ്രസ്ഥാനം പടുത്തുയർത്താൻ. കാർഷികവിപ്ലവം എന്ന കാഴ്ചപാടാണ് 69 ലെ ഭൂപരിഷ്കരണ നിയമത്തിന്റെ കേന്ദ്രബിന്ദു. ഇതിൽ നിന്ന് കടകവിരുദ്ധമായ സമീപനമായിരുന്നു ഇടതുപക്ഷമുന്നണിയിലെ വലതുപക്ഷ കക്ഷികൾക്കുണ്ടായിരു

ന്നത് ഇടത്തരം ധനിക കൃഷിക്കാരിൽ കേന്ദ്രീകരിച്ചുകൊണ്ടുവേണം കർഷകപ്രസ്ഥാനം പടുത്തുയർത്തിക്കൊണ്ടുവരേണ്ടത് എന്നായിരുന്നു അത്. 1969 ലെ ഭൂപരിഷ്കരണം(ഭേദഗതി) വൻകിട ധനിക-ഇടത്തരം കർഷകരെയാണ് ബാധിച്ചത്.

1965-67 ൽ 12.7 ലക്ഷം കുടിയാന്മാരും അഞ്ച് ഏക്കറിൽ താഴെയുള്ളവരായിരുന്നു. 15 ഏക്കറിൽ കൂടുതലുള്ള വൻകിട കുടിയാന്മാർ മൊത്തം കുടിയാന്മാരിൽ ധനികർഷകർ-കേവലം 16.5%. ഈ പശ്ചാത്തലത്തിൽ 1959 ലെ കാർഷിക ബന്ധബില്ലിന് എതിരായ വിമോചനസമര വക്താക്കളും ഇടതുപക്ഷത്തിലെ വലതുപക്ഷക്കാരും തമ്മിൽ ഒരു കുറുമുന്നണിക്ക് രൂപം നല്കി. 1969 (ഡിസംബർ) ൽ തന്നെ ഇ എം എസ് ഗവൺമെന്റ് രാജിവെക്കുകയും ചെയ്തു. തുടർന്ന് 70 ൽ വന്ന ഗവൺമെന്റ് 1969 ലെ ഭൂപരിഷ്കരണ നിയമം നടപ്പാക്കാനല്ല ശ്രമിച്ചത്. ഫ്യൂഡൽ പ്രഭുക്കന്മാരെ കാർഷിക മുതലാളിമാരാക്കി മാറ്റാനുള്ള ശ്രമമാണ് നടത്തിയത്. ഈ കാലഘട്ടത്തിൽ എടുത്ത ഇഷ്ടദാന നിയമമുൾപ്പെടെയുള്ള നടപടികൾ അതിന്റെ ഭാഗമാണ്. തന്മൂലം നാമമാത്ര ഭൂരഹിത കർഷകർക്ക് ലഭിക്കേണ്ട ഭൂമിയാണ് നഷ്ടമായത്. മിച്ചഭൂമിയിൽ ചെറിയ ഒരുപങ്ക് മാത്രമാണ് ഏറ്റെടുക്കാൻ ശ്രമിച്ചത്. മിച്ചഭൂമി തിരിമറികൾ വ്യാപകമായി നടന്നു.

ഭൂമിയില്ലാത്തവന് ഭൂമി എന്ന മുദ്രാവാക്യമുയർത്തി വീണ്ടും സമരരംഗത്തേക്ക് കർഷകപ്രസ്ഥാനം കടന്നുവന്നു. കേരള കർഷകസംഘവും കേരളസ്റ്റേറ്റ് കർഷകതൊഴിലാളി യൂണിയനും സംയുക്തമായി ചേർന്ന് 1969 ഡിസംബർ 14 ന് ആലപ്പുഴയിൽ വെച്ച് സമരത്തിന്റെ പാഞ്ചജന്യം മുഴക്കി. ഈ സമരത്തിലേക്ക് കർഷകരെ കക്ഷിഭേദമന്യേ ആനയിച്ചത്, യഥാർത്ഥത്തിൽ അന്നത്തെ ഭരണകൂടത്തിന്റെ കർഷക വഞ്ചനായിരുന്നു. 1969 ലെ ഭൂപരിഷ്കരണ(ഭേദഗതി) നിയമത്തിന്റെ വർഗ്ഗപരമായ ഉള്ളടക്കത്തിനെയിരെ അന്നത്തെ കേരള ഭരണം നടത്തിയ ഗൂഢാലോചനക്കെതിരായിരുന്നു. 1969 ലെ ഭൂപരിഷ്കരണ (ഭേദഗതി) നിയമത്തെ അട്ടിമറിക്കാനുള്ള നീക്കത്തിനെതിരായിരുന്നു.

1967 ലെ തിരഞ്ഞെടുപ്പിൽ ജന്മിവിരുദ്ധ ഇടതുപക്ഷ കൂട്ടുക്കെട്ടിൽ കോൺഗ്രസ് എന്ന വടവൃക്ഷം കടപുഴകി വീണു. കേരള നിയമസഭയിൽ കോൺഗ്രസ് എം എൽ എമാരുടെ എണ്ണം രണ്ടക്കത്തിൽ എത്താൻ പോലും കഴിഞ്ഞില്ല. കേവലം 9 സീറ്റുമാത്രം. പ്രതിപക്ഷ നേതൃസ്ഥാനം പോലും കോൺഗ്രസിൽ ഉണ്ടായില്ലെന്നുമാത്രമല്ല കോൺഗ്രസിന് പാർലമെന്ററി പാർട്ടി ലീഡർ ആകാൻ പോലും കോൺഗ്രസുകാർ തയ്യാറായില്ല. അവസാനം ശ്രീ. കെ കരുണാകരൻ ലീഡർ സ്ഥാനം ഏറ്റെടുത്തു. അതോടെയാണ് കെ കരുണാകരൻ ലീഡർ എന്ന അപരനാമത്തിൽ അറിയപ്പെട്ടത്.

കേരള ജനസംഖ്യയിൽ മഹാഭൂരിപക്ഷം വരുന്ന നാമമാത്ര ചെറുകിട ഭൂരഹിത കർഷകർക്കും ദളിത് വിഭാഗങ്ങൾക്കും അർഹമായ ഭൂമി

നിയമപരമായി ലഭിക്കാനുള്ള വകുപ്പുകൾ അടങ്ങിയതായിരുന്നു 1969 ലെ ഭൂപരിഷ്കരണ (ഭേദഗതി) നിയമം. അതോടൊപ്പം ജന്മിമാർക്കും വൻകിട-ഇടത്തരം കുടിയാന്മാർക്കും കേവലം 15 ഏക്കറുമാത്രം കുടുംബത്തിന് കൈവശം വെക്കാനേ അധികാരമുള്ളു. ബാക്കി മുഴുവൻ ഭൂമിയും മിച്ചഭൂമിയായി കണക്കാക്കി കുടിയാന്മാർക്കും കുടിയിരിപ്പുകാർക്കും ഭൂരഹിത കർഷകർക്കും, ദളിത വിഭാഗങ്ങൾക്കും വിതരണം ചെയ്യണമെന്ന നിയമം ഭൂപരിഷ്കരണ(ഭേദഗതി) നിയമത്തിലുമുണ്ട്.

ജന്മിമാരെയും വൻകിടകുടിയാന്മാരേയും സംരക്ഷിക്കുന്ന രാഷ്ട്രീയപാർട്ടിയാണ് കോൺഗ്രസ്. ഇടത്തരം ധനികകർഷകരിൽ ഊന്നിനിന്നുകൊണ്ടുള്ള പ്രവർത്തനം നടത്തുന്ന ഒരുവിഭാഗം ഇടതുപക്ഷവും വലതുപക്ഷവും ചേർന്ന മുന്നണിയാണ് 1970 മുതൽ 1980 വരെ കേരളം ഭരിച്ചത്. ഈ വസ്തുത വെച്ചുകൊണ്ടുവേണം 1969 ൽ പാസാക്കിയ ഭൂപരിഷ്കരണ (ഭേദഗതി) ബിൽ നടപ്പാക്കിയതിനെക്കുറിച്ച് വിലയിരുത്താൻ. 1969 ലെ നിയമം അതേപടി നടപ്പാക്കിയാൽ മേൽ സൂചിപ്പിച്ചതുപോലെ ജന്മിവർഗ്ഗത്തിനും, ധനിക വൻകിട കൃഷിക്കാർക്കും വൻനഷ്ടമാണ് സംഭവിക്കുന്നത്. അവരുടെ കൈവശമുള്ള ഭൂമി യഥാർത്ഥ കൃഷിക്കാരന്റെ കൈവശം എത്തിച്ചേരും. കർഷകരെയും കർഷകതൊഴിലാളികളെയും ദളിത് ജനവിഭാഗങ്ങളെയും വഞ്ചിച്ചുകൊണ്ട് കുറുമുന്നണിയുടെ നേതൃത്വത്തിൽ കോൺഗ്രസുമായി ചേർന്ന് ഭൂരിപക്ഷമില്ലാത്ത മന്ത്രിസഭ രൂപീകരിക്കുകയും തുടർന്ന് നടന്ന തെരഞ്ഞെടുപ്പിൽ കുറുമുന്നണികളുടെ നേതൃത്വത്തിൽ തന്നെ പ്രഥമ യു ഡി എഫ് സർക്കാർ കേരളത്തിൽ അധികാരത്തിൽ വരുകയും ചെയ്തു.

ജന്മിത്തം അവസാനിപ്പിക്കുന്നതിനുള്ള കർഷകപ്രസ്ഥാനത്തിന്റെ പോരാട്ടത്തിൽ ഒഴിപ്പിക്കൽ തടയൽ, പാട്ടം കുറയ്ക്കൽ എന്നിവക്കുപുറമെ പട്ടികജാതിക്കാർക്കും പിന്നോക്കസമുദായങ്ങൾക്കുമെതിരായ സാമൂഹ്യ വിവേചനം അവസാനിപ്പിക്കുക എന്നതുമായിരുന്നു ലക്ഷ്യം അഥവാ കൃഷിക്കാർക്ക് കൃഷിഭൂമി കിട്ടുന്നതോടൊപ്പം ജന്മിമാരുടെ കൈവശമുള്ള അധിക ഭൂമി ഭൂരഹിതർക്ക് നല്കുക എന്നതായിരുന്നു ലക്ഷ്യം.

ഒരു നിയമം പാർലമെന്റോ നിയമസഭയോ പാസ്സാക്കിയാൽ ആ നിയമം ഭൂരിപക്ഷത്തിന്റെ ശ്രേയസ്സിനു വേണ്ടിയാണെങ്കിൽ അവ നടപ്പാക്കി കിട്ടുക എന്നത് ആനിയമത്തിന്റെ ഗുണഭോക്താക്കളുടെ അവകാശമാണ് അത് ബന്ധപ്പെട്ട വകുപ്പിന്റെയോ നടപ്പാക്കുന്ന ഉദ്യോഗസ്ഥ മേധാവികളുടെയോ ഔദാര്യമല്ല. ആ നിയമം പ്രാവർത്തികമാക്കുക എന്നത് ഗുണഭോക്താക്കളുടെ ആവശ്യം കൂടിയാണ്. 1959 ലെ കാർഷിക ബന്ധനിയമവും, 1969 ലെ ഭൂപരിഷ്കരണ (ഭേദഗതി) നിയമവും നടപ്പാക്കികിട്ടാൻ ത്യാഗപൂർണ്ണമായ സമരത്തിലേക്ക് കർഷകപ്രസ്ഥാനത്തിന് നീങ്ങേണ്ടി വന്നു. ഒട്ടേറെ രക്തസാക്ഷികളെ സൃഷ്ടിക്കേണ്ടിവന്നു. പതിനായിരങ്ങൾ പൊലീസിന്റെയും ജന്മി-ഭരണകക്ഷികളുടെയും മർദ്ദനത്തി

നിരയായി. ആയിരങ്ങൾ ജയിൽ വാസമനുഭവിക്കേണ്ടിയും വന്നു.

1959 ലെ കമ്യൂണിസ്റ്റു ഗവൺമെന്റിനെ പിരിച്ചുവിട്ടതിനുശേഷം കേരളത്തിലെ ഗ്രാമങ്ങളിൽ പുതിയ കൂട്ടുകെട്ടുകൾ ഉടലെടുത്തു. ഗ്രാമങ്ങളിലെ ജന്മിമാരും നാട്ടിൻപുറത്തെ ചൂഷക പ്രമാണിമാരും കോൺഗ്രസ്സിന്റെ കൂടെ അണിനിരന്നു. ഇതിലൂടെ 1963 ൽ നടന്ന ഇടക്കാല തിരഞ്ഞെടുപ്പിൽ കോൺഗ്രസിനു താല്ക്കാലിക വിജയം വരിക്കാൻ കഴിഞ്ഞു. കോൺഗ്രസ്സിനും സഖ്യകക്ഷികൾക്കും വൻഭൂരിപക്ഷം കിട്ടിയതോടെ 57 ലെ കാർഷിക ബന്ധനിയമത്തിൽ ജന്മിമാർക്ക് അനുകൂലമായ ഒട്ടേറെ വകുപ്പുകൾ കൂട്ടിച്ചേർത്തു. ഇതോടെ ഗ്രാമീണ മേഖലയിൽ ഗ്രാമീണ ദരിദ്രനും ഭൂരഹിത നാമമാത്ര ചെറുകിട കർഷകരും കമ്യൂണിസ്റ്റു പാർട്ടിയുടെ കൊടിക്കീഴിൽ അണിനിരന്നു. കമ്യൂണിസ്റ്റു പാർട്ടിക്കെതിരെ നടക്കുന്ന ഏതൊരാക്രമണത്തേയും തങ്ങൾക്കെതിരായ ആക്രമണമെന്ന ബോധം അവരിൽ ഉയർന്നുവന്നു. ഈ പശ്ചാത്തലത്തിലാണ് 1967 ലെ 4-ാം പൊതുതിരഞ്ഞെടുപ്പു നടക്കുന്നത്. തിരഞ്ഞെടുപ്പിൽ കോൺഗ്രസ് അമ്പേ പരാജയപ്പെട്ടു. സഖാവ് ഇ എം എസ് നമ്പൂതിരിപ്പാടിന്റെ നേതൃത്വത്തിൽ രൂപീകരിച്ച മന്ത്രിസഭ 1969 ൽ ഭൂപരിഷ്കരണ (ഭേദഗതി)നിയമം അവതരിപ്പിക്കാൻ തീരുമാനിച്ചു. എന്നാൽ ഭൂപരിഷ്കരണ (ഭേദഗതി) നിയമം അവതരിപ്പിക്കുന്നതിനുമുമ്പ് തയ്യാറാക്കിക്കൊണ്ടിരിക്കുന്ന അഴിമതിവിരുദ്ധ ബില്ലും പഞ്ചായത്ത് രാജ് ബില്ലും പാസ്സാക്കിയശേഷം മതി അവതരിപ്പിക്കാനെന്ന് ഇടതുപക്ഷത്തിലെ വലതുപക്ഷം ആവശ്യപ്പെട്ടു. പഞ്ചായത്ത് ബില്ലും അഴിമതി വിരുദ്ധ ബില്ലും പാസ്സാക്കിയശേഷം മതി കേരള ഭൂപരിഷ്കരണ (ഭേദഗതി)നിയമം കൊണ്ടുവരാൻ എന്ന വലതുപക്ഷവാദത്തെ മുഖ്യമന്ത്രി ഇ എം എസും റവന്യൂ മന്ത്രി കെ ആർ ഗൗരിയമ്മയും ശക്തമായി എതിർത്തു. ഇവരുടെ ശക്തമായ സമ്മർദ്ദത്തിന്റെ ഫലമായിട്ടുമാത്രമാണ് ആദ്യം തന്നെ ഭൂപരിഷ്കരണ (ഭേദഗതി) നിയമം അവതരിപ്പിച്ച് പാസ്സാക്കിയത്. തുടർന്ന് അണിയറയിൽ രൂപം കൊണ്ട കുറുമുന്നണി മന്ത്രിസഭയിൽ നിന്ന് പിൻമാറുകയും ഇ എം എസ് മന്ത്രിസഭ രാജിവെക്കുകയും ചെയ്തു.

ഒന്നാംഘട്ടസമരം

1969 ഒക്ടോബർ 17ന് പാസ്സാക്കിയ ഭൂപരിഷ്കരണ (ഭേദഗതി)നിയമം പ്രാവർത്തികമാക്കാൻ ശക്തമായ ബഹുജനപ്രക്ഷോഭത്തിനു മാത്രമേ കഴിയൂ. അല്ലെങ്കിൽ ബൂർഷ്വാ ഭൂപ്രഭു ജന്മിവർഗ്ഗ കൂട്ടുകെട്ട് ഉദ്യോഗസ്ഥ മേധാവിത്തത്തിന്റെ സഹായത്തോടെ ആർക്കുവേണ്ടിയാണോ നിയമം പാസ്സാക്കിയത് അതിന്റെ ഗുണഫലം അവരിൽ എത്താതിരിക്കാൻ പരിശ്രമിച്ചു. ഭരണവർഗ്ഗ താല്പര്യം സംരക്ഷിക്കത്തക്കവിധം നിയമത്തെ അവർ മാറ്റിമറിച്ചു. ഇതിന്റെ അടിസ്ഥാനത്തിലാണ് കർഷകപ്രസ്ഥാനവും കർഷകതൊഴിലാളി പ്രസ്ഥാനവും സമരപ്രഖ്യാപനം നടത്തിയത്.

1969 ഡിസംബർ 14 ന് ആലപ്പുഴയിൽ വെച്ച് കർഷക-കർഷകതൊഴിലാളികളുടെ ചരിത്ര പ്രസിദ്ധമായ സമര പ്രഖ്യാപനം നടന്നു. കർഷകരേയും കർഷകതൊഴിലാളികളേയും കുടികിടപ്പ് സംഘടനകളെയും പ്രതിനിധീകരിച്ചുകൊണ്ട് സംസ്ഥാനത്തിന്റെ വിവിധ ഭാഗങ്ങളിൽ നിന്നായി 2000 ത്തിലധികം പ്രതിനിധികൾ സമ്മേളനത്തിൽ പങ്കെടുത്തു. സമ്മേളനത്തിന്റെ സമാപനം കുറിച്ചുകൊണ്ട് 1 ലക്ഷത്തിലധികം ജനങ്ങൾ പങ്കെടുത്ത മഹാറാലിയിൽ വെച്ച് പാവങ്ങളുടെ പടത്തലവൻ മഹാനായ എ കെ ജി ഇങ്ങനെ പ്രഖ്യാപിച്ചു 'രാഷ്ട്രപതി കേരള ഭൂപരിഷ്കരണ നിയമത്തിന് അംഗീകാരം നല്കിയാലും ഇല്ലെങ്കിലും ശരി, നിയമം നടപ്പാക്കുന്നതിന്റെ പേരിൽ അതിനെ മറികടക്കാൻ ഉദ്യോഗസ്ഥ ദുഷ്പ്രഭുത്വം ജന്മിമാരെ സഹായിച്ചാലും ശരി, കേരളത്തിലെ കർഷകരും കർഷകതൊഴിലാളികളും കുടികിടപ്പുകാരും 1970 ജനുവരി 1 മുതൽ നിയമം നടപ്പിൽ വന്നുകഴിഞ്ഞതായി കണക്കാക്കുകയും ജനപ്രതിനിധികൾ അസംബ്ലിയിലിരുന്ന് പാസാക്കി നിയമമാക്കിയ ബില്ലിലെ വിവിധ വകുപ്പുകളിലുള്ള അവകാശങ്ങൾ പിടിച്ചെടുക്കുകയും ചെയ്യും.' ഈ പ്രഖ്യാപനത്തെ തുടർന്നാണ് കേരളത്തിലെ കുടികിടപ്പുകാർ തങ്ങളുടെ കുടികിടപ്പിലുള്ള 10 സെന്റ് ഭൂമി ലഭിക്കാനുള്ള അവകാശം നേടിയെടുക്കാൻ പോരാട്ടത്തിന് തയ്യാറായത്. തങ്ങളുടെ 10 സെന്റ് ഭൂമി വളച്ചുകെട്ടുവാനും അതിലുള്ള എല്ലാ അനുഭവങ്ങളും എടുക്കുവാനും കുടികിടപ്പുകാർ തയ്യാറായി. മാത്രമല്ല കുടിയാന്മാർ 1970 ജനുവരി 1 മുതൽ ജന്മിമാർക്ക് പാട്ടം കൊടുക്കാൻ തയ്യാറല്ലെന്നും തങ്ങൾ കൃഷിചെയ്യുന്ന ഭൂമിയുടെ ഉടമകളായി സ്വയം കണക്കാക്കി വേർതിരിക്കാനും തുടങ്ങി.

ജന്മിമാരും അവരുടെ സുഹൃത്തുക്കളും ഇത് അവരുടെ സ്വത്തിന്മേലുള്ള നിയമവിരുദ്ധ കൈയേറ്റമായി ആക്ഷേപിക്കുകയുണ്ടായി. ഈ സമരത്തെ കൈയേറ്റസമരമെന്ന് ബൂർഷ്വാ പത്രമാധ്യമങ്ങൾ വിശേഷിപ്പിച്ചു.

ആലപ്പുഴ പ്രഖ്യാപനമനുസരിച്ച് അവകാശം സ്ഥാപിച്ച ജനങ്ങളെ പൊലീസും, സി ആർ പിക്കാരും ഭരണകക്ഷിക്കാർ സംഘടിപ്പിച്ച ഗുണ്ടകളും ആക്രമിച്ചു. പതിനായിരക്കണക്കിന് ആൾക്കാരെ അറസ്റ്റുചെയ്തു അവർക്കെതിരെ കേസെടുത്തു. ആയിരക്കണക്കിനാളുകളെ മൃഗീയമായി ആക്രമിച്ചു. സ്ത്രീകളടക്കം ധീരരായ 40 ലധികം സജീവ പ്രവർത്തകർ ക്രൂരമായി കൊലചെയ്യപ്പെട്ടു. എന്നിട്ടും ഭരണകക്ഷിക്കാർ അവരുടെ ഉദ്ദേശ്യം നടപ്പാക്കുന്നതിൽ പരാജയപ്പെട്ടു.

കുടികിടപ്പുസമരത്തിന്റെ നിശ്ചയ ദാർഢ്യം കണ്ട് പല ജില്ലകളിലും ഒത്തുതീർപ്പിന് ജന്മിമാർ തയ്യാറായി. കുടികിടപ്പുകാരുടെ ആവശ്യങ്ങൾ അംഗീകരിക്കാനും തയ്യാറായി. ഉഭയകക്ഷി ചർച്ചയിലൂടെയാണ് ഒത്തുതീർപ്പുകൾ ഉണ്ടായത്.

ഈ സമരത്തിന്റെ ഫലമായി 28 ലക്ഷത്തിൽപരം കുടിയാന്മാർക്കും 5 ലക്ഷത്തിൽപരം കുടികിടപ്പുകാർക്കും ഭൂമി സ്വന്തമായി. മലയാളി

കൾക്ക് തന്റേതായ ഒരിടം ഉറപ്പിക്കാൻ കഴിഞ്ഞു. അവൻ തന്റേടികളായി. ജന്മിത്വത്തിന്റെ കരാളഹസ്തങ്ങളിൽപ്പെട്ട കർഷകരെ മോചിപ്പിക്കുക എന്നതായിരുന്നു ഈ സമരത്തിന്റെ ലക്ഷ്യം. അത് വിജയപ്രദമാക്കാൻ ഈ സമരത്തിനു കഴിഞ്ഞു.

സമരത്തിന്റെ രണ്ടാംഘട്ടം:-

1970 ൽ വന്ന കുറുമുന്നണിയുടെ നേതൃത്വത്തിലുള്ള കോൺഗ്രസ് ഗവൺമെന്റ് 1959 ലെ കാർഷിക ബന്ധബില്ലിൽ, ആർ ശങ്കറിന്റെ നേതൃത്വത്തിലുള്ള മന്ത്രിസഭ കൊണ്ടുവന്ന ഇഷ്ടദാന നിയമം കൂട്ടിച്ചേർത്തു. ഇഷ്ടദാന ബില്ല് ഉപയോഗപ്പെടുത്തി മിച്ചഭൂമി ഇഷ്ടപ്പെട്ടവർക്ക് ഭൂമി ദാനം തീറായി നല്കാൻ മൗനാനുവാദം നല്കി. ഇതിനെതിരായിരുന്നു രണ്ടാം ഘട്ടസമരം. 1971 മെയ് 25 മുതൽ സമരം ആരംഭിച്ചു. സമരത്തിന്റെ മുന്നോടിയായി മെയ് 7 ന് കൊച്ചിയിൽ വെച്ച് കർഷക-തൊഴിലാളി സംയുക്ത കൺവെൻഷൻ ചേർന്ന് സമര പ്രഖ്യാപനം നടത്തി. 1959 ൽ ഇ എം എസ് ഗവൺമെന്റ് കൊണ്ടുവന്ന കാർഷികബന്ധബില്ലിൽ കൈവശ ഭൂമിക്ക് അവകാശം നല്കുന്ന വകുപ്പുകളാണുണ്ടായിരുന്നത്. കുടിയൊഴിപ്പിക്കാൻ പാടില്ലെന്ന വ്യവസ്ഥ മാത്രമായിരുന്നു അത്. 1969 ലെ നിയമത്തിൽ കുടികിടപ്പുകാരന് ജന്മാവകാശം നല്കുന്ന വകുപ്പുകളുമുണ്ടായിരുന്നു. അതോടൊപ്പം കുടികിടപ്പുകാരന് അവന്റെ വീടിനു ചുറ്റുമുള്ള 10 സെന്റിന് അവകാശമുണ്ടായിരുന്നു. കുടിയാനും കുടികിടപ്പുകാരനും പുറമെ ലക്ഷക്കണക്കിന് ഭൂരഹിതർക്ക് (പട്ടികജാതി-പട്ടികവർഗ്ഗം) ഭൂമി ലഭിക്കാനുള്ള നിയമവും ആയിരുന്നു അത്. ഈ നിയമം കോൺഗ്രസിന്റെ നേതൃത്വത്തിലുള്ള ഗവൺമെന്റ് അട്ടിമറിക്കാൻ ശ്രമിച്ചപ്പോഴാണ് രണ്ടാംഘട്ട സമരത്തിന് രൂപം നല്കിയത്. ഭൂപരിഷ്കരണ(ഭേദഗതി)നിയമത്തിൽ വ്യവസ്ഥ ചെയ്ത പരിധിയിലും കൂടുതൽ ജന്മിമാരുടെ കൈവശത്തിലുള്ള മിച്ചഭൂമി ഏറ്റെടുത്ത് വിതരണം ചെയ്യണമെന്നതായിരുന്നു ആവശ്യം. ഇത് പ്രാവർത്തികമാക്കുന്നതിനുള്ള സമരമായിരുന്നു രണ്ടാംഘട്ടസമരം. ഓരോജില്ലയിലും ഒരുപ്രത്യേക ജന്മിയുടെ തിരഞ്ഞെടുക്കപ്പെട്ട മിച്ചഭൂമിയിൽ തിരഞ്ഞെടുക്കപ്പെട്ട വാളണ്ടിയർമാർ പ്രവേശിക്കുകയും ഗവൺമെന്റിനു വേണ്ടിയുള്ള ട്രസ്റ്റുകൾ എന്ന നിലയിൽ അവരത് കൈവശം വെക്കുകയും അടിയന്തിരമായും അത് ഏറ്റെടുത്ത് നിയമത്തിൽ പറയുന്ന ഗ്രാമീണർക്ക് വിതരണം ചെയ്യുകയും വേണമന്ന് ആവശ്യപ്പെടുകയും ചെയ്തു. ഇതായിരുന്നു സമരത്തിന്റെ രൂപം. അതോടൊപ്പം എല്ലാ ജില്ലാകളക്ട്രേറ്റുകളും ചില ഗവൺമെന്റ് ഓഫീസുകളും പിക്കറ്റുചെയ്യാനും തീരുമാനിച്ചു.

ജന്മിമാരുടെ കൈവശമുള്ള മിച്ചഭൂമിയിൽ പ്രവേശിച്ചുകൊണ്ട് സമരസമിതി വാളണ്ടിയർമാർ ഓരോദിവസവും ഭൂമി ഗവൺമെന്റിനു കാണിച്ചുകൊടുത്തു. എന്നാൽ ഈ ചൂണ്ടിക്കാണിച്ച ഭൂമി ഏറ്റെടുക്കുന്നതിനു പകരം കൈയേറ്റക്കാരെ നീക്കം ചെയ്യുന്നതിനായി ശ്രമിക്കുകയാണ്

ഗവൺമെന്റ് ചെയ്തത്. ഈ സമരത്തിലൂടെ ഒരുലക്ഷത്തി അറുപതിനായിരത്തിൽപരം ഏക്കർ ഭൂമി സമര വാളണ്ടിയർമാർ ചൂണ്ടിക്കാണിച്ചു കൊടുക്കുകയുണ്ടായി.

1969 ൽ കാർഷിക ഭൂപരിഷ്കരണ (ഭേദഗതി) ബിൽ അവതരിപ്പിക്കുമ്പോഴുണ്ടായിരുന്ന കണക്കുപ്രകാരം ഏഴുലക്ഷത്തി ഇരുപതിനായിരം ഏക്കർ ഭൂമി മിച്ചഭൂമിയായിരുന്നു. എന്നാൽ 1991 ലെ കണക്കനുസരിച്ച് സർക്കാർ ഏറ്റെടുത്ത ഭൂമി കേവലം തൊണ്ണൂറ്റി മൂവായിരത്തി എഴുപത്തെട്ട് ഏക്കർ മാത്രമായി. അതായത് കണ്ടെത്തിയ ഭൂമിയുടെ 13 ശതമാനം.

വർത്താമാനകാലത്തും ഭൂപ്രശ്നം അഥവാ കൈവശഭൂമിക്ക് അവകാശം ലഭിക്കാനുള്ള പ്രശ്നം സജീവമാണ്. എപ്പോൾ ഇടതുപക്ഷ ജനാധിപത്യ മുന്നണി ഗവൺമെന്റ് അധികാരത്തിൽ വരുന്നുവോ അപ്പോഴെല്ലാം ഉദ്യോഗസ്ഥ ദുഷ്പ്രഭുത്വവും വൻകിട കർഷകമുതലാളിമാരും (എസ്റ്റേറ്റ് ഉടമകൾ) ഭൂമാഫിയയും വലതുപക്ഷ രാഷ്ട്രീയ നേതൃത്വവും ചേർന്ന് വിവാദങ്ങൾ അഴിച്ചുവിട്ട് നടപടികളെ തടസ്സപ്പെടുത്തുന്നത് നിത്യ സംഭവമായി മാറിയിരിക്കുകയാണ്.

പട്ടയപ്രശ്നം കേരളത്തിൽ അതി സങ്കീർണ്ണമാണ്. വ്യക്തമായ ഒരു ഭൂസർവ്വേ കണക്ക് ഇല്ലാത്ത ഏകസംസ്ഥാനം കേരളമായിരിക്കാം.

1974 ൽ സർക്കാരിൽ സ്വകാര്യ വനങ്ങൾ നിക്ഷിപ്തമാക്കികൊണ്ട് പുറത്തിറക്കിയ നിയമത്തിൽ പതിച്ചുകൊടുക്കാൻ നീക്കിവെച്ച ഭൂമിയിൽ ഇനിയും പട്ടയം നല്കാനുണ്ട്. 1974 ലെ കേരള സ്വകാര്യ വനങ്ങൾ നിക്ഷിപ്തമാക്കിയ നിയമപ്രകാരം സ്വകാര്യ വ്യക്തികൾ മിച്ചഭൂമിയായും നിക്ഷിപ്ത വനഭൂമിയാക്കി നല്കുകയുണ്ടായി. ഈ ഭൂമിയിലുള്ള കുടികിടപ്പുക്കാർക്ക് കൈവശാവകാശം നാളിതുവരെ ലഭിച്ചിട്ടില്ല. അഞ്ചാറുപതിറ്റാണ്ടായി കൈവശഭൂമിക്ക് നികുതി അടച്ചിട്ടും പിന്നീട് നിഷേധിച്ച പട്ടയം നല്കിയില്ല.

1996 ൽ അധികാരത്തിൽ വന്ന LDF ഗവൺമെന്റ് ഈ പ്രശ്നങ്ങൾ പരിഹരിക്കുന്നതിന് വേണ്ടി പുതിയ നിയമം കൊണ്ടുവരുന്നതിനുള്ള സമീപനം സ്വീകരിച്ചു. 1999 ൽ പുതിയ നിയമ വ്യവസ്ഥയ്ക്ക് രൂപം കൊടുത്തു.

1980 ൽ കേന്ദ്രസർക്കാർ കൊണ്ടുവന്ന വനസംരക്ഷണ നിയമം മേൽ ചേർത്ത 1996 ലെനിയമങ്ങൾക്ക് തടസ്സമായി നിക്ഷിപ്ത വനഭൂമിയിലെ കുടിയാനോ കുടികിടപ്പുകാരനോ ഭൂരഹിത കർഷകന് മിച്ചഭൂമിയോ പതിച്ചുനല്കാൻ കഴിയാത്ത സ്ഥിതി വന്നു.പട്ടയം നല്കുന്നതിന് കർശന ഉപാധികൾ ഈ നിയമത്തിൽ ഉൾപ്പെടുത്തിയിട്ടുണ്ട്. പട്ടയം നല്കിയാൽ അതിന്റെ ഇരട്ടിപ്രദേശം പുതിയവനം വെച്ചുപിടിപ്പിക്കാൻ സ്ഥലം കണ്ടെത്തണം.

1971 ലെ നിയമപ്രകാരം 1.5 ലക്ഷം ഏക്കർ വനഭൂമിസർക്കാർ ഏറ്റെടുത്തു എന്നാണ് കണക്ക്. 1977 നു മുമ്പ് കൈവശമുള്ള കൃഷിക്കാർ

ഈ ഭൂമിയിലുണ്ട്. ഇവർക്ക് പൂർണ്ണ അവകാശത്തോടെ ക്രയവിക്രയ സ്വാതന്ത്ര്യത്തോടെ പട്ടയം നല്കുന്നതിന് 1980ലെ കേന്ദ്രനിയമം അനുവദിക്കുന്നുമില്ല.

2006 ൽ അധികാരത്തിൽ വന്ന LDF സർക്കാർ കേന്ദ്രനിയമത്തിനെതിരെ സുപ്രീംകോടതിയിൽ പോയി. 2009 ൽ മാർച്ചിൽ കർക്ഷകർക്ക് അനുകൂലമായ വിധി സുപ്രീംകോടതി നല്കി. 2010 സെപ്തംബർ 2 ന് ചേർന്ന മന്ത്രിസഭ കർഷകർക്ക് ക്രയവിക്രയ സ്വാതന്ത്ര്യത്തോടെ പട്ടയം നല്കാൻ തീരുമാനിച്ചു. അതിനുള്ള നടപടികൾ ആരംഭിച്ചു. ഒരു ഘട്ടമെത്തിയപ്പോൾ ഇടുക്കി ജില്ലയിലെ മൂന്നാറിൽ പട്ടയവിതരണ നടപടികൾ വിവാദത്തിലെത്തി. 77 നു മുമ്പ് ഭൂമി കൈവശമുള്ള കർഷകർക്കുള്ള പട്ടയവിതരണം ഇതോടെ അവതാളത്തിലായി. പിന്നീട് അധികാരത്തിൽ വന്ന U D F സർക്കാർ വീണ്ടും ഭൂപരിഷ്കരണ നിയമത്തിൽ വെള്ളം ചേർക്കാൻ നടപടികളാരംഭിച്ചു. തോട്ടഭൂമി പതിച്ചു നല്കാൻ, ഭൂമാഫിയയ്ക്കു വേണ്ടി എത്ര ഏക്കർ ഭൂമി കൈവശം വെക്കാനുള്ള അനുമതി എന്നിവക്ക് നിയമസാദ്ധ്യകരണം നല്കാനുള്ള നടപടികളുമെടുത്തു.

2016 ൽ അധികാരത്തിൽ വന്ന സഖാവ് പിണറായി വിജയന്റെ നേതൃത്വത്തിലുള്ള ഇടതുപക്ഷജനാധിപത്യ മുന്നണി സർക്കാർ തിരഞ്ഞെടുപ്പു പ്രകടനപത്രികയിൽതന്നെ കർഷകർക്ക് ഉപാധിരഹിത പട്ടയം നല്കുമെന്ന് പ്രഖ്യാപിച്ചു. അതിനുള്ള നടപടികൾ ആരംഭിക്കുകയും ചെയ്തു. കാസർകോട് ജില്ലയിലും, ഇടുക്കി ജില്ലയിലും ആയിരകണക്കിന് ഭൂരഹിതർക്കും, കുടിയേറ്റക്കാർക്കും ഉപാധിരഹിത പട്ടയം നല്കുന്നതിനുള്ള നടപടികളും ആരംഭിച്ചു. ഇതോടെ വിവാദങ്ങളും തുടങ്ങി. വൻകിട ഭൂപ്രഭുക്കൾ (തോട്ടമുടമ) ഭൂമാഫിയ ഉദ്യോഗസ്ഥ ദുഷ്പ്രഭുത്വം അടങ്ങുന്ന കൂട്ടുകെട്ടാണ് ഈ വിവാദങ്ങളുടെ പിന്നിൽ. അതിന് വലതുപക്ഷരാഷ്ട്രീയ പിന്തുണയും ലഭിക്കുന്നു. യഥാർത്ഥ പട്ടയവിതരണത്തെ അട്ടിമറിച്ച് ഭൂമാഫിയക്ക് സംരക്ഷണം നല്കാനുള്ള ഗൂഢനീക്കമാണ് ഇവർ നടത്തുന്നത്. ഇതിനെതിരെ ശക്തമായ കർഷകമുന്നേറ്റം ഈ കാലഘട്ടത്തിൽ അനിവാര്യമാണ്.

കഴിഞ്ഞ 5 വർഷക്കാലം യു ഡി എഫ് സർക്കാർ കാർഷികമേഖലയിൽ സ്വീകരിച്ച തെറ്റായ നടപടികൾ ഈ സർക്കാർ തിരുത്തുമെന്നാണ് കർഷകർ പ്രതീക്ഷിക്കുന്നത്. അതിനുള്ള നടപടികൾ സ്വീകരിച്ചതിൽ കർഷകർക്ക് തൃപ്തിയുണ്ട്. 1959 ലെ കാർഷികബന്ധ നിയമവും 1969 ലെ കേരള ഭൂപരിഷ്കരണ(ഭേദഗതി) നിയമവും 1971 ലെ വനം നിക്ഷിപ്തമാക്കൽ നിയമവും അനുസരിച്ച് ജന്മാവകാശം അഥവാ ക്രയവിക്രയ സ്വാതന്ത്ര്യത്തോടെ പട്ടയം ലഭിക്കാത്ത ആയിരക്കണക്കിന് കർഷകർ കേരളത്തിലെ വിവിധ ജില്ലകളിലുണ്ട്. റവന്യൂ-ഫോറസ്റ്റ് തർക്കം കർഷകരും ഫോറസ്റ്റും തമ്മിലുള്ള തർക്കം, മിച്ചഭൂമിപ്രശ്നം, മിച്ചഭൂമിയിലെ കുടിക്കിടപ്പ്, നിക്ഷിപ്ത വനഭൂമിയിലെ കുടിയിരിപ്പ് തുടങ്ങിയ ഒട്ടേറെ സങ്കീർണ്ണമായ പ്രശ്നങ്ങൾ പട്ടയ പ്രശ്നവുമായി ബന്ധ

പ്പെട്ട് കിടക്കുന്നുണ്ട്.

കേരളത്തിലെ ഭൂപ്രശ്നം വിവിധജില്ലകളിൽ വിവിധ രൂപത്തിലാണുള്ളത്. മിച്ചഭൂമിയായി പ്രഖ്യാപിക്കപ്പെട്ട 53,919 ഹെക്ടറിൽ 9,327 ഹെക്ടർ കോടതി ഇടപെടൽമൂലം വർഷങ്ങളായി മരവിച്ചുകിടക്കുകയാണ്. ബാക്കിയുള്ള ഭൂമിയിൽ ഏറ്റെടുത്തത് 40,275 ഹെക്ടർ മാത്രം. അത് പൂർണ്ണമായി വിതരണം ചെയ്തിട്ടില്ല. പട്ടയം ലഭിച്ചിട്ടുമില്ല.

നിക്ഷിപ്ത വനഭൂമിയിലെ കുടികിടപ്പുകാർ 1,669 ഹെക്ടർ ഭൂമിയിലുണ്ട്.1977ന് മുമ്പ് കൈവശമുണ്ടായിരുന്ന ഈ ഭൂമിയാണ് ജന്മി വിട്ടുകൊടുത്ത് സർക്കാർ നിക്ഷിപ്തവനഭൂമിയായി പ്രഖ്യാപിച്ചത്.

കാപ്പി, തേയില, റബ്ബർ, കൊക്കോ തോട്ടവിള കൃഷിയുള്ള ഈ ഭൂമി പരിധിയിൽ നിന്ന് ഒഴിവാക്കിയിരുന്നു. ഇതിന്റെ മറവിൽ വ്യക്തികൾ പരിധിയിൽ കൂടുതൽ ഭൂമി കൈവശം വെച്ചുവരുന്നു.

ഇടുക്കി ജില്ലയിലാണ് ഭൂപ്രശ്നം അതിസങ്കീർണ്ണമായിക്കിടക്കുന്നത്. കണ്ണൂർ, വയനാട്, പാലക്കാട് ജില്ലകളിലും പതിറ്റാണ്ടുകളായി പരിഹാര മാർഗ്ഗം കാണാതെ ആയിരക്കണക്കിന് കർഷകർ ദുരിതത്തിലാണ്.

ഇത്രയും ഭൂപ്രശ്നം സങ്കീർണ്ണമാകാൻ കാരണം ഉദ്യോഗസ്ഥ-ഭൂമാഫിയ-രാഷ്ട്രീയ കൂട്ടുകെട്ടാണ്. കഴിഞ്ഞ യു ഡി എഫ് ഭരണകാലത്ത് ഇത് പകൽപോലെ വ്യക്തമായതാണ്. എൽ ഡി എഫ് സർക്കാർ വന്നതോടെ ഈ പ്രശ്നങ്ങളെല്ലാം ശരിയാകുമെന്ന പ്രതീക്ഷയിലാണ് കർഷകർ. ഈ സാഹചര്യത്തിൽ കേരള കർഷകസംഘം താഴെ ചേർത്ത കാര്യങ്ങൾ പ്രശ്നപരിഹാരത്തിനായി അവതരിപ്പിക്കുന്നു

1. ലാന്റ് ബോർഡുകളുടെ പ്രവർത്തനം കാര്യക്ഷമമാക്കുക. കെട്ടിക്കിടക്കുന്ന കേസുകൾ സമയബന്ധിതമായി തീർപ്പാക്കുന്നതിന് പ്രത്യേക സംവിധാനം ഏർപ്പെടുത്തുക.
2. കോടതിയിൽ കെട്ടിക്കിടക്കുന്ന മിച്ചഭൂമി കേസുകൾ തീർപ്പാക്കാൻ പ്രത്യേക കോടതി രൂപീകരിച്ച് സമയബന്ധിതമായി തീർപ്പാക്കാൻ നടപടി സ്വീകരിക്കുക.
3. വിവിധ ജില്ലകളിലെ മലയോര മേഖലയിൽ അധിവസിക്കുന്ന ആയിരക്കണക്കിന് കുടിയേറ്റ കർഷകർക്ക് 01.01.1977 ന് മുമ്പുള്ള കൈവശം തിട്ടപ്പെടുത്തി ജോയിന്റ് വെരിഫിക്കേഷൻ നടത്തിയിട്ടുള്ളതാണ്. ഇതിൽ അർഹരായ എല്ലാവർക്കും ഉപാധിരഹിത പട്ടയം അനുവദിക്കുക.
4. ഇടുക്കി ജില്ലയിലെ റീസർവ്വേ-പൂർത്തിയാക്കിയതും ജോയിന്റ് വെരിഫിക്കേഷൻ നടത്തി തീർപ്പ് കല്പിച്ചതുമായ പ്രദേശത്ത് 16,000 അപേക്ഷകൾ നിലവിലുണ്ട്. അവർക്ക് ഉപാധിരഹിത പട്ടയം നല്കണം. പട്ടയം നല്കാൻ യു ഡി എഫ് സർക്കാർ നിശ്ചയിച്ച 16 ഉപാധികൾ റദ്ദു ചെയ്യണം.
5. ദേവികുളം താലൂക്കിലെ 8 വില്ലേജുകളിൽ കാലിത്തൊഴുത്തുകളടക്കമുള്ള ഒരു നിർമ്മാണപ്രവർത്തനങ്ങളും നടത്തരുതെന്ന്

ജില്ലാ കളക്ടർ ഉത്തരവിട്ടിരിക്കുകയാണ്. ഇതേത്തുടർന്ന് നിർമ്മാണ പ്രവർത്തനങ്ങളൊന്നുംതന്നെ ഇവിടെ നടക്കുന്നില്ല. 2010 ലെ ഒരു കോടതി പരാമർശം ചൂണ്ടിക്കാട്ടിയാണ് ഇടുക്കി ജില്ലാ കളക്ടർ ഉത്തരവ് ഇറക്കിയിട്ടുള്ളത്. ഈ ഉത്തരവ് അടിയന്തരമായി പിൻവലിക്കുവാനുള്ള നടപടി സ്വീകരിക്കണം.

6. 2006 ലെ എൽ ഡി എഫ് സർക്കാർ 28 ഇനം മരങ്ങൾ സ്വന്തം ഭൂമിയിൽ നിന്ന് മുറിച്ചുമാറ്റുന്നതിനും അവ ഉപയോഗിക്കുവാനും ഉത്തരവ് ഇറക്കിയതാണ്. ഇതിനെ മറികടന്ന് ഇപ്പോൾ ഫോറസ്റ്റ് ഉദ്യോഗസ്ഥർ മരം മുറിക്കുന്നത് നിരോധിച്ചിരിക്കുന്നു. കർഷകന്/ഭൂവുടമയ്ക്ക് സ്വന്തം ഭൂമിയിലെ മരം മുറിക്കാനുള്ള അനുമതി നല്കണം. ഇതുസംബന്ധിച്ച് 15.12.2016 ൽ സർക്കാർ പുറപ്പെടുവിച്ച No.206/2016 Law No.19343/16-ാം നമ്പർ ഉത്തരവ് റദ്ദ് ചെയ്യുക.
7. കണ്ണൂർ ജില്ലയിലെ തളിപ്പറമ്പ് താലൂക്കിൽ 1903 മുതൽ 1964 വരെ കൈവശാവകാശമുള്ളതും പിന്നീട് നികുതി അടച്ചുവന്നതുമായ നൂറുകണക്കിന് കർഷകർക്ക് ഇനിയും പട്ടയം കിട്ടിയിട്ടില്ല. അവർക്ക് അടിയന്തരമായി പട്ടയം നല്കുവാൻ നടപടി സ്വീകരിക്കണം. സമാന പ്രശ്നങ്ങൾ എല്ലാ ജില്ലകളിലും നിലവിലുണ്ട്.
8. തൃശൂർ മുതൽ കാസർകോട് ജില്ലവരെ 4 ലക്ഷത്തോളം അപേക്ഷകളാണ് കോഴിക്കോട് അസിസ്റ്റന്റ് ലാന്റ് ബോർഡ് കമ്മീഷണറുടെ ഓഫീസിൽ കെട്ടിക്കിടക്കുകയാണ്. അത് പരിശോധിക്കാനും പരിഹരിക്കാനും പ്രത്യേകം സംവിധാനം ഉണ്ടാക്കണം.
9. വിവിധ പദ്ധതികൾക്കായി പല ജില്ലകളിലും നൂറുകണക്കിന് ഹെക്ടർ സ്ഥലം സർക്കാർ ഏറ്റെടുത്ത് പിന്നീട് പദ്ധതി ഉപേക്ഷിക്കുകയും ചെയ്തു. ഇടുക്കി, കാസർകോട്, പാലക്കാട് തുടങ്ങിയ ജില്ലകളിൽ ഇത്തരം ഭൂമിയിൽ നൂറുകണക്കിന് കർഷകർ താമസിക്കുന്നു. അവർക്ക് പട്ടയം നല്കാനുള്ള നടപടികൾ സ്വീകരിക്കണം.
10. വയനാട് ജില്ലയിൽ നൂറുകണക്കിന് ആദിവാസികൾ ഉൾപ്പടെയുള്ള കൃഷിക്കാർക്ക് പട്ടയം നിഷേധിച്ചിരിക്കുകയാണ്. അതിനു പരിഹാരം കാണണം.

മേൽ പറഞ്ഞ വസ്തുതകളുടെ അടിസ്ഥാനത്തിൽ തർക്കമുള്ള പട്ടയം, കൈവശാവകാശം, റവന്യൂ, വനംവകുപ്പ് തർക്കം, മിച്ചഭൂമി, കോടതി പ്രശ്നം തുടങ്ങിയ ഭൂപ്രശ്നങ്ങളെ സംബന്ധിച്ച് വിവിധ മേഖലകളിലെ വിദഗ്ദ്ധരെയും കർഷകരെയും ഉൾപ്പെടുത്തി സമഗ്രമായി പഠനം നടത്തി ശാശ്വത പരിഹാരമാർഗ്ഗങ്ങൾ കണ്ടെത്തുക.

(2017 ജൂൺ)

കാർഷിക സംസ്കാരം തിരിച്ചു പിടിക്കുക

എല്ലാവരും കൃഷിക്കാരാവുക, എല്ലായിടത്തും കൃഷിയിറക്കുക.

പൊന്നിൻ ചിങ്ങമാസത്തെ മലയാളികൾ വരവേല്ക്കുന്ന ദിനം ചിങ്ങം1.കൊല്ലവർഷാരംഭം. കർഷകദിനം കള്ളക്കർക്കിടകം കഴിഞ്ഞ് പട്ടിണിക്കും പരിവട്ടത്തിനും അറുതി വരുത്തി സമൃദ്ധിയുടെ കാലപ്പിറവിദിനം.

മേടമാസത്തിൽ വിത്തിറക്കി എടവത്തിലെ മഴവെള്ളത്തിൽ ആടിയുലഞ്ഞ് വളർന്ന് കർക്കിടകത്തിൽ കതിരിട്ട് നെൽച്ചെടികൾ പൊന്നിൻ ചിങ്ങമാസത്തെ വരവേല്ക്കുന്ന ദിനം. കർഷകദിനം പൊന്നണിഞ്ഞു നില്ക്കുന്ന നെൽവയലുകളിൽ പൊന്നരിവാളേന്തി നില്ക്കുന്ന കർഷകരുടെ മാസം ചിങ്ങമാസം.

ഐശ്വര്യപൂർണ്ണമായ ഒരു ദ്രാവിഡ സംസ്കാരത്തിനുമേൽ ബ്രാഹ്മണ മേധാവിത്ത സ്വേച്ഛാധിപത്യം സ്ഥാപിച്ചെടുത്തതിന്റെ ഓർമ്മ പുതുക്കുന്ന ഓണക്കാലം. കള്ളവും ചതിയുമില്ലാത്ത, കള്ളപ്പറയും ചെറുനാഴിയുമില്ലാത്ത, മനുഷ്യൻ മനുഷ്യനെ സ്നേഹിക്കുന്ന, മനുഷ്യരെല്ലാവരും ഒരുപോലെ ജീവിച്ചുവന്ന കാലഘട്ടത്തെ സ്മരിക്കുന്ന ചിങ്ങമാസം. അത്തരമൊരു ലോകത്തിനുവേണ്ടിയുള്ള അങ്കത്തിന് നാന്ദികുറിക്കുന്ന കൊല്ലവർഷാരംഭം, ചിങ്ങം ഒന്ന്.

നമുക്കുവേണ്ട ഉല്പന്നങ്ങൾ നാം തന്നെ ഉല്പാദിപ്പിക്കാൻ തീരുമാനിച്ച വർഷത്തിലാണ് 2017ലെ കർഷകദിനം ആഘോഷിക്കുന്നത്. നമുക്കുവേണ്ടത് നമുക്കുവിളയിക്കാൻ നമ്മോടൊപ്പം ഇന്ന് എൽ ഡി എഫ് സർക്കാരുണ്ട്. നമുക്കു നഷ്ടപ്പെട്ട നമ്മുടെ കാർഷിക സംസ്കാരം നമുക്കു തിരിച്ചു പിടിക്കണം.

നമ്മുടെ കാർഷികസംസ്കാര തകർച്ച കാർഷിക മേഖലയെ മാത്രമല്ല, നമ്മുടെ കുടുംബത്തിലും സമസ്ത മേഖലയിലും വലിയമാറ്റം

വരുത്തിക്കഴിഞ്ഞു. എന്തിനേറെ ക്ഷേത്ര സംസ്കാരങ്ങളിലും മാറ്റം വരുത്തി വാണിജ്യ സംസ്കാരത്തിലെത്തിച്ചേർന്നു.

നമ്മുടെ കുടുംബങ്ങളിൽ നിന്ന് അമ്മ പിൻവാങ്ങി മമ്മി കടന്നു വന്നു. അച്ഛനുപകരം ഡാഡിയുമായി. ആങ്ങളെയേയും പെങ്ങളെയും നഷ്ടപ്പെട്ടു. ഉറ്റ ചങ്ങാതിയും പടിയിറങ്ങി. ബന്ധങ്ങളെല്ലാം സാമ്പത്തിക ബന്ധങ്ങളായി. ഭാര്യയും ഭർത്താവും തമ്മിലുള്ള ബന്ധവും, അച്ഛനും മകനും തമ്മിലുള്ള ബന്ധവും, മകനും മരുമകളും തമ്മിലുള്ള ബന്ധവും എല്ലാം സാമ്പത്തിക കയറിന്മേൽ കെട്ടിയിടപ്പെടുന്നു. സ്നേഹത്തിന്റെ അളവുകോൽ പണമായിമാറി. പാടങ്ങളിൽ നിന്ന് ആര്യനും പൊന്നാര്യനും തവളക്കണ്ണനും വരമ്പേറി. കേരളത്തിന്റെ ഒരറ്റം മുതൽ മറ്റേ അറ്റം വരെ ഓരോ പ്രദേശത്തും കാണ്ടിരുന്ന നാടൻ വിത്തുകളുടെ കലവറ നമുക്കു നഷ്ടപ്പെട്ടു.

കാർഷികസംസ്കാരം എന്നാൽ കേവലം ജന്മി-നാടുവാഴിത്ത സംസ്കാരമല്ല, മറിച്ച് ജനാധിപത്യ സോഷ്യലിസ്റ്റ് സംസ്കാരമാണ്. അതാണ് ഇന്നത്തെ കർഷകന്റെ സംസ്കാരസ്വപ്നം. നഷ്ടപ്പെട്ട കാർഷിക സംസ്കാരത്തിന്റെ ബദലാണ് ഈ സംസ്കാരം. ഇത് പെട്ടെന്ന് പൊട്ടിമുളച്ചുണ്ടായ ഒരു സംസ്കാരമല്ല. ഏതെങ്കിലുമൊരു വിദഗ്ദ്ധൻ കണ്ടുപിടിച്ചതുമല്ല. നാടുവാഴിത്ത, മുതലാളിത്ത ഉദ്യോഗസ്ഥ മേധാവിത്തത്തിൻ കീഴിൽ കർഷകസമൂഹം പടുത്തുയർത്തിയ അറിവിന്റെ യുക്തിസഹജമായ വികാസമാണ്.

ഒരു രാജ്യത്തിന്റെ സമഗ്രവികസനത്തിന് സുസ്ഥിര കാർഷിക വികസനം അനിവാര്യമാണ് കേരളത്തിലെ കാർഷികമേഖലയിലെ മുരടിപ്പ് മുറിച്ചുകടക്കുക എന്നത് അനിവാര്യമാണ്. ഇല്ലെങ്കിൽ ഇന്നത്തെ തലമുറയെ മാത്രമല്ല വരും തലമുറയേയും പരിസ്ഥിതിയെയും അത് സാരമായി ബാധിക്കും.

കാർഷികരംഗത്തിന്റെ സുസ്ഥിരമായ വികസനത്തിനും അഭിവൃദ്ധിക്കും സത്രീകളെയും പങ്കാളികളാക്കേണ്ടതുണ്ട്. നമ്മുടെ സംസ്ഥാനത്തു ചെറുകിട കർഷകർക്കു ലഭിക്കുന്ന 40 ശതമാനം വരുമാനവും സ്ത്രീകളുടെ കാർഷികപ്രവർത്തനം കൊണ്ടാണെന്നാണ് കാർഷിക സർവ്വകലാശാലാ റിപ്പോർട്ടുകൾ സൂചിപ്പിക്കുന്നത്. കാർഷികരംഗത്ത് സ്ത്രീകളുടെ പങ്കാളിത്തം ഉറപ്പാക്കേണ്ടത് കാലഘട്ടത്തിന്റെ ആവശ്യകതയാണ്. തങ്ങളുടെ കാർഷികസംസ്കാരം തിരിച്ചുപിടിക്കലാണ്.

പരിഷ്കൃത സമൂഹത്തിലെ ഭരണകൂടത്തിന്റെ മുഖ്യകടമ ജനങ്ങൾക്ക് പോഷകാഹാരം നല്കുക എന്നതാണ്. ഇത് ഭരണകൂടത്തിന്റെ സാമൂഹ്യ പ്രതിബദ്ധതയുമാണ്. അതിന് സർക്കാർ കാർഷിക മേഖലയ്ക്ക് വർദ്ധിച്ച പ്രധാന്യം നല്കണം. അതിനുവേണ്ടി ഉല്പാദനവും ഉല്പാദനക്ഷമതയും വർദ്ധിപ്പിക്കണം. ഉല്പാദകനും ഉപഭോക്താവിനും തുല്യപ്രാധാന്യം നല്കണം. ഓരോപ്രദേശത്തേയും ജനങ്ങൾക്ക് അവരുടെ സാംസ്കാരിക പൈതൃകത്തിന് അനുസരിച്ചുള്ള ഭക്ഷണം ലഭ്യ

മാവണം. ഇറക്കുമതിയെ ആശ്രയിക്കാതെ ഉല്പാദനത്തിന് പ്രാദേശിക പ്രാധാന്യം നല്കണം. ആവശ്യാനുസരണം ധാന്യങ്ങളും പയറുവർഗ്ഗങ്ങളും ഉല്പാദിപ്പിക്കാൻ കഴിയണം. നമ്മുടെ നാടൻ വിത്തുകളും തിരിച്ചുപിടിക്കാൻ കഴിയണം. ചെറുകിട ഇടത്തരം കർഷകരെ ഉല്പാദനത്തിൽ ബോധപൂർവ്വം പങ്കാളികളാക്കണം. നാടിന്റെ സാംസ്കാരിക പൈതൃകങ്ങൾ സംരക്ഷിക്കാൻ കഴിയണം.

കേരളത്തിലെ കൃഷി ഭൂമിയുടെ പ്രത്യേകത 90% ഭൂമിയും ഒരു ഹെക്ടറിനു താഴെയാണ്. അഥവാ നാമമാത്ര ചെറുകിട ഇടത്തരം കർഷകരാണ്. ഇവരാകട്ടെ കൂലിവേലയ്ക്ക് ആളെ നിർത്തി ജോലിചെയ്യുന്നവരുമാണ്. വർദ്ധിച്ച കൂലിച്ചെലവ് കൃഷിയെ അനാദായകരമാക്കുന്നു. ഉല്പന്നത്തിന് മതിയായ വിലയില്ല, മാർക്കറ്റില്ല. ഇടത്തട്ടുകാരുടെ വില നിർണ്ണയത്തിന്റെ വിളയാട്ടത്തിന് കർഷകർ വിധേയരാവുന്നു. തന്മൂലം അവർ കൃഷിഭൂമി തരിശിടുന്നു. ജനാധിപത്യ സോഷ്യലിസ്റ്റ് കാർഷിക സംസ്കാരത്തിലൂടെ കർഷകന് ഉപജീവനത്തിന് ആവശ്യമായ വരുമാനം ലഭിക്കണം. കൃഷി ആദായകരമാക്കണം ആഹ്ലാദകരമാകണം.

മുതലാളിത്ത ആഗോളവല്ക്കരണ നയപരിപാടികൾ ആരംഭിച്ചിട്ട് കാൽ നൂറ്റാണ്ടു കഴിഞ്ഞു. ഇതിന്റെ ഫലമായി കേരളമുൾപ്പെടെയുള്ള ഇന്ത്യൻ ഗ്രാമങ്ങളിൽ കാർഷിക ഉല്പാദന മേഖല മന്ദഗതിയിലായി. ബി ജെ പി സർക്കാരാകട്ടെ കൃഷിക്ക് കൃഷിക്കാരന്റെ ആവശ്യമില്ലെന്ന നയത്തിലേക്ക് നീങ്ങിക്കൊണ്ടിരിക്കുന്നു. കാർഷിക ഉല്പന്നത്തിന് വിലയില്ലാത്തതിനാൽ കാർഷിക കടം പെരുകിയ കർഷകർ കൃഷിഭൂമി ഉപേക്ഷിക്കുന്നു. അവൻ ആത്മഹത്യയെ അഭയം പ്രാപിക്കുന്ന ഈ തക്കം നോക്കി കൃഷിഭൂമി വൻകിട കോർപ്പറേറ്ററുകൾ കൈക്കലാക്കുന്നു. ബ്രിട്ടന്റെ മൂന്നിരട്ടി ഭൂമി ഇന്ത്യയിൽ വൻകിട കോപ്പറേറ്ററുകൾ കൈവശപ്പെടുത്തിക്കഴിഞ്ഞു. കർഷകരെ അവർ അടിയാളന്മാരാക്കുന്നു.

2016 മെയ് മാസത്തിൽ കേരളത്തിൽ സ. പിണറായി വിജയന്റെ നേതൃത്വത്തിൽ ഇടതുപക്ഷ ജനാധിപത്യ മുന്നണി സർക്കാർ അധികാരത്തിൽ വന്നു. ഇന്ത്യൻ രാഷ്ട്രീയത്തിന്റെ ഒരു നിർണ്ണായക ഘട്ടത്തിലാണ് ഇത് സംഭവിച്ചത്.

ഇന്ത്യൻ ഭരണഘടനയുടെ പൊതുനയത്തിൽ നിന്ന് വേറിട്ടൊരു നയവുമായി സംസ്ഥാന ഗവൺമെന്റിന് മുന്നോട്ടു പോവാൻ കഴിയില്ല. എന്നാൽ ഇപ്പോൾ കേന്ദ്ര സർക്കാർ ഭരണഘടനയെ പലപ്പോഴും ലംഘിക്കുന്നു. കേരള ഗവൺമെന്റാവട്ടെ ഭരണഘടനയെ മുറുകെ പിടിച്ചുകൊണ്ട് മുന്നോട്ടു പോകുന്നു. ആഗോളവല്ക്കരണം നടപ്പാക്കുന്ന മുതലാളിത്ത രാജ്യങ്ങളെപ്പോലെ ഇന്ത്യ ഉൾപ്പെടെ ചെലവുചുരുക്കൽ നയവുമായിട്ടാണ് മുന്നോട്ടു പോകുന്നത്. പൊതു ഉടമസ്ഥത നിഷേധിക്കുന്ന, പൊതുജനസേവനങ്ങളെ വാണിജ്യവല്ക്കരിക്കുന്ന നയം മോദിഗവൺമെന്റ് ഇന്ത്യയിൽ നടപ്പാക്കികൊണ്ടിരിക്കുകയാണ്. യു പി എ ഗവൺമെന്റ് (കോൺഗ്രസ് ഗവൺമെന്റ്) ആരംഭിച്ച ഈ നയം അതിതീവ്രമായി ബി ജെ പി നടപ്പാക്കുന്നു. കോൺഗ്രസ് ബി ജെ പി

സംസ്ഥാന ഗവൺമെന്റുകൾ മാത്രമല്ല പ്രാദേശിക സംസ്ഥാന രാഷ്ട്രീയ കക്ഷികളുടെ ഗവൺമെന്റുകളും ഈ നയം തന്നെയാണ് നടപ്പാക്കുന്നത്. തല്ഫലമായി ചുരുക്കം ചില ന്യൂനപക്ഷത്തിന്റെ സമ്പത്ത് വർദ്ധിച്ചുവരുന്നു. അംബാനിയും അദാനിയും ആന്ധ്രയിലെ ചന്ദ്രബാബു നായിഡുവിന്റെ മകൻ അഖിലേഷും അടക്കം വൻകിടക്കാരായി മാറി.

കേരളം അതിരൂക്ഷമായ സാമ്പത്തിക പ്രതിസന്ധിയെ നേരിടുന്നു. കഴിഞ്ഞ യു ഡി എഫ് ഭരണം സാമ്പത്തിക തകർച്ചയിലായിരുന്നു. അവർ കടങ്ങൾ വാരികൂട്ടി. ക്ഷേമ പെൻഷനുകളുടെ വിതരണം മുടക്കി. വികസന പ്രവർത്തനങ്ങൾ നിർത്തിവെച്ചു. അഴിമതിയുടെ ചളിക്കുണ്ടിലേക്ക് മന്ത്രിസഭയും ഭരണകക്ഷികളും ആണ്ടിറങ്ങി.

ഇപ്പോൾ കേന്ദ്രം സംസ്ഥാനത്തിന്റെ അവകാശങ്ങൾ ഓരോന്നായി കവർന്നെടുക്കുന്നു. ജലനയത്തിലും വൈദ്യുതി നയത്തിലും കുടിവെള്ള വിതരണത്തിലും കേന്ദ്രം കൈകടത്തി.

ഇത്തരമൊരു സാഹചര്യത്തിലാണ് സ. പിണറായി വിജയന്റെ നേതൃത്വത്തിൽ എൽ ഡി എഫ് സർക്കാർ അധികാരത്തിൽ വന്നത്. സാമ്പത്തിക പ്രതിസന്ധിയുടെ പേരുപറഞ്ഞ്, പണപരിമിതി ചൂണ്ടിക്കാട്ടി ജനങ്ങളിൽ നിന്ന് ഒളിച്ചോടാനല്ല എൽ ഡി എഫ് സർക്കാർ ശ്രമിച്ചത്. ഒരു സാമ്പത്തിക സ്രോതസ്സ് കണ്ടെത്തുകയാണ് ചെയ്തത്.

കേന്ദ്ര സർക്കാർ ആസൂത്രണ കമ്മീഷൻ പിരിച്ചുവിട്ടു. പകരം വൻകിട കോർപ്പറേറ്ററുകളെ സംരക്ഷിക്കാൻ നീതി ആയോഗ് രൂപീകരിച്ചു. കേരളത്തിന്റെ എൽ ഡി എഫ് സർക്കാർ പഞ്ചവത്സര പദ്ധതികളുമായി മുന്നോട്ടു നീങ്ങി. ആസൂത്രണ പ്രക്രിയയുമായി മുതലാളിത്ത വികസനത്തിന്റെ നാലതിരുകൾക്കുള്ളിൽ നിന്നുകൊണ്ടുതന്നെ വേണം ആസുത്രണം നടത്താൻ. പുതിയ എൽ ഡി എഫ് സർക്കാറിന്റെ പ്രവർത്തനം കർഷകരിൽ വൻ പ്രതീക്ഷയുണ്ടാക്കിയിട്ടുണ്ട്. യു ഡി എഫ് ഭരണം കാർഷികമേഖലയുടെ പുരോഗതിക്കു നേരെ മുഖം തിരിച്ചു നില്ക്കുകയായിരുന്നു. എന്നാൽ എൽ ഡി എഫ് സർക്കാരിന്റെ കഴിഞ്ഞ ഒരു വർഷത്തെ സുചിന്തിതവും ആസൂത്രിതവുമായ നടപടികൾ പുതിയ കാർഷിക നവോത്ഥാനത്തിന് കളമൊരുക്കിയിട്ടുണ്ട്.

കാർഷിക വികസന പദ്ധതികൾ സമയബന്ധിതമായി നടപ്പാക്കുമ്പോഴാണ് കാർഷിക വികസനം യാഥാർത്ഥ്യമാകുന്നത്. അത് കാർഷിക ജനസാമാന്യത്തിനെ ബോദ്ധ്യപ്പെടുത്താനുള്ള ശ്രമമാണ് ഈ വർഷത്തെ കർഷകദിനം. കാർഷികസംസ്കാരം തിരിച്ചുപിടിക്കുക, എല്ലാവരും കൃഷിക്കാരാവുക, എല്ലായിടത്തും കൃഷിയിറക്കുക. ഇതാണ് കർഷകസംഘത്തിന്റെ കർഷകദിന സന്ദേശം.

നിശ്ചലമായി നിന്നിരുന്ന കാർഷികമേഖലയ്ക്ക് ഈ വർഷം (കൊല്ല വർഷം 1193) ഓജസ്സും ചൈതന്യവും പകർന്നുനല്കും. അതോടൊപ്പം കർഷകന് നഷ്ടപ്പെട്ടുക്കൊണ്ടിരിക്കുന്ന ആത്മധൈര്യം വീണ്ടെടുക്കാനും കഴിയും.

(2017 ജനുവരി)

കൃഷിക്കും കുടിവെള്ളത്തിനും ഊന്നൽ നല്കിയുള്ള ജലസേചനനയം നടപ്പിലാക്കണം

കൃഷിക്കും കുടിവെള്ളത്തിനും ഊന്നൽ നല്കിയുള്ള ഒരു ജലസേചന നയം നടപ്പിലാക്കണമെന്ന് കേരള കർഷകസംഘത്തിന്റെ നേതൃത്വത്തിൽ നടന്ന സംസ്ഥാന ജലസേചന-ജലസംരക്ഷണ ശില്പശാല സർക്കാരിനോട് ആവശ്യപ്പെട്ടു. ഉല്പാദനവും ഉല്പാദനക്ഷമതയും വർദ്ധിപ്പിക്കാൻ ഉതകുന്ന രൂപത്തിലായിരിക്കണം നയം.

1958 ലെ കമ്യൂണിസ്റ്റ് മന്ത്രിസഭയിൽ ജലസേചന വകുപ്പ് മന്ത്രിയായ വി ആർ കൃഷ്ണയ്യർ ഉല്പാദനത്തിലും ഉല്പാദനക്ഷമതയിലും ഊന്നിയുള്ള ജലനയം നടപ്പിലാക്കിയെങ്കിലും 1970 കളോടെ അത് അട്ടിമറിക്കപ്പെട്ടു. തുടർന്ന് 2008 ൽ എൽ ഡി എഫ് സർക്കാർ ജലം മൗലികാവകാശമാണെന്ന നയം അംഗീകരിച്ചുവെങ്കിലും അത് തികച്ചും അപര്യാപ്തമാണ്. അതുകൊണ്ടുതന്നെ ജലസേചന നയം കാലോചിതമാക്കേണ്ടതുണ്ട്.

കേരളത്തിലെ ജലസേചന പദ്ധതികൾക്കായുള്ള കനാലുകൾ തകർന്നടിഞ്ഞ നിലയിലാണ്. അതിന്റെ ഫലമായി ഡാം തുറന്നുവിടുന്ന ജലം കൃഷിയിടങ്ങളിലെത്താതെ പാഴായി പോവുകയുമാണ്. തല്ഫലമായി കനാലിലെ വാലറ്റ പ്രദേശങ്ങളിലെ കൃഷിയിടങ്ങൾ നാശോന്മുഖമായിരിക്കുകയാണ്. അതിനാൽ കർഷകരുടെ സഹായ സഹകരണത്തോടെ കനാലുകളുടെ അറ്റകുറ്റപ്പണികൾ യുദ്ധകാലാടിസ്ഥാനത്തിൽ പൂർത്തിയാക്കണം. 50 വർഷത്തിൽ കൂടുതൽ പഴക്കമുള്ളവയാണ് കേരളത്തിലെ ഭൂരിഭാഗം ഡാമുകളും. ഡാമുകളുടെ സുരക്ഷ ഉറപ്പാക്കാനുള്ള നടപടികൾ സ്വീകരിക്കണം. ഡാമുകളിലെ ജലസംഭരണം വർദ്ധിപ്പിക്കത്തക്ക രൂപത്തിൽ ചെളി കോരിമാറ്റി ശേഷി വർദ്ധിപ്പക്കണം.

ജലസേചന വകുപ്പും കൃഷി വകുപ്പും സംയോജിച്ചുകൊണ്ട് ഓരോ പ്രദേശത്തിന്റെയും പ്രത്യേകതയ്ക്കനുസരിച്ച് കൃഷിയിറക്കാനുള്ള സമ

യപ്പട്ടിക തയ്യാറാക്കണം. കണികാ ജലസേചനത്തിന്റെ ഭാഗമായി നല്കുന്ന സബ്സിഡി ഏജന്റുമാരിൽ നിന്നുമാറ്റി നേരിട്ട് കൃഷിക്കാർക്ക് നല്കുവാനുള്ള സംവിധാനം ഉണ്ടാക്കണം.

ജലസേചനവും ജലസംഭരണവുമായി ബന്ധപ്പെട്ടുകൊണ്ടുള്ള അവബോധം കർഷകജനസാമാന്യത്തിലെത്തിക്കാൻ ഭവനങ്ങൾ സന്ദർശിച്ച് അവബോധം നല്കാനുതകുന്ന വിധത്തിലുള്ള സംഘടനാ പ്രവർത്തനങ്ങൾക്ക് രൂപംനല്കുവാനും ശില്പശാലയിൽ ഉയർന്നുവന്ന പ്രശ്നങ്ങളുമായി ബന്ധപ്പെട്ടുകൊണ്ട് രൂപരേഖ തയ്യാറാക്കി സർക്കാരിന് സമർപ്പിക്കുവാനും കൺവെൻഷൻ തീരുമാനിച്ചു.

ശില്പശാലയിൽ ചർച്ച ചെയ്ത വിവിധ ഗ്രൂപ്പുകളിൽ അവതരിപ്പിച്ച റിപ്പോർട്ടുകളുടെ കരടുരൂപം ചുവടെ ചേർക്കുന്നു.

1. കണിക ജലസേചനം (തുള്ളി നന)

മണ്ണിന്റെയും വെള്ളത്തിന്റെയും സവിശേഷതകൾ മനസ്സിലാക്കി വിളയുടെ ജലാവശ്യം നിറവേറ്റാനുതകുന്ന തരത്തിൽ തുള്ളികളായോ നേർത്ത ധാരയായോ വെള്ളമെത്തിക്കുന്ന സംവിധാനമാണ് കണിക ജലസേചനം. വേരുപടലങ്ങളുടെ വിന്യാസ പ്രദേശത്ത് തന്നെയാണ് ഡ്രിപ്പറുകളുടെ അഥവാ എമിററ്റുകളുടെ സഹായത്തോടെ ഈ ജലം നൽകുന്നത്. തടങ്ങളിൽ സ്ഥിരമായ ഈർപ്പ സാന്നിദ്ധ്യം ഉണ്ടാകുന്നതുകൊണ്ട് ജല ലഭ്യത കുറവായ പ്രദേശങ്ങളിൽ പോലും വരൾച്ചയെ പ്രതിരോധിക്കാൻ ഈ രീതി സഹായകമാവുന്നുണ്ട്. തോട്ടവിളകൾ, ഫല വൃക്ഷങ്ങൾ, ഔഷധസസ്യങ്ങൾ തുടങ്ങി ഏതിനം വിളകൾക്കും ഇത് പ്രയോജനപ്പെടുത്താവുന്നതാണ്.

ആധുനിക കൃഷി രീതിയിൽ ജലസേചനത്തിന് ഏറ്റവും പര്യാപ്തമാണ് ഡ്രിപ്പ് ഇറിഗേഷൻ. നനയ്ക്കുന്ന വെള്ളം പാഴായിപ്പോകില്ല. നേരെ ചെടിയുടെ വേരിലേക്ക് അല്ലെങ്കിൽ മണ്ണിൽ ആവശ്യമുള്ളിടത്തേക്ക് പൈപ്പും ട്യൂബും വാൾവും ഉൾപ്പെടുന്ന യന്ത്രസംവിധാനത്തിലൂടെ വെള്ളമെത്തിക്കുന്ന രീതിയാണിത്. എല്ലായിടത്തും ഒരു പോലെ വെള്ളമെത്തിക്കാനാകും. വരൾച്ച ബാധിത പ്രദേശങ്ങൾക്കും തിരശ്ചീനമല്ലാത്ത പ്രതലങ്ങൾക്കും ഡ്രിപ്പ് ഇറിഗേഷൻ അവലംബിക്കുന്നതാണ് ഉത്തമം.

ശക്തി കുറഞ്ഞ രീതിയിൽ നേർത്തതോ തുള്ളികളായോ വെള്ളം വേരിലേക്കിറങ്ങും. ബാഷ്പീകരണത്തിലൂടെ ജലനഷ്ടമുണ്ടാവില്ല. ആഴത്തിലേക്ക് ഊർന്നിറങ്ങി വെള്ളം നഷ്ടപ്പെടില്ല. സാധാരണ ജലസേചനത്തിലൂടെ പടരുന്ന രോഗങ്ങളും തടയാനാകും. ഓരോ ചെടിയിലും നനയെത്താതെ പോകില്ല. 100-200 വരെ ചെടികൾ നനയ്ക്കുന്നതിന് 40-80 ലിറ്റർ വെള്ളം മതിയാകും. ഡ്രിപ്പ് ഇറിഗേഷനിലൂടെ പാഴ്ച്ചെടികൾ തഴച്ചു വളരുന്നതും തടയാനാകും. വെള്ളം പതിയെ ഇറങ്ങുന്നതിനാൽ മണ്ണിൽ ചേർക്കുന്ന ജൈവവളങ്ങൾ പൂർണ്ണമായും വേരുകളിലെത്തും. വൻതോതിൽ വ്യാവസായികാടിസ്ഥാനത്തിലുള്ള കൃഷികൾക്ക് ഡ്രിപ്പ്

ഇറിഗേഷൻ പ്ലാന്റുകൾ നിർമ്മിക്കുക ചെലവേറിയതാണ്. ചെറിയ തോതിലുള്ള കൃഷിയിടങ്ങളിൽ സ്വയം നിർമ്മിച്ചെടുക്കാവുന്നതേയുള്ളു ഇത്തരം സംവിധാനങ്ങൾ.

കണിക ജലസേചനം- മേന്മകൾ

ജലസംരക്ഷണം

സസ്യങ്ങളുടെ വേരുപടലങ്ങൾക്ക് വെള്ളം വലിച്ചെടുക്കാനാവുന്ന പരിധിക്കുള്ളിൽ മാത്രം കൃത്യമായി വെള്ളം നല്കുന്നതിനാൽ ജലനഷ്ടം കുറയ്ക്കുന്നു. പരമ്പരാഗത ജലസേചന രീതികളിൽ 50% മുതൽ 70% വരെ വെള്ളം പല രൂപത്തിൽ നഷ്ടപ്പെട്ടുപോകുന്നുണ്ട്. എന്നാൽ നല്കുന്ന വെള്ളം പൂർണ്ണമായും ഉപയോഗപ്പെടുത്താൻ കഴിയുന്നതുകൊണ്ട് 40% മുതൽ 70% വരെ വെള്ളം കണിക ജലസേചനം വഴി ലാഭിക്കാം.

കൂടുതൽ വിളവ്

സൂക്ഷ്മ ജലസേചന രീതികളിൽ സാവധാനത്തിലും കുറഞ്ഞ അളവിലുമാണ് വെള്ളം നല്കുക. അതിനാൽ ജലം പതുക്കെ കിനിഞ്ഞിറങ്ങുകയും മണ്ണിലെ വായു സാന്നിദ്ധ്യത്തെ തടസ്സപ്പെടുത്താതെ സസ്യവളർച്ചയ്ക്ക് ഗുണകരമായ ഒരു പരിസ്ഥിതി വേരുപടലങ്ങൾക്ക് ചുറ്റും രൂപപ്പെടുകയും ചെയ്യും. ഇതിന്റെ ഫലമായി വിളകൾ നേരത്തെ മൂപ്പെത്തുകയും വിളകളിൽ ഗണ്യമായ അഭിവൃദ്ധി ഉണ്ടാവുകയും ചെയ്യുന്നതാണ്.

കളകൾ കുറവ്

ജലസേചനം ചെടികൾക്ക് മാത്രമായി പരിമിതപ്പെടുത്തുന്നതുകൊണ്ട് കളകൾക്ക് വളരാനുള്ള സാഹചര്യം ഇല്ലാതാകുകയും വെള്ളം, വളം, മറ്റു സസ്യപോഷകങ്ങൾ എന്നിവ ചെടികൾക്ക് മാത്രമായി ലഭ്യമാക്കുകയും ചെയ്യുന്നു.

അദ്ധ്വാനഭാരം കുറയ്ക്കുന്നു

താരതമ്യേന ലളിതമായി പ്രവർത്തിപ്പിക്കാൻ കഴിയുന്നതിനാൽ തോട്ടം നനയ്ക്കുന്നതിനു തൊഴിലാളികളെ ഏർപ്പെടുത്തേണ്ടി വരുന്നില്ല. രാത്രി കാലങ്ങളിലും നനയ്ക്കാനാവുകയും സ്ത്രീകൾക്കും കുട്ടികൾക്കും പോലും പ്രവർത്തിപ്പിക്കുവാൻ കഴിയുകയും ചെയ്യുന്നു. ചാലുകളോ തടങ്ങളോ ആവശ്യമില്ലാത്തതുകൊണ്ട് വിള സംരക്ഷണ പ്രവർത്തനങ്ങൾക്ക് തടസ്സമുണ്ടാവുന്നില്ല .

ഏതുതരം കൃഷിയിടത്തിലും അനുയോജ്യം

ചരിവുകളിലും തട്ടുതട്ടായ പ്രദേശങ്ങളിലും പരമ്പരാഗത രീതികൾ

പ്രായോഗികമല്ലാത്ത സ്ഥലങ്ങളിലും സൂക്ഷ്മ ജലസേചനം സാദ്ധ്യമാണ്. നിമ്നോന്നതങ്ങളുള്ള പ്രദേശങ്ങളിൽ പോലും എല്ലാ വിളകൾക്കും ഒരേ അളവിൽ ജലസേചനം നടത്താനാവും.

കാര്യക്ഷമമായ വളപ്രയോഗം

സ്ഥിരമായ ഈർപ്പ സാന്നിദ്ധ്യം ഉള്ളതുകൊണ്ട് കൂടുതൽ തവണകളായി വളപ്രയോഗം നടത്താവുന്നതാണ്. കൂടാതെ ജലത്തിൽ ലയിക്കുന്ന വളങ്ങളും സസ്യപോഷണങ്ങളും ജലസേചനത്തോടൊപ്പം തന്നെ നല്കാൻ ഫെർട്ടിഗേഷൻ എന്ന സംവിധാനം ഏർപ്പെടുത്തുകയും ചെയ്യാം.

മേൽമണ്ണിനെ സംരക്ഷിക്കുന്നു

പരമ്പരാഗത രീതികൾ പലപ്പോഴും മണ്ണൊലിപ്പിന് കാരണമാകാറുണ്ട്. എന്നാൽ പൂർണ്ണമായും പൈപ്പുകളിലൂടെ മാത്രം ജലവിതരണം നടത്തുന്നതിനാലും വെള്ളം മണ്ണിലൂടെ ഒഴുകുന്ന സാഹചര്യം ഇല്ലാത്തതിനാലും സൂക്ഷ്മ ജലസേചന രീതികൾ മണ്ണൊലിപ്പ് ഉണ്ടാക്കുന്നില്ല.

കുറഞ്ഞ പരിപാലന ചെലവുകൾ

ഒരിക്കൽ സ്ഥാപിച്ചു കഴിഞ്ഞാൽ വർഷാവർഷങ്ങളിൽ കാര്യമായ അറ്റകുറ്റപ്പണികൾ വേണ്ടിവരുന്നില്ല. കൃത്യമായി പരിപാലിക്കുന്ന കണിക ജലസേചന സംവിധാനം വർഷങ്ങളോളം തടസ്സങ്ങളില്ലാതെ പ്രവർത്തിക്കും.

ഉയർന്ന ജലസേചന ക്ഷമത

എല്ലാതരം ജലനഷ്ട സാദ്ധ്യതകളെയും പരമാവധി ഒഴിവാക്കുന്നതിനാൽ നിലവിലെ ഏതു ജലസേചന രീതിയേക്കാളും ക്ഷമത കൂടിയതാണ് (80% മുതൽ 90%) സൂക്ഷ്മ ജലസേചനം.

കണിക ജലസേചന സംവിധാനത്തിന്റെ പ്രധാന ഭാഗങ്ങൾ

ഡ്രിപ്പറുകൾ അഥവാ എമിറ്ററുകൾ

ജലം തുള്ളിതുള്ളിയായി ചെടികളുടെ തടങ്ങളിലെത്തിക്കുന്നത് ഡ്രിപ്പറുകൾ അഥവാ എമിറ്ററുകൾ വഴിയാണ്. ലാറ്ററൽ പൈപ്പുകളിൽ നേരിട്ടോ മൈക്രോ ട്യൂബുകൾ വഴിയോ ഇവ ഘടിപ്പിക്കുന്നു. വിള, ജലാവശ്യം, വിളസാന്ദ്രത, മണ്ണിന്റെ പ്രത്യേകതകൾ, ജലത്തിന്റെ ഗുണനിലവാരം എന്നിവയ്ക്കനുയോജ്യമായ ഡ്രിപ്പറുകൾ വേണം തെരഞ്ഞെടുക്കാൻ. മണിക്കൂറിൽ 2 ലിറ്റർ മുതൽ 24 ലിറ്റർ വരെ വെള്ളം നല്കുന്ന ഡ്രിപ്പറുകൾ ലഭ്യമാണ്.

ലാറ്ററൽ പൈപ്പുകൾ

ഉപ പൈപ്പുകളിൽനിന്ന് ചെടികളിലൂടെ നിരയിലൂടെ നീണ്ടുകിടക്കുന്ന 12 മുതൽ 16 മി മീ വരെ വ്യത്യാസമുള്ള പൈപ്പുകളാണ് ഡ്രിപ്പറുകളിൽ വെള്ളമെത്തിക്കുന്നത്. ലോ ഡെൻസിറ്റി പൊളി എഥിലിൻ (LDPE) അല്ലെങ്കിൽ ലീനിയർ എൽ ഡി പി ഇ (LLDPE) പൈപ്പുകളാണിവ. കൃഷിയിടങ്ങളിലെ വിവിധ ഭാഗങ്ങൾ തമ്മിലുള്ള ഉയരവ്യത്യാസം, ഘർഷണം മൂലമുണ്ടാകുന്ന മർദ്ദ നഷ്ടം, ഓരോ ലാറ്ററൽ പൈപ്പുകളിലെയും ഡ്രിപ്പറുകളുടെ എണ്ണം, നിർഗമന ശേഷി എന്നീ ഘടകങ്ങൾ കണക്കിലെടുത്താവണം ലാറ്ററൽ പൈപ്പിന്റെ വ്യാസവും നീളവും തീരുമാനിക്കേണ്ടത്. കണിക ജലസേചന പദ്ധതിയുടെ 30-40 ശതമാനത്തോളം ലാറ്ററുകളുടെ വിലയായതിനാൽ ഇവയുടെ തെരഞ്ഞെടുപ്പിൽ പ്രത്യേക ശ്രദ്ധ ഉണ്ടായിരിക്കണം.

പ്രധാന പൈപ്പുകളും ഉപ പൈപ്പുകളും (Mains & Sub Mains)

പി വി സി അല്ലെങ്കിൽ ഹൈ ഡെൻസിറ്റി പൊളി എഥിലിൻ (HDPE) പൈപ്പുകളിൽ (40 - 110 മി മീ വരെ വ്യാസമുള്ളത്) പ്രധാന പൈപ്പുകളും ഉപപൈപ്പുകളുമായി ഉപയോഗിക്കുന്നു. ഇവയുടെ നീളം, വ്യാസം എന്നിവ തീരുമാനിക്കുന്നത് താഴെ കാണിച്ചിട്ടുള്ള ഘടകങ്ങളെ അടിസ്ഥാനമാക്കിയാണ്.

1. കിണർ, കുളം എന്നിവയിൽ നിന്ന് കൃഷിയിടത്തിലേക്കുള്ള ദൂരവും ഉയരവും.
2. കൃഷി സ്ഥലത്തിന്റെ മൊത്തം വിസ്തീർണ്ണം, ആകെ ജലാവശ്യം.
3. പൈപ്പുകളിലൂടെ ഒഴുകുന്ന വെള്ളത്തിന്റെ വേഗം, അളവ്, ഘർഷണം മൂലമുള്ള മർദ്ദ നഷ്ടം, പൈപ്പുകളുടെ മർദ്ദപ്രതിരോധ ക്ഷമത (Pressure rating)

പ്രധാന പൈപ്പുകളിൽനിന്നും വെള്ളം ശാഖാ കുഴലുകളിലും അതുവഴി ലാറ്ററൽ പൈപ്പുകളിലും എത്തി ഡ്രിപ്പറുകളിലൂടെ ചെടികളുടെ ചുവട്ടിലെത്തുന്നു.

അരിപ്പകൾ

വളരെ സുക്ഷ്മങ്ങളായ സുഷിരങ്ങളാണ് ഡ്രിപ്പറുകളിലുള്ളത് എന്നതിനാൽ വെള്ളത്തിലുള്ള കരടുകളും മറ്റു മാലിന്യങ്ങളും ഒഴിവാക്കുന്നതിന് അരിപ്പകൾ അഥവാ ഫിൽറ്ററുകൾ സ്ഥാപിക്കേണ്ടതായിട്ടുണ്ട്. ലഭ്യമായ ജലത്തിന്റെ ഗുണനിലവാരം നോക്കിയാണ് ഫിൽറ്ററുകൾ തെരഞ്ഞെടുക്കേണ്ടത്.

മണലരിപ്പ (Sand Filter)/ഗ്രാവൽ ഫിൽറ്റർ:

തോടുകളിൽ നിന്നോ പുഴകളിൽ നിന്നോ വെള്ളം പമ്പു ചെയ്യുമ്പോഴും പായലുള്ള വെള്ളം ഉപയോഗിക്കേണ്ടി വരുമ്പോഴും ഇവ ആവ

ശ്യമായി വരുന്നു. സൂക്ഷ്മങ്ങളായ മാലിന്യങ്ങളെ അരിച്ചെടുക്കാൻ സ്ക്രീൻ ഫിൽറ്റർ കൂടി ഇതിനോട് ഘടിപ്പിക്കണം.

സ്ക്രീൻ ഫിൽറ്റർ

പി വി സി/സ്റ്റെയ്ൻലസ് സ്റ്റീൽ/ഗാൽവനൈസ്ഡ് അയേൺ ഉപയോഗിച്ചുള്ള ഒരു പുറം കവചവും വെള്ളം അരിച്ചെടുക്കുന്നതിന് സുഷിരങ്ങളുള്ളതും വലകളോടുകൂടിയതുമായ അകത്തെ പൈപ്പുകളാണ് പ്രധാന ഭാഗങ്ങൾ. ഫിൽറ്ററുകൾ വൃത്തിയാക്കാനായി ഒരു ബാക്ക് വാഷ് സിസ്റ്റവുമുണ്ടായിരിക്കും. പമ്പ് അല്ലെങ്കിൽ ടാങ്കിൽനിന്നും വരുന്ന പ്രധാന പൈപ്പിന്റെ തുടക്കത്തിലാണ് ഫിൽറ്റർ ഘടിപ്പിക്കുന്നത്. മർദ്ദവ്യതിയാനങ്ങൾ മനസ്സിലാക്കുന്നതിനുള്ള പ്രഷർഗേജ്, എയർ റിലീസ് വാൽവ് എന്നിവയും ഫിൽറ്ററിനൊപ്പം ഉണ്ടാവാറുണ്ട്.

സെൻട്രിഫ്യൂഗൽ ഫിൽറ്റർ

ജലത്തിൽനിന്നും മൺതരികൾ പോലുള്ള ഖരവസ്തുക്കൾ നീക്കം ചെയ്യാനുള്ള അരിപ്പയാണിത്. ഇതിലൂടെ വെള്ളം ഒഴുകുമ്പോൾ സെൻട്രിഫ്യൂഗൽ പ്രവർത്തനംമൂലം മാലിന്യങ്ങൾ നീക്കം ചെയ്യപ്പെടുന്നു. സർപ്പിള രീതിയിൽ ജലം ഇതിലൂടെ കടന്നുപോകുമ്പോൾ ഭാരക്കൂടുതലുള്ള വസ്തുക്കൾ പാർശ്വങ്ങളിലേക്ക് തള്ളപ്പെടുകയും അതിനുള്ള സംഭരണിയിലേക്ക് വീഴുകയും ചെയ്യും. മാലിന്യമുക്തമായ ജലം മുകളിലൂടെ പുറത്തേക്ക് പോകും.

ഡിസ്ക് ഫിൽറ്റർ

പോളി പ്രോപ്പലൈൻകൊണ്ട് നിർമ്മിച്ച ഡിസ്കുകൾ ചേർത്ത് അടുക്കുകളായി വച്ചതാണ് ഈ അരിപ്പ. ഡിസ്കുകൾ കുറുകെ വരഞ്ഞ് അതിൽ ചെറിയ ചാലുകൾ ഉണ്ടാക്കിയിരിക്കുകയാണ്. ഡിസ്കുകളിലെ ചെറിയ ചാലുകൾ എതിർ ദിശയിലേക്ക് തിരിയുന്ന വിധത്തിലായതിനാൽ ജലം ഇതിലൂടെ കടന്നുപോകുമ്പോൾ ഒരു അരിപ്പയിലെന്നോണം വൃത്തിയാക്കപ്പെടുന്നു. കൂടാതെ ഇവ സ്പ്രിംഗ്ലർ ഉപയോഗിച്ച് അമർത്തി വച്ചിരിക്കുന്നതിനാൽ കൂടുതൽ കാര്യക്ഷമമായി പ്രവർത്തിക്കുന്നു. 400 മൈക്രോൺ മുതൽ 20 മൈക്രോൺ വരെയുള്ള അരിപ്പകൾ ലഭ്യമാണ്. മണ്ണിന്റെ ഘടനയ്ക്കും വിളകളുടെ ആവശ്യത്തിനും യോജിച്ച രീതിൽ വളങ്ങളും സസ്യ പോഷകങ്ങളും ജലസേചനത്തോടൊപ്പം നല്കുന്ന രീതിയാണ് ഫെർട്ടിലൈസർ ഇറിഗേഷൻ/ഫെർട്ടിഗേഷൻ. നനയോടൊപ്പം തന്നെ കുറഞ്ഞ അളവിലും കൂടുതൽ തവണകളായും രാസവളങ്ങൾ, സസ്യവളർച്ച ത്വരിതപ്പെടുത്തുന്ന പോഷകങ്ങൾ, രാസലായനികൾ തുടങ്ങിയവ നല്കുവാൻ കഴിയുന്നു എന്നുള്ളതാണ് ഇതിന്റെ മേന്മ.

ഫെർട്ടിഗേഷൻ കൊണ്ടുള്ള പ്രയോജനങ്ങൾ

1. സസ്യ വളർച്ചയുടെ പ്രധാനപ്പെട്ട ഘട്ടങ്ങളിലെല്ലാം വളപ്രയോഗം സാദ്ധ്യമാക്കുകയും രാസവളങ്ങൾ മണ്ണിൽ നഷ്ടപ്പെടുന്നത് തടയുകയും ചെയ്യും.
2. വേരുപടലങ്ങളുടെ വ്യാപനം കാര്യക്ഷമമായുള്ള ഭാഗത്തുതന്നെ ജലസേചനത്തോടൊപ്പം വളങ്ങളും നല്കാനാകുന്നു.
3. സുരക്ഷിതവും ലളിതവുമായ ഈ രീതിയിൽ വളപ്രയോഗത്തിനുള്ള സമയവും ചെലവും കുറയ്ക്കാം.
4. കീടനാശിനികളും, കളനാശിനികളും നല്കുന്ന സമയത്തും വളം നല്കാം.
5. വളത്തിന്റെയും, വെള്ളത്തിന്റെയും അളവിൽ താരതമ്യേന കൃത്യമായ നിയന്ത്രണം സാദ്ധ്യമാകുന്നതിനാൽ സസ്യവളർച്ചയ്ക്ക് ബുദ്ധിമുട്ടുള്ള സ്ഥലങ്ങളിലും കൃഷി സാധ്യമാക്കാം. ഉദാഹരണമായി മണൽ മണ്ണിലും, കല്പ്രദേശത്തും ഫെർട്ടിഗേഷൻ നടപ്പാക്കാം.
6. രാസവളങ്ങൾ വെള്ളത്തോടൊപ്പം കലർന്ന് വളരെ നേർപ്പിച്ച അവസ്ഥയിലായതുകൊണ്ട് വേരുപടലങ്ങൾ സുരക്ഷിതമാണ്.
7. വളം പാഴാകുന്നില്ല. ഓരോ പ്രദേശത്തെയും മണ്ണിന്റെ ഘടന, വിളകളുടെ സവിശേഷത, വിളകൾക്കാവശ്യമുള്ള സസ്യ പോഷകങ്ങൾ, ജലാവശ്യം എന്നിവയൊക്കെ പരിഗണിച്ചിട്ടുവേണം ദ്രവ രാസവളങ്ങൾ തെരഞ്ഞെടുക്കുവാൻ. സാധാരണയായി ഒരു ലിറ്ററിന് 100 മില്ലീ ഗ്രാം എന്ന ഗാഢതയാണ് വേണ്ടത്. ഉല്പാദനക്ഷമത കൂട്ടാനും ഉല്പന്നത്തിന്റെ ഗുണമേന്മ ഉറപ്പുവരുത്താനും ഉതകുന്ന മാർഗ്ഗമായി ഫെർട്ടിഗേഷൻ അംഗീകരിക്കപ്പെട്ടിട്ടുണ്ട്. ഊർജ്ജ വ്യയവും, അധ്വാനവും കുറയുമെന്നതിനാൽ ചെലവും കുറയ്ക്കാം. വ്യാവസായികാടിസ്ഥാനത്തിലുള്ള കൃഷിയിൽ ഇതിന് വളരെ പ്രാധാന്യവുമുണ്ട്.

2. ചെറുകിട ജലസേചന പദ്ധതികൾ

വിയറുകൾ

നദികൾ/ഉപനദികൾക്കു കുറുകെ നിർമ്മിക്കുന്ന, ജലം തുറന്നുവിടുന്നതിനുള്ള സംവിധാനങ്ങളിലില്ലാത്ത നിർമ്മിതികളാണ് വിയറുകൾ. വെള്ളപ്പൊക്ക നിയന്ത്രണം, ജലം കനാലുകൾ വഴി തിരിച്ചുവിടൽ തുടങ്ങിയവയാണ് വിയറുകളുടെ പ്രധാന ലക്ഷ്യങ്ങൾ. ജലത്തിന്റെ അളവ് നിർണ്ണയിക്കുന്നതിനും വിയറുകൾ ഉപയോഗപ്പെടുത്താറുണ്ട്. നിർമ്മിതികളുടെ പ്രത്യേകതകൾക്കനുസരിച്ച് വിയറുകളെ തരംതിരിച്ചിട്ടുണ്ട്.

തടയണകൾ (ചെക്ക് ഡാമുകൾ)

സാങ്കേതികമായി വിയറുകൾ തന്നെയാണ് ചെക്ക് ഡാമുകൾ.

സ്ഥിരമായി ഒഴുക്കുള്ള തോടുകളിലും ഉപനദികളിലുമുള്ള പ്രസ്തുത നിർമ്മാണങ്ങളെയാണ് തടയണകൾ എന്ന് പ്രാദേശികമായി വിളിച്ചു വരുന്നത്. ചിലപ്പോഴെങ്കിലും വെള്ളം ഒഴുക്കി വിടുന്നതിനുള്ള സംവിധാനത്തോടുകൂടിയും ഇവ നിർമ്മിക്കാറുണ്ട്. ജലം ശേഖരിക്കുന്നതോടൊപ്പം നിർമ്മിക്കുന്ന പ്രദേശത്തിന്റെ പ്രത്യേകതയനുസരിച്ച് ഭൂതല പരിപോഷണത്തിനും തടയണകൾ ഉപയോഗപ്പെടാറുണ്ട്. നിർമ്മാണത്തിനായി തെരഞ്ഞെടുക്കുന്ന പ്രദേശത്തിന്റെ ഭൗമശാസ്ത്ര പഠനം (Geological Study) നടത്തുന്നതിന് ഇത്തരം നിർമ്മിതികളുടെ ശാസ്ത്രീയത ഉറപ്പുവരുത്തും.

ചീർപ്പുകൾ (വെന്റഡ് ക്രോസ് ബാർ-VCB)

ജലം ശേഖരിച്ച് നിർത്തുന്നതിന്റെ അളവ് ഷട്ടറുകൾ ഉപയോഗിച്ച് നിയന്ത്രിക്കുന്ന തരത്തിലുള്ള നിർമ്മിതികളെ ചീർപ്പുകൾ അഥവാ വെന്റഡ് ക്രോസ് ബാർ എന്ന് പറയുന്നു. തോടിന്റെയോ നദിയുടെയോ വീതി, താഴ്ച, നീരൊഴുക്കിന്റെ അളവ്, ശേഖരിച്ചു നിർത്തേണ്ട ജലത്തിന്റെ അളവ് എന്നിവയൊക്കെ അനുസരിച്ച് വി സി ബിയുടെ തരം, നിർമ്മാണരീതി, എന്നിവ രൂപകല്പന ചെയ്യുന്നു. തടികൊണ്ടോ, ഇരുമ്പ് കൊണ്ടോ FRP കൊണ്ടോ ഉള്ള ഷട്ടറുകൾ ഉപയോഗിക്കാം. റബിൾ മേസണറി, കോൺക്രീറ്റ് എന്നിവ ഉപയോഗിച്ച് വി സി ബി നിർമ്മിക്കാം.

ലിഫ്റ്റ് ഇറിഗേഷൻ പദ്ധതികൾ

സ്വാഭാവിക ഒഴുക്കിലൂടെ അല്ലാതെ ജലസേചന ആവശ്യങ്ങൾക്കായി വെള്ളം എത്തിക്കുന്ന രിതീയാണ് ലിഫ്റ്റ് ഇറിഗേഷൻ. ഇവയിലൂടെ ഉയർന്ന പ്രദേശങ്ങളിൽ വെള്ളമെത്തിക്കുവാൻ സാധിക്കുന്നു. ലിഫ്റ്റ് ഇറിഗേഷൻ പദ്ധതികൾക്ക് ഒരു ജലസ്രോതസ്സ് ആവശ്യമാണ്. പദ്ധതിക്കായി പമ്പുകളും മോട്ടോറും കനാലുകളും രൂപകല്പന ചെയ്യേണ്ടതുണ്ട്.

കേരളത്തിലെ ജലസേചന പദ്ധതികളുടെ പട്ടിക താഴെ കൊടുക്കുന്നു.

ക്ര.നം.	പദ്ധതിയുടെ പേര്	Net Ayacut	Gross Ayacut	നീളം (കി.മീ)	ജില്ല
1	വാളയാർ	3878	6476	110	പാലക്കാട്
2	മലമ്പുഴ	20733	42330	355	പാലക്കാട്
3	കാഞ്ഞിരപ്പുഴ	14569	31161	360	പാലക്കാട്
4	ചിറ്റൂർപ്പുഴ	15700	31400	335	പാലക്കാട്
5	ചുള്ളിയാർ, മീൻകര	5465	10930	130	പാലക്കാട്
6	പോത്തുണ്ടി	5465	10930	125	പാലക്കാട്
7	മംഗലം	3440	6880	120	പാലക്കാട്
8	ചീരക്കുഴി	1620	3240	51	തൃശൂർ

9	വാഴാനി	3565	7130	100	തൃശൂർ
10	പീച്ചി	17555	28080	200	തൃശൂർ
11	ചാലക്കുടി	19690	39380	370	തൃശൂർ, പാലക്കാട്
12	നെയ്യാർ	15380	23470	180	തിരുവനന്തപുരം
13	പഴശ്ശി	11525	23050	305	കണ്ണൂർ
14	കുറ്റ്യാടി	14569	31161	630	കോഴിക്കോട്
15	പെരിയാർവാലി	32800	85600	740	എറണാകുളം
16	പമ്പ	21135	49456	400	പത്തനംതിട്ട
17	കല്ലട	61630	92800	725	കൊല്ലം, പത്തനംതിട്ട, ആലപ്പുഴ
18	ചിമ്മിനി	13000	25000	0	തൃശൂർ
19	മൂവാറ്റുപുഴ വാലി	18173	35619	340	ഇടുക്കി, എറണാകുളം, കോട്ടയം
20	ഇടമലയാർ	3400		75	എറണാകുളം
21	കാരാപ്പുഴ	5221	5600	135	വയനാട്

മേൽപട്ടികയിൽ കാണിച്ചിരിക്കുന്ന വിവിധ വൻകിട-ഇടത്തരം ജലസേചന പദ്ധതികളിലെ ഏകദേശം 5000 കിലോമീറ്ററോളം കനാലുകളിലൂടെ കേരളത്തിലെ വിവിധ പ്രദേശങ്ങളിൽ വേനൽക്കാലത്ത് നവംബർ/ഡിസംബർ മുതൽ മെയ്/ജൂൺ ആദ്യം വരെ ജലവിതരണം നടത്തുന്നു. ഈ പ്രദേശങ്ങളിലെ അരുവികൾ, തോടുകൾ, ചിറകൾ, കുളങ്ങൾ, കിണറുകൾ തുടങ്ങിയവയിലെ ജലലഭ്യതയ്ക്കുള്ള മുഖ്യകാരണം മേല്പറഞ്ഞ കനാലുകളാണ്. പദ്ധതി പ്രദേശത്തും അനുബന്ധ പ്രദേശങ്ങളിലും ഭൂഗർഭജലത്തിന്റെ വിതാനം താഴാതെ നിർത്തുന്നതും വേനൽക്കാലത്തു നടക്കുന്ന ഈ ജലവിതരണംമൂലമാണ്.

ലിഫ്റ്റ് ഇറിഗേഷൻ പദ്ധതികൾ നേരിടുന്ന പ്രധാനപ്പെട്ട പ്രശ്നങ്ങൾ

1. യന്ത്രത്തകരാറുകൾ

ലിഫ്റ്റ് ഇറിഗേഷൻ പദ്ധതികളുടെ പ്രവർത്തന ക്ഷമതയെ സാരമായി ബാധിക്കുന്നത് മോട്ടോറും പമ്പുസെറ്റും ഇലക്ട്രിക്കൽ സംവിധാനവുമടങ്ങുന്ന യന്ത്രസാമഗ്രികളുടെ കേടുപാടുകളാണ്. ഇവ അപ്പോൾത്തന്നെ പരിഹരിക്കുന്നതിന് ഇപ്പോഴുള്ള സംവിധാനം അപര്യാപ്തമാണ്. സാങ്കേതിക വൈദഗ്ദ്ധ്യം ആവശ്യമുള്ള ഈ ജോലികൾ പ്രൊഫഷണൽ സാങ്കേതികവിദ്യാഭ്യാസ സ്ഥാപനങ്ങളായ എഞ്ചിനീയിറിങ് കോളേജ്, പോളിടെക്നിക്, ഐ ടി ഐ, ടി എച്ച് എസ് തുടങ്ങിയവയുടെ സഹകരണത്തോടെയും ഇലക്ട്രിക്കൽ ഇൻസ്പെ

ക്ടറേറ്റിന്റെ ലൈസൻസുള്ള ഏജൻസികളെ എംപാനൽ ചെയ്തു കൊണ്ടും അതാത് സമയത്ത് കേടുപാടുകൾ പരിഹരിക്കാവുന്നതാണ്. ഈ സ്ഥാപനങ്ങളിൽ പഠിക്കുന്ന കുട്ടികൾക്കുള്ള പ്രായോഗിക പരിശീലനവും പരിചയ സമ്പന്നരായ അദ്ധ്യാപകരുടെ പ്രൊഫഷണൽ വൈദഗ്ദ്ധ്യവും ഇതിന്റെ അനുബന്ധ മേന്മകളാണ്. നടപ്പാക്കുന്ന പ്രവൃത്തിക്കുള്ള ചെലവ് നല്കുന്നതുൾപ്പെടെയുള്ള എല്ലാ ഘടകങ്ങളും ജലസേചന വകുപ്പ്, സാങ്കേതിക വിദ്യാഭ്യാസ വകുപ്പ്, ഇലക്ട്രിക്കൽ ഇൻസ്പെക്ടറേറ്റ് എന്നിവ സംയുക്തമായി തീരുമാനിച്ച് മാർഗ്ഗരേഖ തയ്യാറാക്കേണ്ടതാണ്. ഓരോ ലിഫ്റ്റ് ഇറിഗേഷൻ പദ്ധതിക്കും ജനകീയ സമിതികൾ രൂപീകരിക്കേണ്ടതും ഈ സമിതി മേല്പറഞ്ഞ സാങ്കേതിക സംവിധാനത്തിന്റെ സോഷ്യൽ ഓഡിറ്റ് നിർവ്വഹിക്കേണ്ടതുമാണ്. ഇക്കാര്യത്തിൽ സർക്കാരിന്റെ നയപരമായ തീരുമാനം ആവശ്യമാണ്.

2. കനാലുകളിലെ ജലവിതരണം

കനാലുകളിലെ ചോർച്ച, കനാലുകളിലെ മാലിന്യം, കനാലുകളുടെ പരിപാലനവും അറ്റകുറ്റപ്പണിയും, ജലവിതരണം എന്നിവയുമായി ബന്ധപ്പെട്ട പ്രശ്നങ്ങൾ MGNREGS സഹായത്തോടെ മേല്പറഞ്ഞ ജനകീയ കമ്മിറ്റികൾക്ക് നിർവഹിക്കാവുന്നതാണ്. പ്രദേശത്തെ കൃഷിയും കുടിവെള്ള ആവശ്യവുമായിരിക്കണം ജലവിതരണത്തിന്റെ മുഖ്യ മുൻഗണനകൾ. ഓരോ കനാലിന്റെയും ആയക്കട്ട് പ്രദേശത്ത് യന്ത്രവൽകൃത കൃഷിയുൾപ്പെടെ സാദ്ധ്യമാകുന്ന തരത്തിലുള്ള ജലവിതരണ കലണ്ടർ ഈ ജനകീയ കമ്മിറ്റികൾക്ക് ആവിഷ്കരിക്കാൻ സാധിക്കും.

3. പ്രാദേശിക ജലസ്രോതസ്സുകളിലേക്ക് വെള്ളമെത്തിക്കുക

കനാൽ ജലത്തിന്റെ ലഭ്യതയനുസരിച്ച് പുതിയ പ്രദേശങ്ങളിലേക്കും സംഭരണികളിലേക്കും (കിണർ, കുളം, ചിറ, തോട്, ടാങ്ക്) വെള്ളമെത്തിക്കുന്നതിനുള്ള സാദ്ധ്യതയും പ്രവർത്തിയും ജനകീയ കമ്മിറ്റിക്ക് ഏറ്റെടുക്കാവുന്നതാണ്.

4. വെള്ളക്കെട്ടുകൾ ഒഴിവാക്കുക

വെള്ളക്കെട്ടുള്ള പ്രദേശങ്ങളിൽ നീർവാഴ്ചയ്ക്കുതകുന്ന തരത്തിലുള്ള സംഭരണികൾ (കുളങ്ങൾ, ചിറകൾ തുടങ്ങിയവ) നിർമ്മിച്ചുകൊണ്ട് അവയിൽ ശേഖരിക്കുന്ന ജലം ദൗർലഭ്യമുള്ള ഉയർന്ന പ്രദേശങ്ങളിലേക്ക് ലിഫ്റ്റ് ഇറിഗേഷൻ മുഖേന എത്തിക്കാൻ സാധിക്കും. ഇതുമൂലം വെള്ളക്കെട്ടുള്ള പ്രദേശങ്ങൾ കൃഷിയോഗ്യമാക്കുവാനും ജലദൗർലഭ്യമുള്ള ഉയർന്ന കുന്നിൻ പ്രദേശങ്ങളിൽ ജലം എത്തിക്കുവാനും സാധിക്കും. വൻകിട പദ്ധതികളിലെ ജലവിതരണ സമയത്ത് വെള്ളക്കെട്ടനുഭവപ്പെടുന്ന സ്ഥലങ്ങളിൽ ഈ രീതിയിലുള്ള ലിഫ്റ്റ് ഇറിഗേഷൻ പദ്ധതികൾ നടപ്പാക്കാവുന്നതാണ്.

3. വൻകിട ജലസേചന പദ്ധതികൾ

1958 ലെ വാട്ടർ റിസോഴ്സസ് ഓഫ് കേരള എന്ന പഠനരേഖ കേരളത്തിൽ ജലസംഭരണത്തിനായി വൻകിട-ഇടത്തരം പദ്ധതികൾ ആവിഷ്കരിക്കേണ്ടതിന്റെ ആവശ്യകത എടുത്തുപറയുന്നുണ്ട്. ഇതനുസരിച്ച് രണ്ടുഘട്ടങ്ങളിലായി വിവിധ ജലസേചന, ജലവൈദ്യുത പദ്ധതികൾ നടപ്പാക്കണമെന്ന് ഈ രേഖ നിർദ്ദേശിക്കുന്നു. ഈ രണ്ടു ഘട്ടവും പൂർത്തീകരിക്കുന്നതോടെ ദക്ഷിണേന്ത്യക്കാവശ്യമായ വൈദ്യുതി അത്രയും കേരളത്തിന് നല്കാൻ കഴിയുമെന്നും നമ്മുടെ സംസ്ഥാനത്തെ വർദ്ധിച്ചുവരുന്ന ജനസംഖ്യക്ക് നെല്ലുല്പാദന വർദ്ധനയിലൂടെ ഭക്ഷ്യധാന്യ രംഗത്ത് സ്വയം പര്യാപ്തത കൈവരിക്കാൻ സാധിക്കുമെന്നും ഈ രേഖ ചൂണ്ടിക്കാട്ടുന്നു. 1961 മുതൽ 1971 വരെയുള്ള ഒന്നാംഘട്ടം വിജയകരമായി പൂർത്തിയാക്കിയെങ്കിലും 1971 മുതൽ 1991 വരെയുള്ള രണ്ടാംഘട്ടത്തിൽ വളരെ കുറഞ്ഞ പ്രവർത്തനങ്ങൾ മാത്രമാണ് ഏറ്റെടുക്കുവാൻ സാധിച്ചത്.

കേരളത്തിൽ 53-ഓളം വലിയ ജലസംഭരണികൾ ജലവിഭവ വകുപ്പിന്റെയും വൈദ്യുതി വകുപ്പിന്റെയും ഉടമസ്ഥതയിലുണ്ട്. വേനൽക്കാലത്ത് വൈദ്യുതി ഉല്പാദനം നടക്കുമ്പോൾ പുഴയിലേക്ക് വെള്ളം തുറന്നു വിടുന്നതുമൂലം ഏതു കടുത്ത വേനൽക്കാലത്തും പെരിയാർ, പമ്പ, മൂവാറ്റുപുഴ തുടങ്ങിയ പ്രധാന നദികളിൽ നീരൊഴുക്ക് നിലനിർത്താൻ കഴിയുന്നു. പുതിയ റിസർവോയറുകൾക്ക് സാദ്ധ്യത കുറവെങ്കിലും നിലവിലുള്ള റിസർവോയറുകളെ സംരക്ഷിക്കുവാനും ഡീ-സിൽറ്റ് ചെയ്യുവാനും ക്യാച്ച്മെന്റ് ഏരിയാ ട്രീറ്റ്മെന്റിലൂടെ അവയിലേക്കുള്ള നീരൊഴുക്ക് വർദ്ധിപ്പിക്കുന്നതിനുമുള്ള സമഗ്രമായ പ്രവർത്തനങ്ങൾ നടത്തേണ്ടത് നദിയുടെ വേനൽക്കാല ജലലഭ്യതയ്ക്ക് ആവശ്യമാണ്. മഴക്കാലത്തും നിറയാത്ത റിസർവോയറുകളിൽ എത്തിച്ചേരേണ്ട ജലം വഴി മാറ്റുന്നുണ്ടോ എന്നതും നിറഞ്ഞൊഴുകുന്ന റിസർവോയറുകളുടെ സംഭരണശേഷി കൂട്ടാനോ പുതിയ സാറ്റലൈറ്റ് സംഭരണികൾ സ്ഥാപിക്കുന്നതിനോ ഉള്ള സാദ്ധ്യത പരിശോധിക്കേണ്ടതുമാണ്.

ഈ പശ്ചാത്തലത്തിൽ കേരളത്തിന്റെ മണ്ണ്-ജലസംരക്ഷണ പ്രവർത്തനങ്ങളിൽ വ്യക്തമായ വേർതിരിവ് ആവശ്യമാണ്.

1. വൻകിട-ഇടത്തരം-ലിഫ്റ്റ് ജലസേചന പദ്ധതികൾ നിലവിലുള്ള പ്രദേശങ്ങൾ.

2. ഇവയില്ലാത്തതോ ഉള്ളവയിൽ വേനൽക്കാലത്ത് ജലവിതരണം സാധ്യമല്ലാത്തതുമായ പ്രദേശങ്ങൾ.

ഇതിൽ രണ്ടാമത്തെ വിഭാഗത്തിൽപ്പെട്ട പ്രദേശങ്ങളിൽ നീർത്തടാധിഷ്ഠിത പ്രവർത്തനങ്ങൾ വളരെ സമഗ്രമായി നടപ്പാക്കുകയും വൻകിട-ഇടത്തരം-ലിഫ്റ്റ് പദ്ധതികൾക്കോ റിസർവോയറുകൾക്കോ ഉള്ള സാദ്ധ്യത പരിശോധിക്കുകയും നിലവിലുള്ള റിസർവോയറുകളുടെ

ശേഷി വർദ്ധിപ്പിക്കുന്നതിനുള്ള സാദ്ധ്യത ആരായുകയും ചെയ്യേണ്ട താണ്. പ്രധാന ശ്രദ്ധ വൃഷ്ടിപ്രദേശവുമായി ബന്ധപ്പെട്ട വിവിധങ്ങളായ മണ്ണ്-ജല സംരക്ഷണ പ്രവർത്തനങ്ങളായിരിക്കണം.

ഒന്നാമത്തെ വിഭാഗത്തിൽപ്പെട്ട പ്രദേശങ്ങളിൽ സമഗ്രമായ സർവ്വെയും ആസൂത്രണവും നടത്തി സമ്പൂർണ്ണ ജലലഭ്യതാ പ്രദേശങ്ങളായി മാറ്റാനുള്ള പ്രവർത്തനങ്ങൾ ഈ പദ്ധതികളും അവയുടെ ജല വിതരണ ശൃംഖലയുമായി ബന്ധപ്പെടുത്തി ആവിഷ്കരിക്കേണ്ടതാണ്. അതോടൊപ്പം നീർത്താടാധിഷ്ഠിത മണ്ണ്-ജലസംരക്ഷണ പ്രവർത്തനങ്ങളും സമയബന്ധിതമായി നടപ്പാക്കേണ്ടതും ക്രമേണ പദ്ധതികളിൽ നിന്നുമുള്ള വെള്ളത്തിനെ ആശ്രയിക്കുന്നത് കുറയ്ക്കേണ്ടതുമാണ്.

പ്രവർത്തനങ്ങൾ

1. ഓരോ പദ്ധതി പ്രദേശത്തുമുള്ള കനാൽ ശൃംഖല ജി പി എസ് ഉപയോഗിച്ച് മാപ്പു ചെയ്തുകൊണ്ട് Land Use Board തയ്യാറാക്കിയിട്ടുള്ള സ്വാഭാവിക ജലസ്രോതസ്സുകളുടെ മാപ്പുമായി സംയോജിപ്പിക്കുക.
2. ഫീൽഡ് സർവ്വെയിലൂടെ സ്വാഭാവിക ജലസ്രോതസ്സുകളിലേക്ക് ഗ്രാവിറ്റി മുഖേന പദ്ധതികളുടെ ജലവിതരണ ശൃംഖലയിൽ നിന്നും ജലമെത്തിക്കാനുള്ള സാദ്ധ്യതാപഠനം നടത്തി പ്രവൃത്തികൾ ഏറ്റെടുക്കുക.
3. ഉയർന്ന പ്രദേശങ്ങളിൽ ലിഫ്റ്റ് മുഖേന വെള്ളമെത്തിക്കുന്നതിനുള്ള സാദ്ധ്യത കണ്ടെത്തി നടപ്പാക്കുക.
4. വേനൽക്കാലത്തും വെള്ളക്കെട്ടുണ്ടാകുന്ന താഴ്ന്ന പ്രദേശങ്ങൾക്കും പാടശേഖരങ്ങൾക്കുമായി ഡ്രെയിനേജും ലിഫ്റ്റ് ഇറിഗേഷനും അടങ്ങുന്ന പദ്ധതികൾ നടപ്പാക്കുക.
5. ഏതെങ്കിലും കനാലുകളിൽ ആവശ്യത്തിന് ജലലഭ്യതയില്ലെങ്കിൽ ആ പ്രദേശത്തെ കൃഷിക്കാവശ്യമായ ജലത്തിന്റെ (crop water requirement) അളവ് sprinkler, drip തുടങ്ങിയ ജലസേചന രീതികളിലൂടെ കുറച്ചുകൊണ്ടുവരിക.
6. സ്വാഭാവിക ജലസ്രോതസ്സുകൾ ഇല്ലാത്ത പ്രദേശങ്ങളിൽ പുതിയ കിണറുകളും കുളങ്ങളും മറ്റു സംഭരണികളും നിർമ്മിച്ചുകൊണ്ട് കനാലുകളിൽ നിന്നുള്ള ജലം ശേഖരിക്കുന്നതിനുള്ള സംവിധാനമൊരുക്കുക.
7. പ്രാദേശിക കണക്ടിവിറ്റി (കനാൽ ശൃംഖലയും സ്വാഭാവിക ജലസ്രോതസ്സുകളുമായി) സ്ഥാപിക്കുന്നതിന് സ്ഥലപരിമിതിയുണ്ടെങ്കിൽ മണ്ണിനടിയിൽ പൈപ്പുകളിട്ട് അത് ഉറപ്പുവരുത്തുക.
8. മേൽ പ്രവർത്തനങ്ങൾ പ്രാദേശിക സർക്കാരുകളുമായി ചേർന്ന് ജനപങ്കാളിത്തത്തോടെ നടപ്പാക്കേണ്ടതാണ്. പദ്ധതി പ്രദേശത്ത് ഓരോ കനാലിനും ജനകീയ കമ്മിറ്റികൾ രൂപീകരിക്കണം.

കനാലുകളിലെ ജലവിതരണംമൂലം വേനൽക്കാലത്ത് വെള്ളക്കെട്ടുണ്ടാകുന്ന പാടശേഖരങ്ങളിലും താഴ്ന്ന പ്രദേശങ്ങളിലും നീർവാർച്ചയ്ക്ക് അനുയോജ്യമായ പദ്ധതികൾ തയ്യാറാക്കുക. തലക്കുളങ്ങളും നീർച്ചാലുകളുമുള്ള പ്രദേശങ്ങളിൽ അവ പുനരുദ്ധരിച്ചുകൊണ്ട് അധികജലം ഒഴുക്കിക്കളയുന്നതിനുള്ള സാദ്ധ്യത പരിശോധിച്ച് നടപ്പാക്കുക. ഒഴുക്കിക്കളയാൻ സാധ്യതയില്ലാത്ത പ്രദേശങ്ങളിൽ ജലക്ഷാമം നേരിടുന്ന സമീപ പ്രദേശങ്ങളിലേക്ക് ലിഫ്റ്റ് ഇറിഗേഷൻ മുഖേന ജലവിതരണം നടത്തുക. തലക്കുളങ്ങളോ നീർച്ചാലുകളോ ഇല്ലാത്ത പ്രദേശങ്ങളിൽ വസ്തു ഉടമസ്ഥരുടെ കൂട്ടായ്മയിലൂടെ അവയ്ക്കുള്ള സ്ഥലം കണ്ടെത്തി അനുയോജ്യമായ രീതിയിൽ വെള്ളക്കെട്ട് ഒഴിവാക്കുന്ന പ്രവർത്തനങ്ങൾ ഏറ്റെടുക്കുക.

4. കുളം - കിണർ സംരക്ഷണം

കേരളത്തിൽ 40,000 പൊതുകുളങ്ങളും കിണറുകളുമുണ്ട്. സ്വകാര്യ കിണറുകളും ജലാശയങ്ങളും ഏകദേശം 66 ലക്ഷത്തിലധികമാണ്. സമൃദ്ധമായ കാലവർഷവും തുലാവർഷവുംമൂലം ജലലഭ്യത കൂടിയ സംസ്ഥാനമായി കേരളത്തെ കണക്കാക്കിയിരുന്നു. എന്നാൽ അടുത്തടുത്ത വർഷങ്ങളിൽ വന്ന മഴക്കുറവ് കേരളത്തിലെ മിക്ക പ്രദേശങ്ങളിലും വേനൽക്കാലത്ത് ജലലഭ്യത ഇല്ലാതാക്കിയിട്ടുണ്ട്. കാലങ്ങളായി അവഗണനമൂലം കുളങ്ങളും കിണറുകളും ഉപയോഗയോഗ്യമല്ലാതായിക്കൊണ്ടിരിക്കുകയാണ്. ഇവയെ പുനരുജ്ജീവിപ്പിക്കുന്നതിനുള്ള കർമ്മ പദ്ധതിയാണ് ജലസമൃദ്ധി ഉപമിഷന്റെ പ്രാരംഭ പ്രവർത്തനമായി മുന്നോട്ടുവയ്ക്കുന്നത്.

1) സാമൂഹ്യസർവ്വെ

സാമൂഹ്യ സർവ്വെയിലൂടെയും നാട്ടറിവിലൂടെയും എല്ലാ കുളങ്ങളും കിണറുകളും അടയാളപ്പെടുത്തുക. അവയിലേക്കും അവയിൽനിന്നും നീരൊഴുക്കുണ്ടായിരുന്ന കൈത്തോടുകളും ചാലുകളും കണ്ടെത്തുകയും അവയുടെ നിലവിലെ അവസ്ഥ രേഖപ്പെടുത്തുകയും ചെയ്യുക.

2) പ്രശ്നവിശകലനം

ഓരോ കുളത്തിനും കിണറിനും ആവശ്യമായ പുനരുജ്ജീവന-സംരക്ഷണ പ്രവർത്തനങ്ങൾ ക്രമപ്പെടുത്തുക. ജലം ശേഖരിച്ചു സംരക്ഷിക്കുക എന്നതാണ് കുളങ്ങളുടെയും കിണറുകളുടെയും പ്രധാന കർത്തവ്യം എന്നതുകൊണ്ട് അത് സാദ്ധ്യമാകുന്ന നടപടികൾ സാങ്കേതിക സഹായത്തോടെ തീരുമാനിക്കുക. ചില ജലാശയങ്ങളിലെങ്കിലും അടിഞ്ഞുകൂടിയിരിക്കുന്ന ചെളി പൂർണ്ണമായി നീക്കം ചെയ്യുകയോ ആഴം കൂട്ടുകയോ ചെയ്യാത്തതിനാൽ അവയുടെ സംഭരണശേഷി തീരെ ഇല്ലാ

താകുന്നു. ഓരോ ജലാശയത്തിന്റെയും മണ്ണിന്റെ ഘടന മനസ്സിലാക്കി മാത്രം നടപടികൾ തിട്ടപ്പെടുത്തുക.

പാർശ്വങ്ങളുടെയും സമീപസ്ഥലങ്ങളുടെയും അവസ്ഥയ്ക്കനുസരിച്ച് സംരക്ഷണ പ്രവർത്തനങ്ങൾ തീരുമാനിക്കുക.

ജലാശയങ്ങളിലേക്കുള്ള നീർച്ചാലുകൾ പുനഃസ്ഥാപിക്കുന്നതിനുള്ള സാദ്ധ്യത പരിശോധിക്കുക. അസാദ്ധ്യമായ ഇടങ്ങളിൽ ബൈപ്പാസ് പോലുള്ള രീതികൾ സ്വീകരിച്ച് നീരൊഴുക്ക് ശൃംഖല പുനഃസ്ഥാപിക്കുക.

മണ്ണ്-ജലസംരക്ഷണ മാർഗ്ഗങ്ങളിലൂടെ (മഴക്കുഴി, കോണ്ടൂർ ബണ്ടിങ്, ജൈവവേലി, വൃക്ഷവല്ക്കരണം തുടങ്ങിയ മാർഗ്ഗങ്ങൾ) ജലം ശേഖരിക്കുന്നത് വർദ്ധിപ്പിക്കുന്നതിനുള്ള സാദ്ധ്യതകൾ ആരായുക.

3) പ്രവർത്തനങ്ങൾ

(1) പ്രശ്ന വിശകലനത്തിന്റെ അടിസ്ഥാനത്തിൽ കുളങ്ങളിലും കിണറുകളിലും അടിഞ്ഞിരിക്കുന്ന മാലിന്യം പൂർണ്ണമായും മണ്ണ് സാങ്കേതിക പരിശോധനയുടെ അടിസ്ഥാനത്തിൽ ആവശ്യമായ തോതിലും നീക്കം ചെയ്യുക.

(2) പാർശ്വങ്ങൾ സംരക്ഷിക്കുന്നതിന് കയർ ഭൂവസ്ത്രം, അനുയോജ്യമായ വൃക്ഷങ്ങൾ (മുള മുതലാവയവ), ചെടികൾ (രാമച്ചം മുതലായവ), ഇടിഞ്ഞുപോയ ഭാഗങ്ങളിൽ കൽക്കെട്ട് തുടങ്ങിയ നടപടികൾ സ്വീകരിക്കുക.

(3) ജലലഭ്യത വർദ്ധിപ്പിക്കുന്നതിനും ബാഷ്പീകരണ നഷ്ടം കുറയ്ക്കുന്നതിനും ജലാശയത്തിന്റെ ചുറ്റുവട്ടത്ത് ജൈവവൈവിദ്ധ്യം ഉറപ്പുവരുത്തുന്ന വൃക്ഷങ്ങൾ നട്ടുവളർത്തുക.

(4) നീരൊഴുക്ക് ശൃംഖല പുനഃസ്ഥാപിക്കുന്നതിനായി കൈത്തോടുകളും ചാലുകളും ഡി-സിൽറ്റ് ചെയ്ത് നിലനിർത്തുക. നിർമ്മിതി മൂലമോ മറ്റു കാരണങ്ങളാലോ പുനഃസ്ഥാപിക്കാൻ സാദ്ധ്യമല്ലാത്ത ഇടങ്ങളിൽ ബൈപ്പാസിങ് പോലുള്ള സാദ്ധ്യതകൾ ആരായുക.

(5) നികന്നുപോയതും നഷ്ടപ്പെട്ടതുമായ കുളങ്ങളും കിണറുകളും ജനപിന്തുണയോടെ പുനഃസ്ഥാപിക്കുക.

(6) വേനൽക്കാലത്ത് വറ്റിപ്പോകുന്നവയാണ് കേരളത്തിലെ മിക്ക കുളങ്ങളും കിണറുകളും. മോട്ടോറും പമ്പുസെറ്റുമുള്ള ജലാശയങ്ങളിൽ ജലദൗർലഭ്യം വ്യാപകമാണ്. സംസ്ഥാനത്ത് വേനൽക്കാലത്ത് കനാൽ ജലവിതരണം നടക്കുന്ന ജലസേചന പദ്ധതികളിൽനിന്നും സാധ്യമായ എല്ലാ ജലാശയങ്ങളിലേക്കും ഗ്രാവിറ്റി മുഖേനയോ പമ്പിങ് മുഖേനയോ ജലമെത്തിക്കുന്നതിനുള്ള സാങ്കേതിക പ്രവർത്തനങ്ങൾ ഏറ്റെടുക്കുക. വേനൽക്കാലത്ത്

ജലലഭ്യത ഉറപ്പുവരുത്താനുള്ള ഏറ്റവും പ്രധാനപ്പെട്ട ഇടപെടലായി ഇതിന് പ്രാഥമിക പരിഗണന കൊടുക്കുക.

(7) എല്ലാ ജലാശയങ്ങളുടെയും വൃഷ്ടിപ്രദേശത്ത് അനുയോജ്യമായ മണ്ണ്-ജല സംരക്ഷണ പ്രവർത്തനങ്ങൾ നടപ്പാക്കുക.

പ്രവർത്തന സംവിധാനം

തദ്ദേശസ്വയംഭരണ സ്ഥാപനങ്ങളുടെ മേൽക്കൈയിൽ നീർത്തടാടിസ്ഥാനത്തിൽ വിവിധ വകുപ്പുകളുടെ പ്രവർത്തനങ്ങളെ ഏകോപിപ്പിക്കുന്നതിനുള്ള കൃത്യമായ മാർഗ്ഗനിർദ്ദേശങ്ങൾ ബന്ധപ്പെട്ട വകുപ്പുകൾക്കൊക്കെ ബാധകമാകുന്ന രീതിയിൽ പുറപ്പെടുവിക്കുക.

ഓരോ ജലാശയത്തിനും ഉപയോഗാടിസ്ഥാനത്തിൽ പരിപാലനത്തിനുള്ള ജനകീയ സംവിധാനം രൂപീകരിച്ച് പ്രവർത്തനക്ഷമമാക്കുക.

റീചാർജിംഗ്

കാലവർഷം, തുലാവർഷം, വേനൽമഴ എന്നിവ ലഭിക്കുന്ന കേരളത്തിൽ കിണർ റീചാർജ് ചെയ്യുന്നതിന് അനുകൂല സാഹചര്യമാണുള്ളത്. കെട്ടിടങ്ങളുടെ മേല്ക്കൂരകളിൽ വീഴുന്ന മഴയെ ശുദ്ധീകരിച്ച് നേരിട്ട് കിണറുകളിൽ എത്തിച്ചും, കിണറുകൾക്ക് സമീപം ഭൂഗർഭസ്ഥലങ്ങളിൽ സംഭരിച്ചും കിണർ റീചാർജ് ചെയ്യാം. ആയതിനാൽ താഴെ പറയുന്ന മാർഗ്ഗങ്ങൾ സ്വീകരിച്ച് ലഭിക്കുന്ന മഴയെ പരമാവധി ഉപയോഗപ്പെടുത്തി കേരളത്തിലെ സാദ്ധ്യമായ കിണറുകൾ എല്ലാം റീചാർജ് ചെയ്ത് ഭൂഗർഭജല ലഭ്യത വർദ്ധിപ്പിക്കേണ്ടതാണ്. സർക്കാർ പ്രഖ്യാപിച്ചിട്ടുള്ള ഹരിതകേരളം എന്ന ലക്ഷ്യം സാക്ഷാൽക്കരിക്കുന്നതിന് കിണർ റീചാർജ് മുഖ്യപങ്കുവഹിക്കും. ആയതിനാൽ താഴെ പറയുന്ന പ്രവർത്തനങ്ങളിലൂടെ കേരളത്തിലെ സാദ്ധ്യമായ കിണറുകളിലെല്ലാം മഴവെള്ളം റീചാർജ് ചെയ്ത് സംസ്ഥാനത്തെ ജലലഭ്യത പരമാവധി വർദ്ധിപ്പിക്കേണ്ടതാണ്.

1. ഭൂരിഭാഗം കോൺക്രീറ്റ് വീടുകളിലും ടെറസിലെ വെള്ളം താഴെ എത്തിക്കുന്നതിനായി പൈപ്പുകൾ സ്ഥാപിച്ചിട്ടുണ്ട്. അത്തരം വീടുകളിൽ ഈ പൈപ്പ് അവസാനിക്കുന്നിടത്ത് നിന്ന് ചാല് കീറി കിണറിന് മൂന്നു മീറ്ററെങ്കിലും അകലം പാലിച്ച് അനുയോജ്യമായ ആഴത്തിൽ ഒന്നോ അതിലധികമോ കുഴി തുറന്ന് ജലം ഭൂമിയിലേക്ക് ഇറക്കേണ്ടതാണ്. ചരിവേറിയ ഭൂപ്രദേശങ്ങളിലും കിണർ ഇടിച്ചിൽ, മണ്ണിടിച്ചിൽ മുതലായ പ്രശ്നങ്ങൾ മുൻകാലങ്ങളിൽ ഉണ്ടായിട്ടുള്ള പ്രദേശങ്ങളിലും അപകടസാദ്ധ്യത കൂടി കണക്കാക്കി കുഴിയുടെ ആഴം പരമാവധി കുറയ്ക്കേണ്ടതാണ്.
2. കിണറിലേക്കുള്ള ദൂരം അധികമാണെങ്കിൽ മേല്ക്കൂരയിൽ നിന്നുള്ള വെള്ളം താഴെ എത്തുന്ന സ്ഥലത്തിന് അടുത്ത് തന്നെ കുഴിയെടുത്ത മഴവെള്ളം മണ്ണിലേക്ക് ഇറക്കേണ്ടതാണ്.

3. കിണറിന് സമീപത്തായി വൃക്ഷങ്ങൾ ഉണ്ടെങ്കിൽ അവയുടെ തടം തുറന്ന് അവയിലേക്ക് മേല്ക്കൂരയിലേയും മുറ്റത്തേയും ജലം തിരിച്ച് വിടേണ്ടതാണ്.
4. മുകളിൽ പറഞ്ഞിരിക്കുന്ന ചാല് കീറി വെള്ളം കൊണ്ടുപോകുന്ന അവസരത്തിൽ മണ്ണിന്റെ തരത്തിനനുസരിച്ച് (മണൽ, ചരൽ എന്നിവ കൂടുതൽ ഉള്ള പ്രദേശങ്ങളിൽ) ചാലുകളിൽ ഫെറോ സിമെന്റ് half round പാത്തികൾ ഉപയോഗപ്പെടുത്തിയോ, മറ്റ് പൈപ്പുകൾ ഉപയോഗപ്പെടുത്തിയോ വെള്ളം കുഴിയിൽ എത്തുന്നുവെന്ന് ഉറപ്പാക്കേണ്ടതാണ്.
5. ഓട്/ഓല മേഞ്ഞ വീടുകളിൽ പാത്തികളുടെ സഹായത്തോടെ ജലം താഴെ എത്തിച്ച് തുടർന്ന് ചാല് കീറി ജലം കിണറുകളിലോ കുഴികളിലോ എത്തിക്കേണ്ടതാണ്.
6. കിണറിന്റെ സ്ഥാനം വീടിനെക്കാൾ ഉയർന്ന വിതാനത്തിൽ സ്ഥിതി ചെയ്യുന്ന ഇടങ്ങളിലും ചാല് കീറി ജലമെത്തിക്കുന്നതിന് ബുദ്ധിമുട്ടുള്ള സ്ഥലങ്ങളിലും മാത്രമായി പൈപ്പ് ഉപയോഗിച്ചുള്ള കിണർ റീചാർജിങ് പരിമിതപ്പെടും.
7. ജലക്ഷാമം രൂക്ഷമായ പ്രദേശങ്ങളിലും, ജലത്തിന്റെ ഉപയോഗം കൂടുതലുള്ള സ്ഥലങ്ങളിലും നേരിട്ട് മഴവെള്ളം കിണറുകളിൽ എത്തിക്കുന്നത് ഉചിതമായിരിക്കും.
8. വലിയ വിസ്തൃതിയുള്ള കെട്ടിടങ്ങളുള്ള സ്ഥലങ്ങളിലും (സ്കൂൾ, കോളേജ്, ആശുപത്രികൾ മുതലായവ) വിവിധ രീതിയിലുള്ള യുക്തിസഹമായ മാർഗങ്ങൾ സ്വീകരിച്ച് മഴവെള്ളം സംഭരിച്ച് ഭൂമിക്കടിയിലേക്ക് കിനിഞ്ഞിറങ്ങുന്നതിനുള്ള സംവിധാനം ഒരുക്കേണ്ടതാണ്. സങ്കീർണ്ണതയുള്ള സ്ഥലങ്ങളിൽ ഭൂജല വകുപ്പ് നടപ്പാക്കുന്ന ആർട്ടിഫിഷ്യൽ റീചാർജിങ് മാതൃക അനുകരിക്കുകയോ, മാറ്റ് ശാസ്ത്രീയ നിർദ്ദേശങ്ങൾ സ്വരൂപിക്കുകയോ വേണ്ടതാണ്.
9. വെള്ളക്കെട്ട് ഇല്ലാത്ത പ്രദേശങ്ങളിലെ എല്ലാ സർക്കാർ സ്ഥാപനങ്ങളും സ്വന്തം നിലയ്ക്ക് (ചെറിയ വിസ്തൃതിയിലുള്ള കെട്ടിടങ്ങൾക്ക് കിണർ റീചാർജിങ്, വലിയ കെട്ടിടങ്ങൾക്ക് ആർട്ടിഫിഷ്യൽ റീചാർജിങ്) റീചാർജിങ് നടപ്പിലാക്കി മാതൃകയാവേണ്ടതാണ്.
10. സ്വന്തമായി കിണറുള്ള മുഴുവൻ ജനപ്രതിനിധികളും സർക്കാർ ജീവനക്കാരും അവരുടെ വീടുകളിൽ കിണർ റീചാർജിങ് നടപ്പിലാക്കി മറ്റുള്ളവർക്ക് മാതൃകയാവേണ്ടതാണ്.
11. എല്ലാ സ്കൂളുകളിലും പഞ്ചായത്ത്/പി റ്റി എ/സ്വന്തം ഫണ്ട് ഉപയോഗിച്ച് ആർട്ടിഫിഷ്യൽ റീചാർജിങ് നടപ്പിലാക്കാവുതാണ്.
12. ശക്തമായ ബോധവല്ക്കരണ പ്രവർത്തനങ്ങളിലൂടെ ലളിതമായ മാർഗ്ഗങ്ങൾ ഉപയോഗിച്ച് കിണർ റീചാർജിങ് സ്വന്തമായി നടപ്പി

ലാക്കാൻ കഴിയുന്ന എല്ലാ വീടുകളിലും സ്വയം നടപ്പിലാക്കാവുന്നതാണ്..

13. വിവിധ തദ്ദേശ സ്വയംഭരണ സ്ഥാപനങ്ങൾ കിണർ റീചാർജിങ്ങിനായി മാറ്റിവയ്ക്കുന്ന തുക ഉപയോഗപ്പെടുത്തി വലിയ കെട്ടിടങ്ങളിലും, പൊതുസ്ഥലങ്ങളിലും, പൊതു സ്ഥാപനങ്ങളിലും ആർട്ടിഫിഷ്യൽ റീചാർജിങ് നടപ്പിലാക്കാവുന്നതാണ്..
14. സ്വന്തമായി കിണർ റീചാർജിങ് നടപ്പിലാക്കുവാൻ കഴിയാത്ത വീടുകളിൽ ദേശീയ ഗ്രാമീണ തൊഴിലുറപ്പ് പദ്ധതി മുഖാന്തിരം അത് നടപ്പിലാക്കാവുന്നതാണ്..
15. വീടുകളിൽ നടപ്പിലാക്കേണ്ട കിണർ റീചാർജിങ്ങിന് ഓരോ പ്രദേശത്തിനും അനുയോജ്യമായ വിവിധ മോഡലുകളെ സംബന്ധിച്ച് ശരിയായ അവബോധം നല്കുകയും ഓരോ പഞ്ചായത്തിലും ഇതിനായി ഹെൽപ്പ് ഡെസ്കുകൾ ആരംഭിക്കുകയും ചെയ്യേണ്ടതാണ്.
16. പുതിയ കെട്ടിടങ്ങളിൽ നിലവിലെ ചട്ടപ്രകാരം ജലസംഭരണത്തിനുള്ള സംവിധാനം ഒരുക്കുകയും അത് പ്രവർത്തനക്ഷമമാണെന്ന് ഉറപ്പാക്കുകയും ചെയ്യേണ്ടതാണ്.
17. ഒരു തദ്ദേശസ്വയംഭരണ സ്ഥാപനത്തിലെ എല്ലാ ജനപ്രതിനിധികളും കിണർ റീചാർജിങ് നടപ്പിലാക്കിയ ത്രിതല പഞ്ചായത്തുകൾക്ക് പ്രോത്സാഹനം നല്കുന്നതിന് ഹരിതകേരളം മിഷൻ തലത്തിൽ നടപടി സ്വീകരിക്കേണ്ടതാണ്.
18. തദ്ദേശഭരണ വകുപ്പിനുകീഴിലും സ്ഥാപനങ്ങളുടെ കീഴിലുമുള്ള എല്ലാ കെട്ടിടങ്ങളോടും അനുബന്ധമായുള്ള കിണറുകളും റീചാർജ് ചെയ്യപ്പെടുന്നുവെന്ന് ഉറപ്പുവരുത്തണം.
19. കിണറുകളിലെ ജലനിരപ്പ് ഉയർത്തുന്നതുപോലെ ജലശുദ്ധി ഉറപ്പാക്കുകയും പ്രാധാന്യമുള്ള ഘടകമാണ്. കിണറും പരിസരവും വൃത്തിയായി സൂക്ഷിക്കുക, ആൾമറ, പ്ലാറ്റ്ഫോം എന്നിവ തയ്യാറാക്കുക, വലകൾ ഉപയോഗിച്ച് കിണർ മൂടുക, കിണറുകളിൽ നിശ്ചിത ഇടവേളകളിൽ ബ്ലീച്ചിങ് പൗഡർ ലായനി ഉപയോഗപ്പെടുത്തി ജലശുദ്ധീകരണം നടത്തുക, ഇടവേളകളിൽ കിണറുകളിലെ ജലഗുണനിലവാരം പരിശോധിക്കുക തുടങ്ങിയ പ്രവർത്തനങ്ങളും നിർവ്വഹിക്കേണ്ടതാണ്.

മേൽ വിവരിച്ച പ്രവർത്തനങ്ങൾക്ക് സഹായകരമായ രീതിയിൽ ചാല് കീറുക, മഴവെള്ളസംഭരണക്കുഴി നിർമ്മിക്കുക, മഴക്കുഴികൾ നിർമ്മിക്കുക തുടങ്ങിയ പ്രവർത്തികൾ അതതു ഗ്രാമപഞ്ചായത്തുകളിൽ മഹാത്മാഗാന്ധി ദേശീയ ഗ്രാമീണതൊഴിൽ ഉറപ്പു പദ്ധതിയിൽ ഉൾപ്പെടുത്തിയും, മുനിസിപ്പാലിറ്റികളിൽ അയ്യങ്കാളി തൊഴിലുറപ്പു പദ്ധതിയിൽ ഉൾപ്പെടുത്തിയും നിർവ്വഹിക്കാവുന്നതാണ്.

പുതുതായി നിർമ്മിക്കുന്ന എല്ലാ വീടുകളിലും സ്ഥാപനങ്ങളിലും

കിണർ റീചാർജ്ജിങ്ങിനുള്ള സൗകര്യമൊരുക്കുന്നത് നിയമംമൂലം ഉറപ്പാക്കാവുന്നതാണ്. പൊതുകിണറുകൾ ശുചീകരിക്കുക, ഉപയോഗശൂന്യമായ കിണറുകൾ (പൊട്ടക്കിണറുകൾ) ജലസംഭരണ യോഗ്യമാക്കുക, കാവുകൾ സംരക്ഷിക്കുക, ഊറ്റുകുഴികൾ സംരക്ഷിക്കുക തുടങ്ങിയ പ്രവർത്തനങ്ങൾ ഓരോ പ്രദേശത്തിന്റെയും പ്രത്യേകതയ്ക്കനുസരിച്ച് ഏറ്റെടുക്കാവുന്നതാണ്.

5. തോടുകളുടെയും നദികളുടെയും സംരക്ഷണം

44 നദികളും അസംഖ്യം തോടുകളും അരുവികളും നിരവധി തടാകങ്ങളും കായലും കടലും 40,000 ലധികം പൊതുകുളങ്ങളും 66 ലക്ഷത്തിലധികം സ്വകാര്യ കിണറുകളും കുളങ്ങളും 53 ജലസംഭരണികളും 6000 കിലോമീറ്ററിലധികം ജലസേചന-ലിഫ്റ്റ് ഇറിഗേഷൻ കനാലുകളും കേരളത്തിലുണ്ട്. ഭൂവിനിയോഗത്തിൽവന്ന മാറ്റം, കാലാവസ്ഥയിലെ വ്യതിയാനം, അതിവേഗത്തിൽ സംഭവിക്കുന്ന നഗരവല്ക്കരണം, ജീവിതചര്യയിലും കൃഷിരീതിയിലുമുണ്ടായ മാറ്റം എന്നിവയെല്ലാം നമ്മുടെ ജലസ്രോതസ്സുകളെ വളരെയധികം പരിമിതപ്പെടുത്തുകയും ഇല്ലാതാക്കുകയും ചെയ്തുകൊണ്ടിരുന്നു.

തോടുകളുടേയും നദികളുടേയും ഓരങ്ങളിൽ വികസിച്ചുവരുന്ന ഒട്ടനവധി ചെറുപട്ടണങ്ങളും നഗരവല്ക്കരണവും നമ്മുടെ തോടുകളിലേക്ക് വലിച്ചെറിയുന്ന മാലിന്യങ്ങളും ഒഴുക്കിവിടുന്ന മലിനജലവുമാണ് തോടുകളുടേയും നദികളുടേയും സ്ഥായിയായ നിലനില്പിനെ ചോദ്യം ചെയ്യുന്ന ഏറ്റവും വലിയ വെല്ലുവിളി. ആശുപത്രികൾ, ചെറുതും വലുതുമായ ഹോട്ടലുകളും റെസ്റ്റോറന്റുകളും, വാഹന റിപ്പയർ വർക്ക്ഷോപ്പുകൾ, പ്രാർത്ഥനാലയങ്ങളും ധ്യാനകേന്ദ്രങ്ങളും ഒക്കെയായി ഖര-ജല മാലിന്യങ്ങൾ തോടുകളിലേക്കും നദികളിലേക്കും പലപ്പോഴും ആവശ്യത്തിന് സംസ്കരണമില്ലാതെ ഒഴുക്കിവിടുന്നതും കാണാം. നഗരവല്ക്കരണത്തിന്റെ ഭാഗമായി വീടുകളിൽ സ്ഥാപിച്ചിട്ടുള്ള സെപ്റ്റിക് ടാങ്കുകൾ ഇടയ്ക്കിടയ്ക്ക് ശൂന്യമാക്കുന്നതിനായി വിസർജ്യമാലിന്യങ്ങൾ പുറത്തെടുത്ത് തള്ളുന്നതും പലേടത്തും നമ്മുടെ തോടുകളിലേക്കും നദികളിലേക്കും തന്നെയാണ്. ഒഴുക്കുള്ള മാസങ്ങളിൽ ഇതൊന്നും ശ്രദ്ധിക്കപ്പെടാതെപോകുമെങ്കിലും ഒഴുക്കില്ലാത്ത/നീരൊഴുക്ക് കുറവുള്ള മാസങ്ങളിൽ ഖര-ജല മാലിന്യങ്ങളുടെ ഗാഢത വർദ്ധിക്കുകയും അവ കെട്ടിനില്ക്കുകയും പകർച്ചവ്യാധികൾ പെരുകുന്നതിനു കാരണമാകുകയും ചെയ്യുന്നു.

ജനകീയ കൂട്ടായ്മയിലൂടെ തദ്ദേശ സ്വയംഭരണ സ്ഥാപനങ്ങളുടേയും ബന്ധപ്പെട്ട വകുപ്പുകളുടേയും സഹകരണത്തോടെ ജലസ്രോതസ്സുകളുടെ സംരക്ഷണത്തിന്, പ്രത്യേകിച്ച് നദികളെയും തോടുകളേയും മാലിന്യമുക്തമാക്കുന്നതിന് നിർദ്ദേശങ്ങൾ മുന്നോട്ടുവയ്ക്കുന്നു.

1) ഓരോ ജലസ്രോതസ്സിനും ജനകീയ സംരക്ഷണ സമിതികൾ രൂപീകരിക്കുക.

നദികൾ, തടാകങ്ങൾ, കായലുകൾ, പുഴകൾ തുടങ്ങിയ വലിയ ജലാശയങ്ങൾക്കും കനാൽ ശൃംഖലകൾക്കും തോടുകൾ, അരുവികൾ, കുളം, ചിറ തുടങ്ങിയവയ്ക്കും തദ്ദേശസ്വയംഭരണ സ്ഥാപനത്തിന്റെ വാർഡടിസ്ഥാനത്തിൽ ജനപ്രതിനിധികളുടെ നേതൃത്വത്തിൽ സംരക്ഷണ സമിതികൾ രൂപീകരിക്കണം. ഈ സമിതികളെ തദ്ദേശ സ്ഥാപനാടിസ്ഥാനത്തിലും ജലസ്രോതസ്സ് അടിസ്ഥാനത്തിലും ഏകോപിപ്പിക്കുക.

2) മാലിന്യ സ്രോതസ്സുകൾ കണ്ടെത്തി പരിഹാര നടപടികൾ സ്വീകരിക്കുക.

ഓരോ ജലസ്രോതസ്സിലേക്കും ഒഴുകിയെത്തുന്നതും തുറന്നിരിക്കുന്നതുമായ എല്ലാ മാലിന്യവാഹിനികളേയും സാമൂഹ്യസർവ്വെയിലൂടെ കണ്ടെത്തുക. ശുചിത്വ-മാലിന്യ സംസ്ക്കരണ ഉപമിഷനുമായി യോജിച്ചുകൊണ്ട് ഓരോ ജലസ്രോതസ്സിലേക്കും മാലിന്യം നിക്ഷേപിക്കുന്ന വീടുകളേയും സ്ഥാപനങ്ങളേയും കണ്ടെത്തി അതിൽനിന്നും പിന്തിരിപ്പിക്കുന്നതിനുതകുന്ന സാങ്കേതിക പരിഹാര മാർഗ്ഗങ്ങൾ നടപ്പാക്കുക. ജൈവവും അജൈവവുമായ മാലിന്യങ്ങൾ പൂർണ്ണമായും ശേഖരിച്ച് ഉറവിടത്തിലോ പൊതു സംവിധാനത്തിലോ സംസ്കരിക്കുന്നതിനുള്ള നടപടികൾ കേരളമാകെ സ്വീകരിക്കുന്നതോടെ ജലാശയങ്ങളിൽ ജൈവ-അജൈവ മാലിന്യങ്ങൾ എത്തിച്ചേരാത്ത സ്ഥിതിയുണ്ടാകും.

3) ജലസ്രോതസ്സുകളുടെ മലിനീകരണം നിരീക്ഷിക്കുക, പ്രാദേശിക പരിഹാര നടപടികൾ സ്വീകരിക്കാൻ മലിനീകാരികളെ നിർബ്ബന്ധിതമാക്കുക.

പുഴകൾ, തോടുകൾ, കനാലുകൾ തുടങ്ങിയ എല്ലാ ജലസ്രോതസ്സുകളും ജനപങ്കാളിത്തത്തോടെ മാലിന്യമുക്തമാക്കുന്നതിനോടൊപ്പം അത് മോണിറ്റർ ചെയ്യുന്നതിന് ആധുനിക സാങ്കേതികവിദ്യ ഉപയോഗപ്പെടുത്തേണ്ടതാണ്. ഓരോ ജല സ്രോതസ്സിലെയും വെള്ളത്തിന്റെ ആവശ്യമായ ഗുണനിലവാരം ഉപയോഗക്രമമനുസരിച്ച് തീരുമാനിക്കുകയും ഇത് പരിശോധിക്കുന്നതിനുള്ള സെൻസറുകൾ സ്ഥാപിക്കുകയും ചെയ്യേണ്ടതാണ്. എൽ എസ് ജികളുടെ വാർഡടിസ്ഥാനത്തിൽ ഓരോ പുഴയിലും കനാലിലും തോടിലും ജലഗുണനിലവാരം വ്യക്തമാക്കുന്ന സെൻസറുകൾ വയ്ക്കുകയും അവയിൽനിന്ന് real time data ലഭ്യമാക്കുകയും ചെയ്താൽ ഒരു ജലസ്രോതസ്സ് ഏത് എൽ എസ് ജിയുടെ ഏതു വാർഡിൽ വച്ചാണ് മലിനപ്പെടുന്നതെന്ന് കണ്ടെത്താനും ജനകീയ

മുൻകൈയിലും ഉത്തരവാദിത്വത്തിലും അത് പരിഹരിക്കേണ്ടതിനുള്ള നടപടികൾ സ്വീകരിക്കാനും സാധിക്കും. ഇതിലൂടെ പ്രദേശവാസികളേയും ജനപ്രതിനിധികളേയും ഉദ്യോഗസ്ഥരേയും തങ്ങളുടെ ഉത്തരവാദിത്വത്തെക്കുറിച്ച് കൂടുതൽ ബോധവാന്മാരാക്കുവാനും തൽഫലമായി മലിനീകരണ പ്രവണതയിൽനിന്ന് തദ്ദേശവാസികളെ പിന്തിരിപ്പിക്കുന്നതിനും സാധിക്കും.

4) ചെറുനഗരങ്ങൾക്കും പട്ടണ പ്രദേശങ്ങൾക്കും സമഗ്രമായ ഒരു ഡ്രെയിനേജ് പ്ലാൻ.

നഗരവൽകൃത പ്രദേശമായി മൊത്തത്തിൽ നിർവ്വചിക്കാവുന്ന കേരളത്തിന്റെ എല്ലാ ചെറുനഗരങ്ങൾക്കും പട്ടണപ്രദേശങ്ങൾക്കുമായി സമഗ്രമായ ഒരു ഡ്രെയിനേജ് പ്ലാൻ തയ്യാറാക്കേണ്ടതുണ്ട്. ജനസംഖ്യയിലും ഉപയോഗത്തിലുംവന്ന വർദ്ധനമൂലം നിലവിലുള്ള ഓടകൾ പലതും ആവശ്യത്തിന് ശേഷിയില്ലാത്തതായി മാറുകയും മലിനജലനീക്കത്തിൽ ഗുരുതരമായ പ്രതിസന്ധി ഉണ്ടാകുകയും ചെയ്തിട്ടുണ്ട്. ഡ്രെയിനേജ് പ്ലാൻ തയ്യാറാക്കുമ്പോൾ ഓരോ പ്രദേശത്തിന്റെയും ആവശ്യകതാ പഠനത്തിന്റെയും സംസ്കരണ സംവിധാനങ്ങൾ സ്ഥാപിക്കുന്നതിനുള്ള സാദ്ധ്യതയേയും വിലയിരുത്തിയായിരിക്കണം പദ്ധതിയുടെ വ്യാപ്തി തീരുമാനിക്കേണ്ടത്. വലിയ ഡ്രെയിനേജ് പദ്ധതികൾക്ക് റോഡുകൾ താഴ്ത്തി പൈപ്പിടുക ഉൾപ്പെടെ വിപുലമായ തയ്യാറെടുപ്പുകൾ ആവശ്യമുള്ളതുകൊണ്ട് നിർവ്വഹണത്തിന് കാലതാമസമുണ്ടാകുകയും തടസ്സങ്ങൾ നേരിടുകയും ചെയ്യാനുള്ള സാദ്ധ്യതയുണ്ട്. അതിനാൽ അനിവാര്യമായ വലിയ നഗരങ്ങളിൽ മാത്രം (തിരുവനന്തപുരം-മുട്ടത്തറ മാതൃകയിൽ) വിപുലമായ ഡ്രെയിനേജ് പദ്ധതികൾ ആവിഷ്കരിക്കുകയും ഭൂരിപക്ഷം വരുന്ന ചെറുനഗരങ്ങളിലും പട്ടണസ്വഭാവമുള്ള പ്രദേശങ്ങളിലും വികേന്ദ്രീകൃതവും പ്രാദേശികവുമായ സംസ്ക്കരണ സംവിധാനങ്ങൾ ഒരുക്കുകയായിരിക്കും അഭികാമ്യം. മലിനജലവും വിസർജ്യ മാലിന്യങ്ങളും ശാസ്ത്രീയമായി സംസ്കരിക്കുന്നതിന് സ്ഥാപനാടിസ്ഥാനത്തിലും വീടുകളുടെ സമുച്ചയങ്ങൾക്കുമെല്ലാം അനുയോജ്യമായ വ്യത്യസ്ത കപ്പാസിറ്റിയുള്ള നിരവധി സംവിധാനങ്ങൾ നിർമ്മിച്ച് സ്ഥാപിക്കുന്ന സ്ഥാപനങ്ങൾ നമ്മുടെ രാജ്യത്തുണ്ട്. ഇവയെ സാങ്കേതികമായി വിലയിരുത്തി ഓരോ വിഭാഗത്തിനും പ്രദേശത്തിനും അനുയോജ്യമായ സംവിധാനങ്ങളെക്കുറിച്ചും ദാതാക്കളെക്കുറിച്ചുമുള്ള വിവരങ്ങൾ സർക്കാർ തലത്തിൽ തയ്യാറാക്കി (ശുചിത്വമിഷനോ പി സി ബിക്കോ ഇതിന്റെ ചുമതല നല്കാം) അവ സ്ഥാപിക്കുന്നതിനുള്ള മാർഗ്ഗനിർദ്ദേശം പുറപ്പെടുവിക്കേണ്ടതാണ്.

5) ജലസ്രോതസ്സുകളുടെ അതിർത്തി നിർണയിക്കണം, കയ്യേറ്റങ്ങൾ തടയണം.

ജലസ്രോതസ്സുകളുടെ അതിർത്തി നിർണയിക്കുന്നതിനായി മിഷൻ മോഡിലുള്ള സർവ്വേ സ്ക്വാഡുകളെ ചുമതലപ്പെടുത്തേണ്ടതാണ്. ഓരോ ജലസ്രോതസ്സുമായി ബന്ധപ്പെട്ട സ്റ്റേക്ക്ഹോൾഡേഴ്സ് ഈ സ്ക്വാഡിലുണ്ടാകുന്നത് പ്രവർത്തനം സുഗമമാക്കും. ജലശേഖരണത്തെ ബാധിക്കുന്നതോ ഒഴുക്ക് തടസ്സപ്പെടുത്തുന്നതോ ആയ കൈയേറ്റങ്ങൾ മുൻഗണന നല്കി ഒഴിപ്പിക്കേണ്ടതാണ്. ഒഴിപ്പിച്ചെടുക്കുന്ന സ്ഥലങ്ങളുൾപ്പെടെ ജലസ്രോതസ്സുകളുടെ പാർശ്വവും ചുറ്റുപാടും ജൈവവൈവിദ്ധ്യത്തിന്റെ കലവറയാക്കേണ്ടതാണ്.

6) പുഴയുടെ പാർശ്വസംരക്ഷണം.

പുഴയുടെ പാർശ്വസംരക്ഷണം ഏറ്റെടുക്കുകയും അനുയോജ്യമായ വൃക്ഷങ്ങൾ നട്ടുകൊണ്ട് ജലലഭ്യതയും പുഴയോരങ്ങളുടെ സംരക്ഷണവും ഉറപ്പുവരുത്തേണ്ടതാണ്. മരങ്ങളും സസ്യങ്ങളും തെരഞ്ഞെടുക്കുമ്പോൾ ഭൂപ്രകൃതിക്ക് അനുയോജ്യമായതും പാർശ്വങ്ങൾക്ക് ഉറപ്പു നല്കുന്നതും മലിനീകരണം തടയുന്നതും ജലം സംരക്ഷിച്ചുവയ്ക്കുന്നതും ആയവയ്ക്ക് മുൻഗണന നല്കേണ്ടതാണ്. കല്ലുൾപ്പെടെയുള്ള മറ്റു നിർമ്മാണ വസ്തുക്കൾ സാങ്കേതികമായി അനിവാര്യമാണെങ്കിൽ മാത്രം പാർശ്വസംരക്ഷണത്തിന് ഉപയോഗിക്കേണ്ടതാണ്.

7) പുഴ സമഗ്രമായി സംരക്ഷിക്കപ്പെടണം

പുഴയുടെ അടിത്തട്ടിൽ മണൽവാരൽമൂലമുണ്ടായ ഗർത്തങ്ങളും ഒഴുക്കില്ലാത്തതുമൂലം രൂപംകൊണ്ട മൺതിട്ടകളും പാരിസ്ഥിതികമായ പഠനത്തിന്റെ അടിസ്ഥാനത്തിൽ നികത്തുകയോ നീക്കം ചെയ്യുകയോ ചെയ്യേണ്ടതാണ്. ഓരോ പുഴയുടേയും പ്രത്യേകതകൾ മനസ്സിലാക്കി അതാതു പ്രദേശത്തിന് അനുയോജ്യമായ രീതിയിലാവണം ഈ പ്രവർത്തനം. പുഴയിൽ മുൻകാലത്തു നടത്തിയിരിക്കുന്ന എല്ലാ നിർമ്മിതികളും ഒരു സാങ്കേതിക ഓഡിറ്റിന് വിധേയമാക്കണം. സ്വാഭാവിക ഒഴുക്കിനെ തടസ്സപ്പെടുത്തുന്നതും മാലിന്യമടിയുന്നതിന് ഇടവരുത്തുന്നതുമായ നിർമ്മിതികളെ കണ്ടെത്തിക്കൊണ്ട് പരിഹാര മാർഗ്ഗങ്ങൾ നടപ്പാക്കുക. പുതുതായി ഈ രീതിയിലുള്ള നിർമ്മിതികൾ തടയുക. പുഴകളെ ചെറുസംഭരണികളാക്കി മാറ്റാൻ കഴിയുന്ന സ്ഥലങ്ങൾ കണ്ടെത്തുക. ശാസ്ത്രീയമായ പഠനത്തിലൂടെ അനുയോജ്യമായ നിർമ്മിതികൾ നടത്തിക്കൊണ്ട് മഴക്കാലത്ത് പരമാവധി ജലം സംഭരിച്ചുവയ്ക്കുക. വേനൽക്കാലത്ത് ജലവിതാനം ഉയർത്തുന്നതിനും പുഴകളിൽ ഒഴുക്ക് നിലയ്ക്കുമ്പോൾ അത് പുനഃസ്ഥാപിക്കുന്നതിനും ഈ ജലശേഖരണം ഉപയോഗപ്പെടുത്താം.

8) നദീതട സംരക്ഷണ മാസ്റ്റർ പ്ലാൻ

നദീതടാടിസ്ഥാനത്തിൽ മാസ്റ്റർപ്ലാനുണ്ടാക്കി പുഴയിലെ നീരൊഴുക്ക് വർദ്ധിപ്പിക്കാനാവശ്യമായ മണ്ണ്-ജലസംരക്ഷണ പ്രവർത്തനങ്ങൾ ഏറ്റെടുക്കേണ്ടതാണ്. ഗ്രാമ, ബ്ലോക്ക്, പഞ്ചായത്ത് തലത്തിൽ ഏറ്റെടുക്കുന്ന നീർത്തടാധിഷ്ഠിത മണ്ണ്-ജലസംരക്ഷണ പ്രവർത്തനങ്ങളെ നദീതടാടിസ്ഥാനത്തിൽ സംയോജിപ്പിച്ചുകൊണ്ടായിരിക്കണം മാസ്റ്റർ പ്ലാൻ തയ്യാറാക്കേണ്ടത്. കേരളം പോലെ വൈവിദ്ധ്യമാർന്ന ഭൂപ്രകൃതിയുള്ള ഒരു സംസ്ഥാനത്ത് വളരെ ശ്രദ്ധയോടും സാങ്കേതിക തികവോടുമായിരിക്കണം പ്രവർത്തനങ്ങൾ ആസൂത്രണം ചെയ്യേണ്ടത്. നാളിതുവരെ ഏറ്റെടുത്ത്, സംസ്ഥാനമാകെ പലപ്പോഴും ഒരുപോലെ നടപ്പാക്കിയ പ്രവർത്തനങ്ങളുടെ പ്രയോജനക്ഷമത വിലയിരുത്തിവേണം അതേ പ്രവർത്തനങ്ങൾ വീണ്ടും ഏറ്റെടുക്കുന്നത്. ദീർഘമായ കാലയളവിൽ വലിയ മുതൽമുടക്കിൽ മണ്ണ്-ജലസംരക്ഷണ പ്രവർത്തനങ്ങൾ നടപ്പാക്കിയ അട്ടപ്പാടി മുതലായ പ്രദേശങ്ങളിൽ കഴിഞ്ഞ വരൾച്ചാക്കാലത്ത് കടുത്ത ജലദൗർലഭ്യം അനുഭവപ്പെട്ടതായി വന്ന വാർത്തകളുടെ പശ്ചാത്തലത്തിൽ കേരളത്തിലാകെ ഒരേ പ്രിസ്ക്രിപ്ഷനിൽ നടപ്പാക്കിവരുന്ന പ്രവർത്തനങ്ങൾ റീ-വിസിറ്റ് ചെയ്ത് പുനരാവിഷ്കരിക്കേണ്ടിയിരിക്കുന്നു.

(2018 മെയ്)

കാട്ടുമൃഗങ്ങളുടെ കടന്നുകയറ്റം കർഷകരെ തകർക്കുമ്പോൾ

കാട്ടുമൃഗങ്ങൾ കൂട്ടത്തോടെ നാട്ടിൻപുറങ്ങളിലേക്ക് കടന്നു കയറുന്നത് തടയണമെങ്കിൽ അവയ്ക്ക് ആവശ്യമുള്ള തീറ്റകൾ കാട്ടിൽ ലഭ്യമാക്കണം. അതിനുള്ള ശാശ്വതമായ പരിഹാരമാർഗങ്ങൾ വനശാസ്ത്രജ്ഞരുടെ സഹായത്തോടെ വനംവകുപ്പ് ആവിഷ്കരിച്ച് നടപ്പിലാക്കണം.

കേരളത്തിലെ മലയോര കർഷകർ ഇന്ന് ഏറ്റവും ഭയപ്പെടുന്നതും അവരുടെ ഉറക്കം കെടുത്തുന്നതും കാട്ടുമൃഗങ്ങളുടെ ആക്രമണത്തെയാണ്. കാട്ടാനക്കൂട്ടങ്ങളും കാട്ടുപന്നികളും കൃഷിയിടങ്ങളിലിറങ്ങി ആയിരക്കണക്കിന് ഏക്കർ കൃഷി നശിപ്പിക്കുന്നു. വിളവെടുപ്പ് കാലത്തുള്ള വന്യജീവി ആക്രമണം കർഷകരെ എത്രത്തോളം ബാധിക്കുന്നുവെന്നത് പൊതുസമൂഹം ഗൗരവമായി ചിന്തിക്കാറില്ല.

കൃഷിയിടങ്ങളിലേക്ക് കടന്നുകയറുന്ന വന്യജീവികൾ പ്രധാനമായും ആനക്കൂട്ടങ്ങളും പന്നിക്കൂട്ടങ്ങളുമാണ്. കൂട്ടത്തിൽ കരടി, കാട്ടുപോത്ത്, പുലി, ചെങ്കീരി, മാൻ, മ്ലാവ് എന്നിവയും കുരങ്ങൻമാരും കൃഷി നശിപ്പിക്കുന്നത് സർവ്വസാധാരണയാണ്. മണ്ണിലെ വലിയ ഞാഞ്ഞൂൾ, മറ്റ് ഇഴജീവികൾ, വിര എന്നിവ തേടിയാണ് പന്നിക്കൂട്ടങ്ങൾ എത്തുന്നത്. ആനകൾക്ക് വേണ്ടത് തെങ്ങ്, കമുക്, വാഴ, മുളങ്കൂട്ടങ്ങൾ. മാനിനും കാട്ടു പോത്തിനും ആവശ്യം ഇളം പുല്ലുകളാണ്, ചെങ്കീരിക്കാകട്ടെ ഞണ്ടുകളും തവളകളും.

ഒരുകാലത്ത് കർഷകർക്ക് കൗതുകമായിരുന്ന ഈ കാട്ടുമൃഗങ്ങൾ ഇന്ന് കർഷക അക്രമികളായാണ് കാണുന്നത്.

കൂട്ടം തെറ്റിയ കാട്ടുമൃഗങ്ങളാണ് കൃഷിയിടങ്ങളിൽ കയറുന്നത്. വിളവെടുപ്പ് കാലത്ത് വിള നശിപ്പിക്കാതിരിക്കാൻ കൃഷിയിടങ്ങളിൽ ഏറുമാടങ്ങൾ കെട്ടി കർഷകൻ കാവലിരിക്കുമായിരുന്നു. ഏറുമാടത്തി

നടുത്ത് ചെണ്ടകൊട്ടിയും മൃഗങ്ങളെ അകറ്റും. ഒരു ഏറുമാടത്തിൽ കാവലിരിക്കുന്നവൻ കൂവിയാൽ അടുത്തമാടത്തിലെ കാവല്ക്കാരൻ മറു കൂവൽ നടത്തി ധൈര്യം സംഭരിക്കും. ഒറ്റയാനയുടെയോ പുലിയുടെയോ, കരടിയുടെയോ കടന്നാക്രമണത്തെ ചെറുക്കാൻ കാവല്ക്കാർ നാടൻ തോക്ക് കരുതിയിരുന്നു.

കാട്ടാനകൾ വളരെ വിരളമായേ നാട്ടിൻപുറങ്ങളിലെ കൃഷിയിടങ്ങളിൽ എത്താറുള്ളൂ. കാട്ടാനകൾ പതിവായി സഞ്ചരിക്കാറുള്ള വഴിയിൽ തലങ്ങും വിലങ്ങും കുഴികളുണ്ടാവും. കുഴികളുടെ വായ്ഭാഗം മുളയുടെയും ഈറ്റയുടെയും അലക് പാകി പുൽത്തകിടികൾ വെച്ച് മറച്ചിരിക്കും (വാരിക്കുഴി). കുഴിയിൽവീണ ആനയെ വളർത്താനയുടെ സഹായത്തോടെ (താപ്പാന) വാരിക്കുഴിയിൽനിന്ന് കയറ്റി മെരുക്കിയെടുക്കുന്നു. ഈ ചതിക്കുഴികൾ മണത്തറിയുന്ന ആനകൾ വഴിമാറിപ്പോകും. താഴ്വാരത്തിലേക്കുള്ള ഇറക്കം നിലയ്ക്കും. വനനിയമവും, വന്യജീവി സംരക്ഷണ നിയമവും പ്രാബല്യത്തിൽ വന്നതോടെ വാരിക്കുഴികളും കാവൽമാടങ്ങളുമെല്ലാം സ്മാരകങ്ങളായി മാറി.

വനനിയമങ്ങൾ നടപ്പിലാക്കിയതിന്റെ ഫലമായി വന്യമൃഗ സമ്പത്ത് വർദ്ധിച്ചു. ഈ വർദ്ധനവിനനുസരിച്ച് തീറ്റസാമഗ്രികൾ വനാന്തരത്തിൽ ലഭ്യമാകാത്ത സ്ഥിതിയാണിന്നുള്ളത്. വനനശീകരണം, കഞ്ചാവുകൃഷി, കാലാവസ്ഥയിൽ വന്ന മാറ്റം, കാട്ടുതീ എന്നിവമൂലം കാട്ടുമൃഗങ്ങളുടെ ഭക്ഷ്യവസ്തുക്കൾ നശിക്കുകയോ, ദൗർലഭ്യം അനുഭവപ്പെടുകയോ ചെയ്തുവരുന്നതായി കാണാൻ കഴിയും. തടാകങ്ങൾ, നീർച്ചാലുകൾ, ചതുപ്പുനിലങ്ങൾ, പുൽമേടുകൾ എന്നിവയും നാശോന്മുഖമാവുന്നു. തൽഫലമായി ഈ കാട്ടുമൃഗങ്ങൾ തീറ്റയ്ക്കും കുടിവെള്ളത്തിനും വേണ്ടി കാട്ടിലൂടെ അലഞ്ഞുതിരിഞ്ഞ് കിലോമീറ്ററോളം താണ്ടി താഴ്വാരങ്ങളിലും കൃഷിയിടങ്ങളിലും എത്തിച്ചേരുന്നു. ഇവ ഇരതേടി നെൽവയലുകളും കൃഷിയിടങ്ങളും തകർത്ത് തരിപ്പണമാക്കുന്നു. ആനക്കൂട്ടങ്ങൾ ഇറങ്ങി തെങ്ങ്, മാവ്, കമുക്, റബ്ബർ എന്നിവ കൂട്ടത്തോടെ നശിപ്പിക്കുന്നു. തെങ്ങും കമുകും കടപുഴക്കി അതിന്റെ പട്ട ആഹാരമാക്കുന്നു. പ്ലാവിൻ കൊമ്പുകളൊടിച്ച് ഇലയും ചക്കയും ഭുജിക്കുന്നു. പന്നിക്കൂട്ടങ്ങളാകട്ടെ നെൽവയലിലെ ഞാഞ്ഞൂൽ, മറ്റ് വിരകൾ എന്നിവയ്ക്കുവേണ്ടി ഉഴുതുമറിക്കുന്നു. കാട്ടാനകൾ മുൻകാലങ്ങളിൽ രാത്രികാലങ്ങളിൽ മാത്രമാണ് ഇറങ്ങി വരാറുള്ളതെങ്കിൽ ഇപ്പോൾ പകൽ നേരങ്ങളിലും പാടങ്ങളിൽ വിലസുന്നു. പല കൃഷിക്കാരും ആനയുടെ അതിക്രമങ്ങൾ ഭയന്ന് കൃഷിയിൽനിന്ന് പിന്മാറുകയാണ്.

ഈ ആനക്കൂട്ടങ്ങളെ തുരത്താൻ ഫോറസ്റ്റ് ഡിപ്പാർട്ട്മെന്റ് കണ്ടെത്തിയ വഴി കുങ്കിയാനകളെ ഉപയോഗിച്ച് കാടുകയറ്റുക എന്നതാണ്. കൂട്ടം തെറ്റി നാട്ടിലെത്തിയ കാട്ടാനയെ കാട്ടിലെത്തിക്കാൻ സഹായിക്കുന്ന പരിശീലനം കിട്ടിയ ആനകളെയാണ് കുങ്കിയാനകൾ എന്ന് പറയുന്നത്.

ആനച്ചൂര് മണത്തറിയാനും ആനവഴി കണ്ടറിയാനും കഴിവുള്ള ആദിവാസികളുടെ സഹായത്തോടെ കൂട്ടം തെറ്റിയ കാട്ടാനയെ വനാന്തരങ്ങളിലേക്ക് എത്തിക്കാറുണ്ട്. കാട്ടാനയുടെ പിന്നിൽ കുങ്കിയാനയും തൊട്ടു പിന്നിൽ ആദിവാസികളും പിന്നെ പരിശീലനം കിട്ടിയ ഫോറസ്റ്റ് ഉദ്യോഗസ്ഥരും ചേർന്നാണ് കാട്ടാനയെ നാട്ടിൽനിന്നും തുരത്തുന്നത്. ഈ തുരത്തൽ പദ്ധതിക്ക് ഏതാണ്ട് രണ്ട് ലക്ഷം രൂപ വരെ ചെലവ് വരുമെന്നാണ് ഫോറസ്റ്റ് അധികൃതർ പറയുന്നത്.

ഇത്തരത്തിൽ കാട്ടുമൃഗങ്ങളെ പേടിപ്പിച്ചും പീഢിപ്പിച്ചും കാട്ടിൽ കയറ്റുന്നത് ഒരു താല്ക്കാലിക ആശ്വാസ നടപടി മാത്രമേ ആവുന്നുള്ളൂ. കാട്ടുമൃഗങ്ങളുടെ കൂട്ടത്തോടെയുള്ള നാട്ടിൻപുറങ്ങളിലേക്കുള്ള വരവ് ശാശ്വതമായി പരിഹരിക്കണമെങ്കിൽ കാട്ടിൽത്തന്നെ അവയ്ക്കാവശ്യമുള്ള തീറ്റകൾ ലഭ്യമാക്കുന്നതിനുവേണ്ടിയുള്ള സത്വര നടപടികൾ വനം വകുപ്പ് ആവിഷ്കരിക്കേണ്ടതുണ്ട്. ഇതിനുവേണ്ടി ഹ്രസ്വകാല, ദീർഘകാല ശാശ്വത പരിഹാരങ്ങൾ വനശാസ്ത്രജ്ഞന്മാർ അടിയന്തരമായി കണ്ടെത്തേണ്ടതുണ്ട്. കാട്ടുമൃഗങ്ങളുടെ വരവ് അറിയാനുള്ള ടവറുകൾ വഴിമദ്ധ്യേ സ്ഥാപിക്കുക, കാട്ടുമൃഗങ്ങൾക്കാവശ്യമായ തീറ്റകളുണ്ടാക്കുന്ന സംവിധാനങ്ങൾ സൃഷ്ടിക്കുക, കാട്ടിനുള്ളിൽ ജലസംഭരണികളും തടാകങ്ങളും നീർച്ചാലുകളും ചതുപ്പുനിലങ്ങളും സൃഷ്ടിച്ചെടുക്കാനുള്ള നടപടികൾ ആവിഷ്കരിക്കുക, കാട്ടുമൃഗങ്ങൾക്ക് സുരക്ഷിതമായി വിഹരിക്കാനുള്ള പശ്ചാത്തല സൗകര്യങ്ങൾ ഏർപ്പെടുത്തുക എന്നിവ അവയിൽ ചിലതുമാത്രം. കൂടാതെ വനാതിർത്തിയിൽ വൈദ്യുതി വേലികളും ട്രഞ്ചുകളും നിർമിച്ച് താല്ക്കാലികമായി കാട്ടുമൃഗങ്ങളുടെ കൂട്ട വരവിനെ തടസ്സപ്പെടുത്തുക. ഇതിനുവേണ്ടി ത്രിതല പഞ്ചായത്ത് സംവിധാനത്തെ ഉപയോഗപ്പെടുത്താം.

വനവും വന്യജീവികളും

അപൂർവ്വമായ വന-വന്യ ജീവികൾകൊണ്ട് സമ്പന്നമാണ് കേരളം. സൈലന്റ് വാലിയെപ്പോലുള്ള കാടുകൾ നാം കാത്തുസൂക്ഷിക്കുകയാണ്. ഇന്ത്യയിൽ വിവിധ സംസ്ഥാനങ്ങളിൽ വനനശീകരണം വ്യാപകമായി നടക്കുമ്പോൾ വനമേഖലകൾ പരിപാലിക്കുന്നതിനും പുഷ്ടിപ്പെടുത്തുന്നതിനും ദിശാബോധമുള്ള നടപടികൾ കേരളത്തിലെ ഇടതുപക്ഷ ജനാധിപത്യ മുന്നണി സർക്കാർ നടപ്പാക്കുന്നുണ്ട്. സൈലന്റ് വാലിയുടെ സംരക്ഷണാർത്ഥം 148 ച കി മീ വനമേഖലയെ ബഫർ സോണായി പ്രഖ്യാപിച്ചു. വ്യാഴവട്ടത്തിലൊരിക്കൽ പൂക്കുന്ന നീലക്കുറിഞ്ഞിപ്പൂക്കളെ സംരക്ഷിക്കാൻ ഇടുക്കി ജില്ലയിൽ ദേവികുളം താലൂക്കിൽ 8000 ഏക്കർ വനഭൂമി നീലക്കുറിഞ്ഞി സാങ്ച്വറിയായി പ്രഖ്യാപിച്ചു.

വനങ്ങളും വനസമ്പത്തും വന്യമൃഗങ്ങളും സംരക്ഷിക്കുന്നതിനുവേണ്ടി ചരിത്രത്തിലാദ്യമായി ഒരു വനനിയമവും കേരളം നടപ്പാക്കി. പരിണാമ ശൃംഖലയിലെ സസ്യജന്തുജാലങ്ങളുടെ ആവാസ കേന്ദ്രമായ

വനങ്ങൾ സംരക്ഷിക്കാനാണ് ഈ നിയമം. സൂര്യപ്രകാശത്തിലെ ഊർജ്ജം സസ്യം സംഭരിക്കുന്നു. സസ്യത്തിൽനിന്ന് സസ്യഭുക്കുകൾ ഊർജ്ജം സംഭരിക്കുന്നു. സസ്യഭുക്കിൽ നിന്ന് ഊർജ്ജം മാംസഭുക്കുകൾ സംഭരിക്കുന്നു. കരയിലെ ആവാസ വ്യവസ്ഥ സംരക്ഷിക്കണമെങ്കിൽ വനം, പുൽമേട്, മഴക്കുറവുള്ള പ്രദേശങ്ങൾ, മരുഭൂമികൾ, പർവ്വതങ്ങൾ എന്നിവയും ജല ആവാസവ്യവസ്ഥയിലെ കുളം, തടാകം, ചതുപ്പു പ്രദേശങ്ങൾ, നദികൾ, നദീതടം, സമുദ്രം എന്നിവയും ഈ നിയമത്തിലൂടെ സംരക്ഷിക്കപ്പെടേണ്ടതുണ്ട്. സസ്യങ്ങളും മൃഗങ്ങളും പരസ്പരാശ്രിത സമൂഹമായിട്ടാണ് ജീവിക്കുന്നത്. ഇത്തരം വനാവാസ വ്യവസ്ഥയുടെ ഭാഗമാണ് മനുഷ്യനും. ഒരു ജന്തുവിന് അറിയാൻ കഴിയുന്നത് ശേഖരിക്കാൻ മാത്രമാണ്. പുനരുല്പാദനമെന്നത് വൃക്ഷലതാദികൾക്കും പക്ഷിമൃഗാദികൾക്കും മനുഷ്യനും ഒരുപോലെയല്ല. വൃക്ഷലതാദികളുടെയും പക്ഷിമൃഗാദികളുടെയും വംശവർദ്ധനവ് സന്ദർഭത്തിനനുസരിച്ച് മാറുന്ന ഒരു സ്വഭാവ വിശേഷമാണ്.

വനത്തിനോടു തൊട്ടുകിടക്കുന്ന നിക്ഷിപ്തവനങ്ങൾ അന്യാധീനപ്പെട്ടുപോകുന്നത് തടയുന്നതിനും, സർക്കാർ ഉടമസ്ഥതയിൽ കൊണ്ടുവരുന്നതിനും വേണ്ടി പരിസ്ഥിതി ദുർബ്ബല പ്രദേശ നിയമം നടപ്പാക്കുകയുണ്ടായി. കർഷകന് ഈ നിയമംമൂലം ഒട്ടേറെ പ്രശ്നങ്ങൾ നേരിടേണ്ടിവന്നു. അത് പരിഹരിക്കുന്നതിനുവേണ്ടി ഈ സംസ്ഥാന സർക്കാർ പരിസ്ഥിതി ദുർബ്ബല പ്രദേശനിയമം (ഇ എഫ് എൽ നിയമം) ഭേദഗതി ചെയ്ത് കർഷകരെ രക്ഷിച്ചു. ഇതിന്റെയൊക്കെ ഫലമായി റിസർവ്വ് വനത്തിന്റെ വിസ്തൃതിയിൽ വർദ്ധനവ് നേടിയ സംസ്ഥാനമെന്ന ബഹുമതി കേരളത്തിന് ലഭിച്ചു. വന്യജീവികളെ സംരക്ഷിക്കാൻ ഒട്ടനവധി സംരംഭങ്ങൾക്ക് സർക്കാർ രൂപംനല്കിയിട്ടുണ്ട്. അതുപോലെ വന്യജീവി ആക്രമണത്തിൽ ജീവഹാനി സംഭവിക്കുന്നവർക്കും, പരിക്കേല്ക്കുന്നവർക്കും കൃഷിനാശം സംഭവിക്കുന്നവർക്കും സാമ്പത്തിക സഹായം ചെയ്യുന്നുമുണ്ട്.

(2019 മെയ്)

വരാഹമൂർത്തി

മനുഷ്യന്റെ ജീവനും, സ്വത്തിനും ഭീഷണിയായ കാട്ടുപന്നിയെ ഒരു വർഷത്തേക്ക് ക്ഷുദ്രജീവിയായി പ്രഖ്യാപിക്കണമെന്ന കേരളത്തിന്റെ ആവശ്യം കേന്ദ്രസർക്കാർ വീണ്ടും തള്ളി. മാത്രമല്ല 1972 ലെ വന്യജീവി സംരക്ഷണനിയമം വീണ്ടും ഭേദഗതി ചെയ്യുന്നു. നിലവിലുള്ള നിയമത്തിൽ ഷെഡ്യൂൾഡ് 5 പ്രകാരം കാട്ടുപന്നി, കുരങ്ങ് തുടങ്ങിയവയെ ശല്യക്കാരായി പ്രഖ്യാപിക്കാനുള്ള അധികാരം കേന്ദ്ര വനംവകുപ്പിന് നല്കുന്നതാണ്. ഈ ഷെഡ്യൂൾ ആണ് കേന്ദ്രസർക്കാർ എടുത്തുകളയുന്നത്. ഇത് കേരളത്തിലെ കർഷകരെയും വിവിധ കാർഷിക മേഖലയെയും സാരമായി ബാധിക്കാൻ പോകുകയാണ്.

പത്രവാർത്തകൾ - 2022 മാർച്ച് 11

1972 ലെ വനനിയമപ്രകാരം വിവിധ സംസ്ഥാനങ്ങളിൽ ഷെഡ്യൂൾ 5 പ്രകാരം വന്യജീവികളുടെ പട്ടികയിൽപ്പെട്ട കുരങ്ങ്, കാട്ടുപന്നി, മുള്ളൻപന്നി തുടങ്ങിയവയെ ക്ഷുദ്രജീവികളുടെ പട്ടികയിൽ ഉൾപ്പെടുത്താൻ കഴിയുമായിരുന്നു. കേരളം ഈ ആവശ്യം നിരന്തരമായി കേന്ദ്ര ഗവൺമെന്റിനോട് ആവശ്യപ്പെട്ടുക്കൊണ്ടിരിക്കുകയുമാണ്. കേരളത്തിൽ പന്നിയുടെ ശല്യംമൂലം കോടിക്കണക്കിനു രൂപയുടെ കൃഷിനാശവും മറ്റു വന്യമൃഗങ്ങൾ നാട്ടിൻ പുറങ്ങളിൽ നടത്തുന്ന ആക്രമണത്തിൽ ജീവഹാനിയും ഉണ്ടാകുന്നു. പലരും ജീവശവം പോലെ ജീവിക്കേണ്ട സ്ഥിതിയുമാണുള്ളത്. 1972 ലെ വനനിയമം ഷെഡ്യൂൾ 5 പ്രകാരമുള്ള ആനുകൂല്യം ലഭിക്കുന്നില്ലെന്നു മാത്രമല്ല ആ വകുപ്പ് ഭേദഗതിചെയ്യുവാൻ തയ്യാറെടുക്കുകയാണ്.

വന അതിർത്തിക്കുള്ളിൽ വന്യജീവികളെ സംരക്ഷിക്കേണ്ടത് അനിവാര്യമാണ്. എന്നാൽ അനിയന്ത്രിതമായി പെറ്റുപെരുകി ജനങ്ങളുടെ

ജീവനും സ്വത്തിനും ഭീഷണിയാകുന്ന എല്ലാത്തരം വന്യജീവികളും, നിരന്തരമായും, വ്യാപകമായും കൃഷി നശിപ്പിച്ചുകൊണ്ടിരിക്കുകയാണ്. പശു, ആട്, കോഴി എന്നിവയ്ക്കും ജീവഹാനി സംഭവിക്കുന്നു. കാട്ടിലെ മൃഗം നാട്ടിലിറങ്ങുമ്പോൾ ദുരിതമനുഭവിക്കുന്നത് നാട്ടിൻപുറങ്ങളിലെ കർഷകരും, ഗ്രാമീണ ജനവിഭാഗവുമാണ്. കേരളത്തിൽ 412 മേഖല വന്യ ജീവി ആക്രമണ കേന്ദ്രങ്ങളാണ്. പാലക്കാട് ജില്ലയിലാണ് ഏറ്റവും കൂടുതൽ കേന്ദ്രം 84 കേന്ദ്രങ്ങൾ. ഇതിൽ പകുതിയിലധികം കേന്ദ്രങ്ങളിൽ കാട്ടുപന്നി ശല്യമാണ്. മലയോര മേഖലയിലെ കൃഷിയിലും പാടങ്ങളിലെ നെൽകൃഷിയിലുമാണ് പന്നിയുടെ വിളയാട്ടം. കൃഷി മാത്രമല്ല, മനുഷ്യരെ ആക്രമിക്കുന്നതിലും പന്നി മോശക്കാരല്ല. ആടുമേയ്ക്കാൻ പോകുന്ന സ്ത്രീകൾ, റബ്ബർടാപ്പിങ് തൊഴിലാളികൾ, നാട്ടിൻപുറങ്ങളിലെ റോഡുകളിൽ കുറുകെ ചാടുമ്പോൾ ബൈക്കുയാത്രക്കാർക്കുണ്ടാകുന്ന അപകടം, ജോലി കഴിഞ്ഞ് സന്ധ്യക്ക് തലക്കുളങ്ങളിൽപോയി കുളിച്ചു വരുന്ന സ്ത്രീകളുടെ നേരെയുള്ള ആക്രമണം എന്നിവ പാലക്കാട് ജില്ലയിലെ വിവിധ സ്ഥലങ്ങളിൽ പതിവായി കാണുന്ന സ്ഥിതിയാണുള്ളത്.

തമിഴ്നാട്ടിൽ നിന്ന് വാളയാർ വനം വഴി ഇറങ്ങി വരുന്ന ആനകൾ റെയിൽവേ ട്രാക്ക് മുറിച്ചുകടന്ന് മലമ്പുഴ, അകത്തേത്തറ, പുതുപ്പരിയാരം, പറളി വഴി മങ്കരയിലെത്തി ഭാരതപ്പുഴയിൽ നീരാട്ടുകഴിഞ്ഞ് വന്ന വഴിയെതന്നെ തിരിച്ചു പോകുന്നത് ഒരു നയന മനോഹരക്കാഴ്ചയാണ്.

വഴിനീളെയുള്ള വാഴ, നെല്ല്, കവുങ്ങ് എന്നിവ നശിപ്പിച്ചുകൊണ്ടാണ് പോക്കും വരവും. കൃഷിയെ മാത്രമല്ല ആനവഴിയിലുള്ള പഞ്ചായത്ത് റോഡിനരികിലുള്ള വീടുകളും, കടകളും ആനകൾ തകർക്കുന്നു. കൊമ്പനാനയും, പിടിയാനയും രണ്ടോ മൂന്നോ മക്കളുമാണ് ആനക്കൂട്ടത്തിലുണ്ടാവുക. ആനകൾ പോകുന്നതുകാണാൻ ആനച്ചന്തമുണ്ടെങ്കിലും ഗ്രാമീണ ജനത ആനപ്പേടിയിലാണ്. റോഡരികിലുള്ള കടകൾ തിരഞ്ഞുപിടിച്ച് ചവിട്ടിപ്പൊളിച്ച് അകത്തുകടക്കുന്നു. കടയിൽ വില്പനയ്ക്കു സൂക്ഷിച്ചുവെച്ചിരിക്കുന്ന ശർക്കരച്ചാക്കുകൾ വലിച്ചുപുറത്തിട്ട് ആനക്കൂട്ടം ഒരു ശർക്കരപോലുമില്ലാതെ ആനവായിൽ തിരുകിക്കയറ്റി നൊട്ടിനുണയുന്നു. ഏപ്രിൽ മുതൽ ജൂലായ് വരെയാണ് ആനയുടെ വരവ്.

ഈയിടെ അകത്തേത്തറ പഞ്ചായത്തിൽ കാട്ടിലെ പെൺപുലി സുഖപ്രസവത്തിനായി നാട്ടിലെത്തി. പുലിയുടെ കൂടെ ആൺപുലിയും എത്തി. ഉമ്മിനി എന്ന ഗ്രാമത്തിലാണ് എത്തിയത്. ആളൊഴിഞ്ഞൊരു വീടിന്റെ വരാന്തയാണ് സുഖപ്രസവത്തിനായി തെരഞ്ഞെടുത്തത്. പ്രസവിച്ചതാകട്ടെ ഇരട്ടക്കുട്ടികളെയും. ഒഴിഞ്ഞ വീടിന് തൊടടുത്തുള്ള വീട്ടിലെ സ്ത്രീകളാണ് പുലിക്കുട്ടികളെ കണ്ടത്. തൊട്ടടുത്ത് അമ്മപുലിയും. വിവരമറിഞ്ഞ് നാട്ടുകാർ ഓടിക്കൂടി ബഹളം വെച്ചപ്പോൾ തള്ളപ്പുലി ഒരു കുട്ടിയെ കടിച്ചുതൂക്കി മലകയറി. വനം വകുപ്പ് ഉദ്യോഗസ്ഥർ വിവരമറിഞ്ഞ് ഉമ്മിനിയിലെത്തി. തള്ളപ്പുലിയെ പിടിക്കാൻ കെണിയൊ

രുക്കി. കെണിക്കൂട്ടിൽ തള്ള ഉപേക്ഷിച്ച പുലിക്കുട്ടിയെ കിടത്തി. അമ്മപ്പുലിയുടെ വരവുംകാത്ത് വനംവകുപ്പ് കാത്തിരിപ്പായി. രണ്ടുദിവസം കഴിഞ്ഞിട്ടും അമ്മപ്പുലി എത്തിയില്ല. അവസാനം പുലിക്കുട്ടിയുടെ സംരക്ഷണം വനം വകുപ്പ് ഏറ്റെടുത്തു. പക്ഷേ, നാലുനാൾക്കകം പുലിക്കുട്ടി ചത്തു. മാതൃരോഷത്തോടെ അമ്മപ്പുലിയുടെ വരവു പ്രതീക്ഷിച്ച് നാട്ടുകാർ ഭയപ്പാടോടെ രാവുകൾ തള്ളി നീക്കി. ഒരാഴ്ച കഴിയുന്നതിനുമുമ്പ് അതാ വരുന്നു പുലിയച്ഛൻ. പുലി പെറ്റ, ആളൊഴിഞ്ഞ വീടിനടുത്തുള്ള വീട്ടിൽ പുലർച്ചെ കോഴിക്കൂട്ടിൽ നിന്നുള്ള ശബ്ദം കേട്ട് വീട്ടുടമസ്ഥൻ കോഴിക്കൂട്ടിലേക്ക് ടോർച്ചടിച്ചു നോക്കിയപ്പോൾ മുഴുത്തൊരു തള്ളക്കോഴിയെ കടിച്ചുപിടിച്ചു നില്ക്കുന്ന പുലിയച്ഛൻ. പാവം വീട്ടുടമസ്ഥൻ ഭയപ്പെട്ട്, വാതിലടച്ച് ജനലിലൂടെ നോക്കിയപ്പോൾ പുലിയച്ഛൻ പിടക്കോഴിയുമായി മലകയറുന്നു. പിറ്റേദിവസവും വനപാലകരെത്തി കെണിയൊരുക്കി. കെണിക്കൂട്ടിൽ കൂകിത്തെളിഞ്ഞ പൂവൻകോഴിയെ കയറ്റിനിർത്തി.

കോഴിയിറച്ചിയുടെ സ്വാദ് അനുഭവിച്ച പുലിയച്ഛൻ വീണ്ടുംവന്നു. പഴയ കോഴിക്കൂട്ടിനു പകരം വെച്ച പുതിയ കൂടിന്റെ കെണി പുലിയച്ഛൻ പ്രതീക്ഷിച്ചില്ല. അങ്കവാലും, തലയിലെ പൂവും ചലിപ്പിച്ച് കെണിക്കൂട്ടിൽ പൂവൻകോഴി നടന്നു. കോഴിയെ കണ്ട പുലിയച്ഛൻ കെണിക്കൂട്ടിലേക്കു കടന്നു. വാതിൽ അടഞ്ഞു. പുലിയച്ഛൻ കെണിയിലായി. പിറ്റേ ദിവസം എല്ലാ പത്രങ്ങളും വെണ്ടക്കയും, മത്തങ്ങയും നിരത്തി. പുലിയച്ഛൻ കെണിയിൽ, വനപാലകർ പുലിയെ പറമ്പിക്കുളം വന്യമൃഗസങ്കേതത്തിൽ കൊണ്ടുവിട്ടു.

ഭൂമിയിലെ ചരാചരങ്ങൾക്കെല്ലാം ഹിന്ദു മിത്തോളജി ദൈവികത്വം കല്പിച്ചിട്ടുണ്ട്. വിഷ്ണുവിന്റെ സഹവാസ വൃക്ഷം ആൽമരമാണ്. പരമശിവന്റേതാകട്ടെ കൂവളവും, ചെന്താമരയിലാണ് സരസ്വതിയുടെ ഇരിപ്പിടം. കരിമ്പനയിൽ യക്ഷിയുടെയും. കാഞ്ഞിരം ഭൂതപ്രേത പിശാചുക്കളുടെയും ആവാസകേന്ദ്രവുമാണ്.

വന്യമൃഗങ്ങളിൽ കാട്ടാനയ്ക്ക് ദേവേന്ദ്രന്റെ വാഹനമായ വെള്ളാനയുടെ പദവിയാണുള്ളത്. ക്ഷേത്രങ്ങളിൽ ദേവീദേവന്മാർ എഴുന്നള്ളത്തിന് കൊമ്പനാനയെയാണ് തെരഞ്ഞെടുത്തിട്ടുള്ളത്. വ്യക്തികൾ ആനയുടെ എണ്ണവും മികവും പ്രമാണിത്തത്തിന്റെ ഘടകമായി കാണുന്നു. പണ്ട് മനകളുടെയും ഇല്ലങ്ങളുടെയും മഹത്ത്വം കണക്കാക്കിയിരുന്നത് ആനകളുടെ എണ്ണവും ഉയരവും ലക്ഷണവുമാണ്.

മറ്റൊരു വന്യമൃഗമാണ് പുലി. പുലിയാകട്ടെ സാക്ഷാൽ അയ്യപ്പന്റെ വാഹനമാണ്. വരേണ്യ വർഗ്ഗത്തിന്റെ പ്രൗഢി വിളിച്ചു പറയുന്നത് പുലിത്തോലും, പുലിനഖം ഉപയോഗിച്ചുള്ള സ്വർണ്ണാഭരണവുമാണ്. പക്ഷികൾക്കും ഇതുപോലെ ദൈവികത്വമുണ്ട്. മയിൽ ശിവപാർവ്വതി ദമ്പതിമാരുടെ പ്രഥമ പുത്രനായ ആറുമുഖന്റെ വാഹനമാണ്. പരുന്ത് കൃഷ്ണന്റെ വാഹനവുമാണ്. ശിവന്റെ വാഹനമാകട്ടെ കാളയും.

കർഷകരെ ഏറ്റവും കൂടുതൽ ദ്രോഹിക്കുന്ന പന്നി വിഷ്ണുവിന്റെ

അവതാരമാണ് - വരാഹമൂർത്തി. ഗണപതിയുടെ വാഹനമാണ് എലി.

പന്നിയെ ആരാധിക്കുന്ന ക്ഷേത്രം കേരളത്തിലുണ്ട്. പാലക്കാട് ജില്ലയിലെ ആനക്കരയിലെ പന്നിയൂർ ക്ഷേത്രം. വരാഹമൂർത്തിയാണ് അവിടെ പ്രതിഷ്ഠ.

മറ്റൊരു വന്യജീവിയായി കണക്കാക്കുന്നത് ഉരഗവർഗ്ഗത്തിൽപ്പെട്ട വിഷസർപ്പങ്ങളെയാണ്. അതിൽ ഉഗ്രനായ ഉരഗമാണ് രാജവെമ്പാല. സർപ്പത്തിനും ദൈവിക പരിവേഷമുണ്ട്. മഹാവിഷ്ണുവിന്റെ പൂമെത്തയായി കണക്കാക്കുന്നത് ആയിരം തലയുള്ള അനന്തനെന്ന സർപ്പമാണ്. ശിവന്റെ കണ്ഠാഭരണം സർപ്പം തന്നെ. നാഗക്ഷേത്രങ്ങൾ കേരളത്തിൽ ധാരാളമുണ്ട്. അതിനും പുറമെ ഭൂവുടമകളുടെ പറമ്പിൽ സർപ്പക്കാവുകളും.

വന്യമൃഗങ്ങളുടെ വംശവർദ്ധനമൂലം മനുഷ്യനുള്ള ഭീഷണി ചരിത്രാതീതകാലം മുതൽക്കുള്ളതാണ്. അന്ന് കാട്ടുജാതിക്കാരായ മനുഷ്യർ ഭക്ഷണത്തിനു വേണ്ടിയും സ്വന്തം ജീവരക്ഷയ്ക്കുവേണ്ടിയും വന്യമൃഗങ്ങളെ ആക്രമിച്ച് കീഴ്പ്പെടുത്തിയിരുന്നു. കൃഷിയുടെ കണ്ടുപിടിത്തത്തോടെ കാട്ടുമൃഗങ്ങളെ മെരുക്കി വളർത്താനും ആരംഭിച്ചു. അതിൽ പ്രധാന മൃഗം പശുവും കാളയുമായിരുന്നു. അവയുടെ മാംസം ഭക്ഷണമായി ഉപയോഗിച്ചു. പിന്നീട് മനുഷ്യരുടെ ഇഷ്ടദേവതകളെ പ്രീതിപ്പെടുത്താൻ മൃഗബലികളും നടത്തിയിരുന്നു. യാഗങ്ങൾക്കു പുറമെ സമൂഹ മൃഗബലികളും സർവ്വസാധാരണയായി. നൂറുകണക്കിനു പശുക്കളെയും, കാളകളെയും യാഗങ്ങൾക്കായും സമൂഹബലികൾക്കായും കൊല്ലുന്നതിന്റെ ഭാഗമായി പശുക്കളുടെ വംശവർദ്ധനവ് സാരമായി കുറഞ്ഞു. ബ്രാഹ്മണ മതത്തിന്റെ തേർവാഴ്ചയായിരുന്നു അതിനു കാരണം. ഈ ഘട്ടത്തിലാണ് ബുദ്ധമതത്തിന്റെ ആരംഭം. ബുദ്ധമതസ്ഥാപകനായ സിദ്ധാർത്ഥൻ വളർന്നത് മാട്ടിറച്ചിയും, പന്നിയിറച്ചിയും ഭക്ഷിച്ചായിരുന്നു. ശ്രീബുദ്ധന് ബോധോദയമുണ്ടായതിനുശേഷമാണ് അഹിംസാസിദ്ധാന്തം പ്രചരിപ്പിച്ചത്. അദ്ദേഹവും അനുയായികളും സസ്യാഹാരികളായി. ബുദ്ധമത പ്രചാരണത്തിന്റെ ഫലമായി ബ്രാഹ്മണമതം തകർച്ചയിലേക്കു നീങ്ങി. ഈ സന്ദർഭത്തിലാണ് മലയാളിയായ ആദിശങ്കരൻ ബ്രാഹ്മണമതത്തെ പുനരുദ്ധരിക്കാൻ ഗോവധം പാടില്ലെന്ന ആശയം മുറുകെപ്പിടിച്ച് ഇന്ത്യയിലങ്ങോളമിങ്ങോളം പ്രചരണത്തിനിറങ്ങിയത്. അങ്ങനെയാണ് പശു വിശുദ്ധ പശുവായി മാറിയത്.

കാട്ടുമൃഗങ്ങളുടെ വംശവർദ്ധന പ്രശ്നം ചരിത്രാതീതകാലം മുതലേ ഉണ്ട്. ആ വംശവർദ്ധനവ് തടയാൻ അന്നത്തെ ഭരണാധികാരികൾ തന്നെ മുൻകൈയെടുത്തിരുന്നു. രാജാക്കന്മാർ നേരിട്ട് കാട്ടുമൃഗങ്ങളെ അമ്പെയ്തു വീഴ്ത്തുന്ന നടപടിയെ മൃഗയാ വിനോദം എന്നായിരുന്നു പറഞ്ഞിരുന്നത്. ഖനവിന്റെ പുത്രനാണ് ഇഷാഗു എന്ന രാജാവ്. അയോദ്ധ്യയിലെ രാജാവായ അദ്ദേഹം മികച്ച ഭരണാധികാരിയായിരുന്നു. ഇഷാഗു ഭാര്യാസമേതം മൃഗയാവിനോദത്തിനിറങ്ങി. പന്നികൾ, കുതിരകൾ,

പോത്തുകൾ എന്നിവയെ വേട്ടയാടിയിരുന്നു. *രാമായണ* കഥ തുടക്കം കുറിക്കുന്ന വഴിത്തിരിവ് ദശരഥ രാജാവിന്റെ നായാട്ടിലൂടെയാണ്. മൃഗയാ വിനോദത്തിന് കാട്ടിലിറങ്ങിയ രാജാവും പരിചാരങ്ങളും ഒരു രാത്രി തമ്പടിച്ചത് നദീതീരത്തായിരുന്നു. സന്ധ്യ മയങ്ങിയ സമയത്ത് ആനകൾ വെള്ളം കുടിക്കുന്ന 'ബ്ലും ബ്ലും' ശബ്ദം രാജാവിന്റെ കർണ്ണപുടങ്ങളിൽ പതിഞ്ഞു. ശബ്ദ ദൂരം ലക്ഷ്യം വച്ച് അമ്പയച്ചു. അമ്പ് തറച്ച ഉടനെ ദശരഥൻ കേട്ട ശബ്ദം മനുഷ്യന്റേതായിരുന്നു. ആശ്രമത്തിലേക്കു വേണ്ടി മുനികുമാരൻ ജലം ശേഖരിക്കാൻ അരുവിയിലിറങ്ങി വെള്ളമെടുക്കുകയായിരുന്നു. മുനികുമാരന്റെ കരച്ചിൽ കേട്ട് പിതാവായ മഹർഷി അമ്പ് എയ്ത വ്യക്തിയെ ശപിച്ചു. നീയും പുത്രദുഃഖത്താൽ മരിക്കാനിടവരട്ടെ ദശരഥനും പുത്രദുഃഖത്താലാണല്ലോ മരിച്ചത്.

കാളിദാസ മഹാകവിയുടെ *ശാകുന്തളം* എന്ന നാടകത്തിലെ ദുഷ്യന്ത മഹാരാജാവ് മൃഗയാ വിനോദത്തിന് കാട്ടിലെത്തി. ഒരു മാൻകിടാവിനെ അമ്പെയ്യാൻ ശ്രമിച്ചപ്പോൾ തെന്നിമാറിയ മാൻ ഓടിയത് മാലിനീ തീരത്തിലൂടെയാണ്. പിന്നാലെ ഓടിയ രാജാവ് തീരത്തുവെച്ചു കണ്ടുമുട്ടിയ ശകുന്തളയെ ഗാന്ധർവ്വ വിധിപ്രകാരം വിവാഹം കഴിച്ചതും പ്രസിദ്ധമാണല്ലോ.

കാലാന്തരത്തിൽ കാട്ടുമൃഗങ്ങളുടെ വംശവർദ്ധനവ് തടയാനുള്ള ചുമതല നാട്ടുരാജാക്കന്മാരും, നാടുവാഴികളും, ദേശവാസികളും ഏറ്റെടുത്തു. ബ്രിട്ടീഷ് ഭരണാധികാരികളുടെ വരവോടെ കാട്ടുമൃഗങ്ങളെ വെടിവെക്കാൻ ജന്മിക്ക് അനുമതി നല്കി. സ്വതന്ത്രഭാരതത്തിൽ ധനിക കർഷകർക്കും, ഇടത്തരം കർഷകർക്കും കൃഷി നശിപ്പിക്കുന്ന വന്യജീവികളായ ക്ഷുദ്രജീവികളെ നേരിടാൻ തോക്കു ലൈസൻസ് നല്കുകയും ചെയ്തു. 1956 ഓടെ ആരംഭിച്ച നക്സൽ പ്രസ്ഥാനം നടത്തിയ പൊലീസ് സ്റ്റേഷൻ ആക്രമണത്തോടെ കർഷകരുടെ കൈയിലുള്ള തോക്കുകൾ അതാതു സ്റ്റേഷനിൽ ഹാജരാക്കാൻ ഉത്തരവിറക്കി. കർഷകർ നിരായുധരായി. 1972 ൽ വന്ന വനനിയമംമൂലം വന്യമൃഗങ്ങളുടെ ആക്രമണത്തിന് മുന്നിൽ കർഷകർ നിസ്സഹായരായി.

18-ാം നൂറ്റാണ്ടിന്റെ തുടക്കത്തിൽ കേരളത്തിന്റെ വനവിസ്തൃതി ഭൂമിയുടെ 70% ത്തോളമായിരുന്നു. ഇന്നത് കേവലം 29% മാത്രമാണ്. 1972 ലെ വനനിയമം ശക്തമായതോടെ ആനപിടുത്തവും, പന്നിനായാട്ടും പൂർണ്ണമായും നിയന്ത്രിച്ചു. പന്നി ഉൾപ്പെടെയുള്ള പല മൃഗങ്ങളുടെയും വംശവർദ്ധനവ് ക്രമാതീതമായി ഉയർന്നു.

വനം വകുപ്പിന്റെ നേതൃത്വത്തിൽ നടപ്പാക്കിവരുന്ന തലതിരിഞ്ഞ വനനയം വന്യമൃഗങ്ങളുടെ ആവാസവ്യവസ്ഥയെ സാരമായി ബാധിച്ചു. ഉൾക്കാടുകളിൽ നടക്കുന്ന സെലർഷൻ ഫെല്ലിങ് (Selertion felling) അനിയന്ത്രിതമായി പണിതുകൂട്ടിയ റോഡുകൾ, വനങ്ങൾ വെട്ടി മാറ്റി പകരം യൂക്കാലിപ്റ്റസ്, അക്കേഷ്യ, സിൽവർ ഓക്ക് എന്നിവ വെച്ചുപിടിപ്പിക്കൽ, വ്യവസായ അടിസ്ഥാനത്തിൽ തേക്കുവളർത്തൽ എന്നിവ

കാട്ടിലെ ആവാസ വ്യവസ്ഥ താറുമാറാക്കി. കൂടാതെ ജലവൈദ്യുത പദ്ധതികൾക്കായി വനം ഏറ്റെടുത്ത് നദികളിലേക്കുള്ള നീരൊഴുക്ക് പലതും നഷ്ടമായി. വനവികസന പരിപാടികൾമൂലം ഉൾവനങ്ങളിലേക്കുള്ള ചതുപ്പുനിലങ്ങളും നീരൊഴുക്കുകളും നിലച്ചു. ഇതിന്റെയെല്ലാം ഫലമായി വന്യജീവികളുടെ ഭക്ഷണത്തിനും, വെള്ളത്തിനും കോട്ടമുണ്ടായി. കാട്ടുമൃഗങ്ങളാകട്ടെ വെള്ളവും, ഭക്ഷണവും തേടി മലയോര ഗ്രാമങ്ങളിലേക്ക് ഇറങ്ങിവരേണ്ടിവരുന്നു.

മലയോരമേഖലയിലെ കർഷകർ കൈവശമുള്ള ഭൂമിയിൽ ദീർഘകാല വിളവുകളും ഹ്രസ്വകാല വിളവുകളും കൃഷിചെയ്താണ് ഉപജീവനം കഴിച്ചുവരുന്നത്. നാട്ടിൻപുറങ്ങളിൽ നിന്നിറങ്ങിവരുന്ന വന്യമൃഗങ്ങളെ വനപാലകർ കൊട്ടും പാട്ടും തീപന്തവുമായി വന്ന് നാട്ടിൽനിന്ന് കാട്ടിലേക്ക് കയറ്റിവിടുന്നു. കാട്ടാനകളെ വിരട്ടാൻ കൊങ്കിയാനകളെയും കൊണ്ടുവരുന്നു. വനപാലകർ സ്ഥലം വിടുന്നതോടെ കാട്ടുമൃഗങ്ങൾ വീണ്ടും നാട്ടിലേക്കിറങ്ങുന്നു.

കാട്ടുപന്നികൾ ഇപ്പോൾ തിങ്ങിപ്പാർക്കുന്നത് നിക്ഷിപ്ത വനഭൂമിയിലെ കുറ്റിക്കാട്ടിലാണ്. തന്മൂലം ഗ്രാമങ്ങളിലും പട്ടണപ്രാന്തപ്രദേശങ്ങളിലും കാട്ടുപന്നികളുടെ വിളയാട്ടമാണ്. മുള്ളൻപന്നിയും മയിലും കർഷകരുടെ മുഖ്യശത്രു എന്ന പട്ടികയിലേക്ക് കയറിവന്നു. പന്നിയുടെ വംശവർദ്ധനവ് മറ്റു ജീവികളെക്കാൾ നാലഞ്ചിരട്ടിയാണ്. നാട്ടിൻപുറത്തെ നാട്ടുകാരുടെ ഒരു ചൊല്ലുണ്ട്. പന്നി പെറ്റുകൂട്ടുന്നതുപോലെ' എന്ന്. ഒരു പ്രസവത്തിൽത്തന്നെ അര ഡസനോളം കുട്ടികളുണ്ടാകും. മുമ്പ് കുറ്റിക്കാട്ടിലെ ഒരു ജീവിയായിരുന്നു കുറുക്കൻ. കുറുക്കന് പന്നിക്കുട്ടികളുടെ വാസം പ്രിയപ്പെട്ടതായിരുന്നു. ഇന്നു കുറുക്കൻ വംശനാശം വന്നുകൊണ്ടിരിക്കുന്ന ഒരു ജീവിയായിരിക്കുന്നു. നാട്ടിൻ പുറങ്ങളിൽ കുറുക്കനെ കാണാനേയില്ല.

പന്നി, മുള്ളൻപന്നി, കുരങ്ങ് എന്നിവയുടെ വംശവർദ്ധനവ് കുറയ്ക്കാൻ വന്ധ്യംകരണ നടപടി' പ്രാവർത്തികമാക്കാൻ അസാദ്ധ്യമാണ്. അതുകൊണ്ട് ഇത്തരം ജീവികളെ ഒരു നിശ്ചിതകാലത്തേക്ക് നിശ്ചിത എണ്ണത്തെ നശിപ്പിക്കുക എന്നതുമാത്രമാണ് കരണീയമായിട്ടുള്ളത്. ഇതിന് കേന്ദ്ര വന നിയമത്തിലെ വൈൽഡ് ലൈഫ് പ്രൊട്ടക്ഷൻ, ആക്റ്റ് 1972 ഭേദഗതി ചെയ്ത് ഒരു നിശ്ചിതകാലത്തേക്ക് ഇവയെ നശിപ്പിക്കാനുള്ള വകുപ്പ് ഉൾപ്പെടുത്തേണ്ടതാണ്.

ഈ നിയമത്തിൽ വന്യമൃഗങ്ങളെ 5 ഷെഡ്യൂളുകളായി തരംതിരിച്ചിട്ടുണ്ട്. 1 മുതൽ 4 വരെയുള്ളത് വംശനാശം സംഭവിക്കുന്ന വന്യമൃഗങ്ങളെ സംരക്ഷിക്കലാണ്. ആന, പുലി തുടങ്ങിയവ ഈ ഷെഡ്യൂളുകളിൽപെടുന്നു. 3-ാം ഷെഡ്യൂളിൽ ഉൾപ്പെട്ട പന്നി, മുള്ളൻ പന്നി, കുരങ്ങ് തുടങ്ങിയവയെ 5-ാം ഷെഡ്യൂളിൽ ഉൾപ്പെടുത്തി ക്ഷുദ്രജീവിയായി പ്രഖ്യാപിക്കണമെന്ന ഭേദഗതിയാണ് വേണ്ടത്. എന്നാൽ മാത്രമേ അവയുടെ വംശവർദ്ധനവ് നിയന്ത്രിക്കാൻ കഴിയൂ.

ഹിമാചൽപ്രദേശ്, ഉത്തരാഖണ്ഡ് എന്നീ സംസ്ഥാനങ്ങൾക്ക് നിയമം ഭേദഗതി ചെയ്യാതെതന്നെ 2 ലും 3 ലും ഉൾപ്പെട്ട മൃഗങ്ങളെ ഒരു നിശ്ചിതകാലത്തേക്ക്, കൃഷി ഭൂമിയിൽ കടന്നാക്രമണം നടത്തിയാൽ വെടി വെക്കാമെന്ന് 2016 ഫെബ്രുവരിയിലും, മാർച്ചിലും നോട്ടിഫിക്കേഷൻ നടത്തിയിട്ടുണ്ട്. ഇത്തരം ഒരു നോട്ടിഫിക്കേഷൻ കേരളത്തിനും ലഭിച്ചാൽ മാത്രമേ കൃഷിനാശ വിദഗ്ദ്ധനായ കാട്ടുപന്നിയെ ഭയപ്പെടുത്താനോ വധിക്കാനോ കഴിയു. ഇതിനുള്ള അധികാരം വനംവകുപ്പിന്റെ നിയന്ത്രണത്തോടെ കർഷക ഗ്രൂപ്പുകൾക്കു നല്കണം.

ഇതുകൊണ്ടു മാത്രം കാട്ടുമൃഗങ്ങളുടെ അനിയന്ത്രിതമായ കടന്നാക്രമണം തടയാൻ കഴിയില്ല. കാട്ടുമൃഗങ്ങൾക്ക് കാട്, കൃഷിഭൂമി മനുഷ്യർക്ക് എന്നു വേർതിരിവുണ്ടാകണം. അതിന് ഇരതേടിയും, കുടിവെള്ളത്തിനും വേണ്ടി ഇവ നാട്ടിലിറങ്ങാതിരിക്കണം. അതിനുവേണ്ട സൗകര്യങ്ങൾ കാട്ടിൽ ലഭിക്കാനുള്ള സംവിധാനം ഒരുക്കണം. അതിനുതകുന്ന സസ്യലതാദികൾ കാട്ടിൽ വളരണം, വളർത്തണം. നഷ്ടപ്പെട്ട നീരൊഴുക്കുകൾക്കുപകരം കൃത്രിമ നീരൊഴുക്കും തടാകങ്ങളും നിർമ്മിക്കണം. വനാതിർത്തികൾ സംരക്ഷിച്ച് മലയോര ഗ്രാമങ്ങളിൽ വന്യജീവികൾ കടക്കാതിരിക്കാനുള്ള ആധുനിക സംവിധാനങ്ങൾ നിർമ്മിക്കണം. ഇന്ന് ജീവനഷ്ടത്തിനും, പരിക്കുകൾക്കും കൃഷിനഷ്ടത്തിനും സർക്കാർ നല്കിവരുന്ന നഷ്ടപരിഹാരത്തുക കണക്കാക്കിയാൽത്തന്നെ ഇതിനുള്ള പണം കണ്ടെത്താൻ കഴിയും.

ജീവഹാനി സംഭവിച്ച ഒരാൾക്ക് 10 ലക്ഷവും, പാമ്പുകടിയേറ്റാൽ 2 ലക്ഷവും, വന്യമൃഗ ആക്രമണത്തിന്റെ ഫലമായി അംഗവൈകല്യം വന്നവർക്ക് 2 ലക്ഷവും, കൂടാതെ ചികിത്സാചെലവിനായി 1 ലക്ഷവും ലഭിക്കുന്നുണ്ട്. കൃഷിനാശത്തിന് നാശത്തിന്റെ തോതനുസരിച്ച് നഷ്ടപരിഹാരം വേറെയും.

ഹിന്ദുമിത്തോളജിക്കും മനുസ്മൃതിക്കും പ്രാമുഖ്യം നല്കി ഗോവധനിരോധനനിയമം നടപ്പാക്കുന്ന രാജ്യമാണ് ഇന്ത്യ. അവർക്ക് വേണമെങ്കിൽ പന്നിയെ വരാഹമൂർത്തിയായി സങ്കല്പിച്ച് പന്നിവധനിരോധനനിയമവും നടപ്പാക്കി കൂടായ്കയില്ല. ഇന്ത്യയിലെ കർഷക ജനവിഭാഗത്തെ ഒന്നായി കണ്ട് കൃഷിയും വനഭൂമിയും വന്യജീവികളുടെ ജീവനും പൊതുസമൂഹത്തിന്റെ സ്വത്തും സംരക്ഷിക്കാൻ ഉതകുന്ന ഒരു ഭേദഗതി നിയമമാണ് നമുക്കഭികാമ്യമായിട്ടുള്ളത്.

(2022 ഏപ്രിൽ)

ഭൂസമരത്തിന്റെ അഗ്നിപഥങ്ങളിൽ

ആയിരത്തിത്തൊള്ളായിരത്തി അൻപത്തിയേഴ് ഏപ്രിൽ 11 ന് ഒന്നാം കേരള നിയമസഭ പാസാക്കിയ ഒരു ഓർഡിനൻസ് നവകേരളത്തിൽ പുതിയൊരു ജ്വാലാമുഖം തുറന്നു. ഓർഡിനൻസിന്റെ ചരിത്രപ്രാധാന്യത്തെക്കുറിച്ച് അതിന്റെ ശില്പികൂടിയായ അന്നത്തെ മുഖ്യമന്ത്രി സഖാവ് ഇ എം എസ് രേഖപ്പെടുത്തിയത് ഇങ്ങനെ: "കൃഷിക്കാർക്ക് കൃഷിയിടവും മറ്റു പാവപ്പെട്ടവർക്ക് താമസിക്കുന്ന പുരയിടവും നേടിയെടുക്കാൻ നൂറ്റാണ്ട് നീണ്ട പോരാട്ടത്തിന്റെ ഒരു ഘട്ടമായിരുന്നു ഓർഡിനൻസ്. അതോടെ കുടിയിറക്കാനും കുടിയൊഴിപ്പിക്കാനും ആർക്കും അവകാശമില്ലെന്ന സ്ഥിതി സംജാതമായി.

ഓർഡിനൻസിന്റെ ചുവടുപിടിച്ച് 1959 ജൂണിൽ കാർഷികബന്ധ ബില്ലും 69 ൽ ഭൂപരിഷ്കരണനിയമവും നിലവിൽ വന്നതോടെ ഇന്ത്യയുടെ രാഷ്ട്രീയഭൂപടത്തിൽ കേരളം ചുവന്നു. ദാരിദ്ര്യത്തിലും പട്ടിണിയിലുമാണ്ടുകിടന്ന മലയപ്പുലയന്മാർക്ക് അഭിമാനത്തോടെ ആറടിമണ്ണിൽ ജീവിക്കാൻ കഴിയുന്ന സാഹചര്യമുണ്ടായി. 'പൊന്നാര്യൻ കൊയ്യുംമുമ്പ് അധികാരം കൊയ്തെടുക്കണ'മെന്ന ഇടശ്ശേരിയുടെ സൂര്യശോഭയാർന്ന ദർശനം സാക്ഷാൽക്കരിച്ച കാർഷിക കേരളത്തിൽ പക്ഷേ, ദരിദ്രകർഷകനെ മണ്ണിന്റെ അവകാശികളാക്കാൻ നിരന്തര പ്രക്ഷോഭങ്ങളുടെ അഗ്നിപഥങ്ങൾ ആവശ്യമായി.

1970 കളുടെ തുടക്കത്തിൽ കേരളം സാക്ഷ്യംവഹിച്ച മിച്ചഭൂമി പിടിച്ചെടുക്കൽ സമരത്തിന്റെ ആവേശകരമായ അനുഭവങ്ങൾ ഈ സമരോജ്ജ്വല കേരളം ഇനിയും വിസ്മരിച്ചിട്ടില്ല. ഭരണകൂടത്തിന്റെ മർദ്ദനായുധങ്ങളെ നിഷ്പ്രഭമാക്കി, ജന്മിത്വത്തിന്റെ നട്ടെല്ല് തകർത്ത ആ ധർമ്മസമരത്തിൽ മുന്നണി പോരാളിയായിരുന്ന എ കെ ജിയുടെ സ്മരണ

വായിക്കുക: "മിച്ചഭൂമി എടുത്ത് വിതരണം നടത്തുമെന്ന് ഗവൺമെന്റ് പ്രഖ്യാപിച്ചിട്ടുണ്ടെങ്കിലും മിച്ചഭൂമിയുടെ കണക്കുപോലും വാങ്ങാൻ ഗവൺമെന്റിന് ഇതുവരെ കഴിഞ്ഞിട്ടില്ല. ഭൂവുടമകളാണെങ്കിൽ വ്യാജ നിർമ്മിത രേഖകളോടെ തങ്ങളുടെ കൈവശം ഭൂമിയില്ലെന്ന നിലപാടെടുക്കുകയും ചെയ്യുന്നു. അതുകൊണ്ട് 1969 ൽ നിയമസഭ അംഗീകരിച്ച ഭൂപരിഷ്കരണ ഭേഗഗതിനിയമത്തിൽ പറയുന്നതുപോലെ 1963 മുതൽ നടന്ന എല്ലാ മിച്ചഭൂമി കൈയേറ്റങ്ങളും റദ്ദായതായി കണക്കാക്കി മിച്ച ഭൂമി മുഴുവൻ പിടിച്ചെടുത്ത് ന്യായമായ തോതിൽ ഗവൺമെന്റിനെക്കൊണ്ട് വിതരണം നടത്തിക്കാൻവേണ്ടി സമരസമിതി വാളന്റിയർമാർ 1972 മെയ് 25-ാം തീയതി മിച്ചഭൂമിയിൽ പ്രവേശിക്കാൻ തീരിമാനിച്ചു."

(മണ്ണിനുവേണ്ടി - എ കെ ജി)

നിയമനിർമ്മാണംകൊണ്ട് നാടിന്റെ വിമോചനം സാദ്ധ്യമാകുമെന്ന മൂഢമായ വിശ്വാസമൊന്നും കമ്യൂണിസ്റ്റുകാർക്കില്ല. വേരറ്റുപോകാത്ത ഫ്യൂഡൽ - യാഥാസ്ഥിതിക ന്യൂനപക്ഷത്തിന്റെ ജാതി-മത സ്വാധീന ശേഷി 'വിമോചനനസമരത്തിൽ പ്രകടമായ കേരളത്തിൽ ഭൂരിപക്ഷ ദരിദ്രവർഗ്ഗവിമോചനത്തിന്റെ പോരാട്ടങ്ങളല്ലാതെ മറ്റ് സന്ധികളില്ല. ഈ യാഥാർത്ഥ്യം പരിശോധിക്കുമ്പോഴാണ് വർത്തമാന കേരള കാർഷിക മേഖലകളിലെ അതീവഗുരുതരമായ പ്രതിസന്ധികൾ നമ്മെ ഭയവിഹ്വലരാക്കുന്നത്.

1972 ലെ മിച്ചഭൂമി സമരത്തിന്റെ നാല്പതാണ്ട് പിന്നിടുമ്പോൾ കേരളത്തിൽ സംഭവിച്ചുകൊണ്ടിരിക്കുന്നത് എന്താണ്? എല്ലാ അർത്ഥത്തിലും രണ്ടാം ഭൂസംരക്ഷണ സമരം അനിവാര്യമാക്കിയ സാഹചര്യം കേരള കർഷകസംഘം അധ്യക്ഷൻ ഇ പി ജയരാജന്റെ വാക്കുകളിൽ: "യു ഡി എഫ് സർക്കാർ അധികാരത്തിൽ വന്നതോടെ ഭൂപരിഷ്കരണനിയമം അട്ടിമറിക്കുന്നതിനുള്ള നിയമഭേദഗതികൾ ആവിഷ്കരിക്കുകയും ഭൂമി തിരിമറിയൽ സാർവത്രികമാക്കുകയും ചെയ്തു. എസ്റ്റേറ്റ് ഭൂമികളിലെ ഭൂപരിധിനിയമവും പാട്ടവ്യവസ്ഥകളും വ്യാപകമായി ലംഘിക്കപ്പെടുന്നു. വൻകിട റിയൽ എസ്റ്റേറ്റ് ഗ്രൂപ്പുകൾ ഭൂമി വാങ്ങിക്കൂട്ടുന്നതിന്റെ ഭാഗമായി ഭൂമിയുടെ ഉടമസ്ഥത കേന്ദ്രീകരിക്കപ്പെടുകയാണ്. ഭൂരഹിതരായ കർഷക തൊഴിലാളികൾ, പട്ടികജാതിക്കാർ, ആദിവാസി-ഗോത്ര വിഭാഗങ്ങൾ തുടങ്ങിയ ദുർബ്ബല ജനവിഭാഗങ്ങൾക്ക് തലചായ്ക്കാനുള്ള ഒരുതുണ്ടു ഭൂമി നല്കാൻ നടപടി സ്വീകരിക്കുന്നില്ല. മാത്രമല്ല അവർക്ക് മുൻഗവൺമെന്റ് നല്കിയ ഭൂമികൂടി അന്യാധീനപ്പെടുത്തുകയാണ്."

നാക്കിലപോലെ നീണ്ടുമെലിഞ്ഞ കേരളത്തെ പ്രകൃതിദാനങ്ങളും പ്രക്ഷോഭ നേട്ടങ്ങളുംകൊണ്ട് 'ദൈവത്തിന്റെ നാട്' എന്ന് വിശേഷിപ്പിക്കുമ്പോഴും ഇവിടെ ജനിച്ചു ജീവിക്കുന്ന ഓരോ മലയാളിക്കുമുണ്ട് നാടിന്റെ ഭാവിയെക്കുറിച്ച് അത്യന്തം ഉൽക്കണ്ഠ. കേരളത്തിന്റെ കാർഷികമേഖല ഛിന്നഭിന്നമാക്കപ്പെടുകയാണിന്ന്. ഭൂപരിഷ്കരണ നിയമത്തിന്റെ പരിധിയായ 15 ഏക്കർ ലംഘിക്കാതെ റിയൽ എസ്റ്റേറ്റ് ഗ്രൂപ്പു

കൾ ബിനാമി പേരുകളിൽ പതിനഞ്ചു ഏക്കർവീതം പലയിടങ്ങളിൽ വാങ്ങിക്കൂട്ടുന്നു. കുട്ടനാട് ഉൾപ്പെടുന്ന ആലപ്പുഴ, കോട്ടയം, എറണാകുളം, തൃശൂർ, പാലക്കാട് ജില്ലകളിൽ ഒന്നരലക്ഷം ഹെക്ടർ നെൽവയലുകൾ അന്യസംസ്ഥാന റിയൽ എസ്റ്റേറ്റ് മാഫിയകൾ സ്വന്തമാക്കിക്കഴിഞ്ഞു.

ആറന്മുളയിലെ സ്വകാര്യ എയർപോർട്ട് കമ്പനി 500 ഏക്കർ നിലം നികത്തി. വയനാട്ടിലും ഇടുക്കിയിലും ലക്ഷക്കണക്കിന് എസ്റ്റേറ്റ് ഭൂമികൾ പാട്ടക്കരാർ ലംഘിച്ച് ബാങ്കുകളിൽ പണയപ്പെടുത്തിയും കൈമാറ്റംചെയ്തും വമ്പന്മാർ കോടികൾ നേടി. അതിന്റെ പങ്ക് കിട്ടിയ കേരളത്തിലെ കോൺഗ്രസിന്റെ സാരഥ്യത്തിലാണ് ഇന്ന് കേരളത്തിലെ ഭരണം. എന്നാൽ മറുവശത്ത് ഒരുപിടി മണ്ണിന്റെ അവകാശികളാവാൻ കഴിയാത്ത കുടുംബങ്ങൾ 2,17,358. ഇതും സർക്കാരിന്റെ കണക്കാണ്. അതിഭീഷണമായ ഈ പ്രതിസന്ധിയിൽനിന്നും കേരളത്തെ മോചിപ്പിക്കുക എന്ന സുപ്രധാന ദൗത്യമാണ് ഭൂസംരക്ഷണ പ്രക്ഷോഭത്തിന്റെ ലക്ഷ്യം.

നാല്പതാണ്ടിനുശേഷം വീണ്ടും കേരളം ഭൂമിക്കുവേണ്ടിയുള്ള പ്രക്ഷോഭത്തിലേക്ക് മുന്നേറുമ്പോൾ എ കെ ജി നയിച്ച മുടവന്മുകൾ സമരം ഓർമ്മയിലെത്തും:

"മെയ് 25-ാം തീയതി രാവിലെ 10 മണിക്ക് ആയിരക്കണക്കിനാളുകൾ പങ്കെടുത്ത ഒരു ജാഥയായിട്ടാണ് 27 സന്നദ്ധഭടന്മാർ എന്റെ നേതൃത്വത്തിൽ പുത്തരിക്കണ്ടം മൈതാനത്തുനിന്ന് യാത്ര തിരിച്ചത്. ജാഥയിൽ സഖാക്കൾ അഴീക്കോടൻ രാഘവൻ, വി ശ്രീധർ (കാട്ടായിക്കോണം), പുത്തലത്തു നാരായണൻ, അവണാക്കുഴി സദാശിവൻ, അനിരുദ്ധൻ, സിറ്റി കൗൺസിലർമാർ തുടങ്ങിയവരെല്ലാം ഉണ്ടായിരുന്നു........."

"ഏതാണ്ട് പതിനൊന്നര മണിയോടെ ഞങ്ങൾ കൊട്ടാരത്തിനടുത്തെത്തി. കൊട്ടാരത്തിന്റെ ഗേറ്റിനുമുമ്പിലും റോഡിലുമെല്ലാം പൊലീസ് നിരന്നു കഴിഞ്ഞിരുന്നു. ഗേറ്റുകൾ പൂട്ടി അതിനുമുമ്പിൽ തോക്കുധാരികളായ പൊലീസുകാർ കാവൽ നിന്നിരുന്നു. മതിൽചാടി ഞാനും മറ്റു സന്നദ്ധഭടന്മാരും കൊട്ടാരവളപ്പിലേക്ക് കടന്നു......."

മിച്ചഭൂമിയിൽ പ്രവേശിച്ചതിന്റെ പേരിൽ പൊലീസ് അറസ്റ്റുചെയ്ത് കോടതിയിൽ എത്തിച്ചപ്പോൾ, സഖാവ് എ കെ ജി നിലവിലുള്ള നിയമങ്ങളുടെ നീതികേടിനെ ചോദ്യം ചെയ്തു. പൊലീസ് നടപടിയിൽ 'തെറ്റ്' കണ്ടെങ്കിലും വ്യവസ്ഥാപിത നിയമത്തിന്റെ സംരക്ഷകരായ കോടതി കമ്യൂണിസ്റ്റ് സമരക്കാരെ ജയിലിലടച്ചു. അന്ന് തോറ്റത് സർക്കാരാണ്.

(2013 ജനുവരി)

ഇന്നത്തെ കേരളം സൃഷ്ടിച്ച സമരപ്രഖ്യാപനം 1969 ഡിസംബർ 14 ന് ആലപ്പുഴയിൽ

നിയമനിർമ്മാണംകൊണ്ടുമാത്രം ജനങ്ങൾക്ക് അതിന്റെ ഗുണഫലങ്ങൾ ലഭിക്കില്ലെന്നും ഭരണഘടനയുടെ പിൻബലമുണ്ടെങ്കിലും അത് നടപ്പാക്കാൻ പ്രതിലോമശക്തികൾ അനുവദിക്കില്ലെന്നും തെളിയിച്ചതാണ് 1959 ലെ കാർഷികബന്ധബിൽ. ഈ അനുഭവം ഉൾക്കൊണ്ടുകൊണ്ടാണ് 1969 ലെ ഭൂപരിഷ്കരണ (ഭേദഗതി) നിയമത്തേയും പ്രതിലോമശക്തികൾ അട്ടിമറിക്കുമെന്നതിനാലാണ് കർഷകജനവിഭാഗങ്ങൾക്ക് അതിന്റെ ഗുണഫലങ്ങൾ ലഭിക്കാൻ സംഘടിതസമരത്തിന് കർഷകജനസാമാന്യം തയ്യാറായത്. ആ പോരാട്ടത്തിനുള്ള പ്രഖ്യാപനമായിരുന്നു 1969 ഡിസംബർ 13,14 തീയ്യതികളിൽ നടന്ന ആലപ്പുഴ സമരപ്രഖ്യാപനം. ഈ സമരപ്രഖ്യാപന സമ്മേളനത്തിൽ അഖിലേന്ത്യാ കിസാൻ സഭയുടെ നേതാക്കളായ എ കെ ജി, ഹരേകൃഷ്ണ കോനാർ, കമ്യൂണിസ്റ്റ് പാർട്ടി ഓഫ് ഇന്ത്യാ (മാർക്സിസ്റ്റ്) നേതാക്കളായ ഇ എം എസ്, സുന്ദരയ്യ, കേരളത്തിലെ അന്നത്തെ പ്രദേശിക പാർട്ടി നേതാക്കളായ മത്തായി മാഞ്ഞൂരാൻ, ഫാദർ വടക്കൻ, ബി വെല്ലിങ്ടൺ, മത്തായി തുടങ്ങിയവരുടെ സാന്നിദ്ധ്യത്തിലാണ് കർഷകജനസമാന്യത്തിന്റെ സമരപ്രഖ്യാപനം നടന്നത്.

1957 ൽ സ. ഇ എം എസിന്റെ നേതൃത്വത്തിലുള്ള കമ്യൂണിസ്റ്റ് ഗവൺമെന്റ് കാർഷിക രംഗത്ത് സമൂല പരിവർത്തനം നടത്താനും കുടിയൊഴിപ്പിക്കൽ തടയാനും വേണ്ടി ഒരു കാർഷികബന്ധ ബിൽ 1959 ജൂൺ 19 ന് കേരള നിയമസഭയിൽ അവതരിപ്പിച്ച് പാസ്സാക്കിയെടുക്കുകയുണ്ടായി. നിയമം പാസായതോടെ കോൺഗ്രസിന്റെ നേതൃത്വത്തിൽ വിവിധ മത-ജാതി വിഭാഗങ്ങൾ സംയുക്തമായി ഈ ബില്ലിനെതിരെ രംഗത്തുവന്നു. ജന്മി-നാടുവാഴി ഭൂപ്രഭുക്കന്മാരുടെ സഹായത്തോടെ

കമ്യൂണിസ്റ്റ് ഗവൺമെന്റിനെതിരെ വിമോചന സമരം ആരംഭിച്ചു. മാസങ്ങളോളം സമരം നടന്നിട്ടും കമ്യൂണിസ്റ്റ് മന്ത്രിസഭയ്ക്ക് യാതൊരു ഇളക്കവുമുണ്ടായില്ലെന്നു മാത്രമല്ല കർഷകരും തൊഴിലാളികളും പുരോഗമനവാദികളും കമ്യൂണിസ്റ്റ് ഗവൺമെന്റിനു പിന്നിൽ പൂർവ്വാധികം ശക്തിയോടെ അണിചേർന്നു.

ഈ സാഹചര്യത്തിൽ അന്നത്തെ എ ഐ സി സി പ്രസിഡണ്ടായിരുന്ന ശ്രീമതി ഇന്ദിരാഗാന്ധി, പിതാവും പ്രധാനമന്ത്രിയുമായിരുന്ന ജവഹർലാൽ നെഹ്റുവിനെക്കൊണ്ട് ഇന്ത്യൻ ജനാധിപത്യത്തിന് തീരാക്കളങ്കം ചാർത്തി ഭരണഘടനയിലെ 386-ാം വകുപ്പ് ഉപയോഗിച്ച് കേരളത്തിലെ കമ്യൂണിസ്റ്റ് ഗവൺമെന്റിനെ പിരിച്ചുവിട്ടു.

തുടർന്ന് അധികാരത്തിൽ വന്ന കോൺഗ്രസ് സർക്കാരുകൾ കർഷകബന്ധ ബില്ലിന്റെ അലകും പിടിയും മാറ്റി. ജന്മി - നാടുവാഴിത്തത്തിനും, മത - ജാതി നേതാക്കളുടെ താല്പര്യത്തിനും വേണ്ടി കർഷകബന്ധ ബില്ലിന്റെ അന്തസ്സത്ത തകർത്തു. അവർ അവരുടേതായ ഭേദഗതികൾ വരുത്തിയതിന്റെ ഫലമായി ജന്മിമാരുടെ കൈവശമുള്ള നൂറു കണക്കിന് ഏക്കർ ഭൂമി അവരുടെ കൈവശം തന്നെ നിലനിന്നു. മാത്രമല്ല, ഭൂമിയെ തോട്ടങ്ങളാക്കി മാറ്റി, നെല്ല്, റബ്ബർ, ഏലം, കാപ്പി എന്നിവ ഭൂമിയിൽ അങ്ങിങ്ങായി വച്ച് തോട്ടത്തിന്റെ പട്ടികയിൽ ഉൾപ്പെടുത്തി. തോട്ടങ്ങളെ പൂർണ്ണമായും ഭൂപരിധിയിൽനിന്ന് ഒഴിവാക്കി. ഭൂമി ഭാഗം വച്ച് പലരുടേയും പേരിലുമാക്കി. ഇതോടൊപ്പം കുടിയൊഴിപ്പിക്കൽ നിർബ്ബാധം തുടർന്നു. കാടും മേടുമായി കിടന്നിരുന്ന ഭൂമിയെ വിളഭൂമിയാക്കി മാറ്റിയ കുടികിടപ്പുകാരെ ജന്മി ഗുണ്ടകൾ നിഷ്കരുണം ഭൂമിയിൽനിന്ന് ഇറക്കി വിട്ടു.

ജന്മിഗുണ്ടകളുടെയും പൊലീസിന്റെയും സഹായത്തോടെ കേരളത്തിൽ വ്യപകമായി ഒഴിപ്പിക്കൽ നടന്നു. അതിനെതിരെ കർഷകരുടെ ചെറുത്തുനിൽപ്പ് പലയിടങ്ങളിലും ശക്തമായി. പാലക്കാട് ജില്ലയിലെ വല്ലപ്പുഴയിൽ ചെലി എന്ന പട്ടികജാതിവിഭാഗത്തിൽപ്പെട്ട കുടിയാന്റെ ഭൂമിയൊഴിപ്പിക്കാൻ വന്നതിനെതിരെ നടന്ന പോരാട്ടത്തിൽ ജന്മി ഗുണ്ടകൾ സെയ്താലി എന്ന യുവ കർഷകനെ കൊലപ്പെടുത്തി. ചിറ്റൂർ താലൂക്കിലെ അരണ്ടപ്പള്ളം പ്രദേശത്ത് ആറു എന്ന കർഷകനെ വെടിവെച്ചു കൊന്നു. ഇത്തരത്തിൽ ഒട്ടനവധി സംഭവങ്ങൾ സംസ്ഥാനത്തെ വിവിധ ജില്ലകളിൽ നടക്കുകയുണ്ടായി.

1961 ൽ ഇടുക്കി ജില്ലയിലെ അയ്യപ്പൻകാവ് എന്ന പ്രദേശത്തെ നൂറു കണക്കിന് കുടുംബങ്ങളെ കോൺഗ്രസ്സ് ഗവൺമെന്റ് കുടിയിറക്കി. ഇതിനെതിരെ സ. എ കെ ജി നടത്തിയ അമരാവതിയിലെ നിരാഹാര സമരം ചരിത്രത്തിൽ തങ്കലിപികളാൽ എഴുതിച്ചേർക്കപ്പെട്ടതാണ്.

ഈ കാലഘട്ടത്തിലാണ് അഖിലേന്ത്യാ കിസാൻ സഭയിൽ ആശയ പോരാട്ടം ആരംഭിച്ചത്. കർഷക വർഗ്ഗത്തിൽ ഏത് വിഭാഗത്തിന് മുൻഗണന നല്കി സംഘടിപ്പിക്കണം എന്നതായിരുന്നു ആശയ പോരാട്ട

ത്തിന്റെ കാതൽ.

1936 മുതൽ 1947 വരെ കിസാൻ സഭകളിൽ സമ്പന്ന കൃഷിക്കാർ, ധനിക കർഷകർ, ഇടത്തരം, ചെറുകിട, നാമമാത്ര ഭൂരഹിത കർഷകർ ഒന്നിച്ച് അണിനിരന്നിരുന്നു. സാമ്രാജ്യത്വത്തിനെതിരെയും ജന്മിത്തത്തി നെതിരെയും ഇവർ ഒന്നിച്ചു നിന്ന് പോരാട്ടം നടത്തി. ഈ പോരാട്ടത്തിൽ ഏറ്റവും മുൻപന്തിയിൽ ഉണ്ടായിരുന്നത് ചെറുകിട നാമമാത്ര ഭൂരഹിത കർഷകരായിരുന്നു.

1947 നുശേഷം ഇന്ത്യൻ ഭരണാധികാരികളായി മാറിയ ഇന്ത്യൻ മുതലാളിത്തം ഭൂപ്രഭുക്കളുമായി കൂട്ടുകെട്ടുണ്ടാക്കിയുള്ള ഭരണത്തിന് രൂപം നല്കി. അവർ സമ്പന്ന ധനിക കർഷക വിഭാഗത്തിന്റെ താല്പ ര്യ സംരക്ഷണത്തിനാണ് മുൻതൂക്കം നല്കിയത്. ഇതിനെ തുടർന്നാണ് കിസാൻ സഭയിൽ ആശയ സമരം ആരംഭിച്ചത്.

സാമ്രാജ്യത്വ ജന്മി വാഴ്ചയ്ക്കെതിരായുള്ള സമരത്തിൽ മുൻനിര യിൽ ഉണ്ടായിരുന്നത് ചെറുകിട നാമമാത്ര ഭൂരഹിത കർഷകരായിരു ന്നു. ഇവരുടെ താല്പര്യത്തിനു വിഘാതമായ നയമാണ് ഭരണാധികാ രികൾ സ്വീകരിച്ചത്. അതോടൊപ്പം ചില സംസ്ഥാനങ്ങളിൽ ഭൂപരിഷ്ക രണത്തിന്റെ പരിവേഷമണിഞ്ഞ് ജന്മിമാരുടെ കൈവശമുള്ള നൂറുകണ ക്കിന് ഏക്കർ കൃഷിഭൂമിക്ക് നിയമ സാധുതയും നല്കി. ഇതോടെ കോൺഗ്രസ് ഗവൺമെന്റും ഭൂപരിഷ്കരണ നിയമം നടപ്പാക്കുന്നു എന്ന വാദം കിസാൻസഭയിൽ ഉയർത്തിക്കൊണ്ടുവരികയുണ്ടായി.

സ്വാതന്ത്ര്യാനന്തര കാലഘട്ടത്തിൽ കോൺഗ്രസിനെ ഇടത്തോട്ട് നയിച്ചുവേണം ജനാധിപത്യ വിപ്ലവം പൂർത്തീകരിക്കാൻ, അതിന് ധനിക വൻകിടകർഷകരിൽ കേന്ദ്രീകരിച്ചുകൊണ്ട് വേണം കിസാൻ സഭ കെട്ടി പ്പടുക്കാൻ സംഘടന പ്രവർത്തനം നടത്തേണ്ടത് എന്ന വാദവും ഉയർന്നു വരികയുണ്ടായി. ഇതോടൊപ്പം ഇടത്തരം ചെറുകിട നാമമാത്ര കർഷ കർ അണിചേരണമെന്നും അവർ വാദിച്ചു.

ഈ വാദത്തെ കിസാൻ സഭയിൽ സ. എ കെ ജിയുടെ നേതൃത്വ ത്തിൽ ശക്തിയുക്തം എതിർക്കുകയുണ്ടായി. ഇന്ത്യൻ ഭരണാധികാരി കളുമായി സഹകരിച്ചാണ് വൻകിട ധനിക കർഷകർ നില്ക്കുന്നതെന്നും മുതലാളിത്ത ഭൂപ്രഭു താല്പര്യമാണ് ഭരണാധികാരികളായ കോൺഗ്രസ് സംരക്ഷിക്കുന്നതെന്നും. എ കെ ജി കാര്യകാരണസഹിതം കിസാൻസഭ യിൽ സമർത്ഥിക്കുകയുമുണ്ടായി. അതുകൊണ്ട് ഭരണാധികാരിവർഗ്ഗ ത്തിന്റെ നയത്തെ നേരിടാനും കർഷക ജനസാമാന്യത്തിന്റെ താല്പ ര്യം സംരക്ഷിക്കാനും ഇടത്തരം നാമമാത്ര ഭൂരഹിത കർഷകരിൽ കാലൂന്നിനിന്നുകൊണ്ട് മാത്രമായിരിക്കണം കിസാൻ സഭയുടെ പ്രവർത്തനം മുന്നോട്ട് പോകേണ്ടതെന്നും എ കെ ജി വാദിച്ചു. ഇതിന്റെ അടിസ്ഥാനത്തിൽ വേണം പ്രക്ഷോഭകങ്ങൾക്ക് രൂപം നല്കേണ്ടതെന്നും സമർത്ഥിക്കുകയുണ്ടായി.

ഈ കാലഘട്ടത്തിലാണ് 1962 ൽ ഇന്ത്യ-ചൈന യുദ്ധം ആരംഭി

ച്ചത്. യുദ്ധാരംഭത്തോടെ ചൈനാ ചാരൻ എന്ന പേരിൽ അഖിലേന്ത്യാ കിസാൻ സഭയുടെ പ്രസിഡന്റായിരുന്ന എ കെ ജി യേയും കിസാൻ സഭ പ്രവർത്തകരേയും ജയിലിലടച്ചു. എ കെ ജി യും കിസാൻ സഭ നേതാക്കളും ജയിലിലായതോടെ പല സംസ്ഥാനങ്ങളും ധനിക കർഷക വിഭാഗത്തെ ഉൾപ്പെടുത്തിക്കൊണ്ട് സംസ്ഥാന കമ്മിറ്റികൾ പുനഃസംഘടിപ്പിക്കുകയുണ്ടായി.

1967 മെയ് മാസത്തിൽ എ കെ ജി ജയിൽ മോചിതനായി. തുടർന്ന് മദ്രാസിൽ (ചെന്നൈ) വച്ച് എ ഐ കെ സി യോഗം ചേർന്നു. വിവിധ സംസ്ഥാന കമ്മിറ്റികൾ എടുത്ത തീരുമാനങ്ങൾ ചർച്ച ചെയ്യുകയും ഈ തീരുമാനങ്ങൾ പുനഃപരിശോധിക്കാൻ എ ഐ കെ സി തീരുമാനിക്കുകയും ചെയ്തു. എന്നാൽ ഈ തീരുമാനം അംഗീകരിക്കാത്തവർ മഹാരാഷ്ട്രയിലെ അമരാവതിയിൽ വച്ച് പുതിയൊരു കമ്മിറ്റിക്ക് രൂപം നല്കി. ഇവർ പിന്നീട് സി പി ഐയുടെ നേതൃത്വത്തിലുള്ള അഖിലേന്ത്യാ കിസാൻ സഭ അജയ്ഭവൻ എന്ന പേരിലറിയപ്പെട്ടു.

1967 ൽ നടന്ന നിയമസഭാ തെരഞ്ഞെടുപ്പിൽ സി പി ഐ എം മുൻകൈയെടുത്ത് ഐക്യമുന്നണി രൂപീകരിച്ചാണ് കോൺഗ്രസിനെ നേരിട്ടത്. സി പി ഐ യുമായി സി പി എമ്മിന് പ്രത്യയശാസ്ത്രപരമായ അഭിപ്രായ വ്യത്യാസം നിലനിൽക്കുമ്പോൾ തന്നെയാണ് ഇടതുപക്ഷ ഐക്യത്തിന്റെ രാഷ്ട്രീയ പ്രാധാന്യം മനസ്സിലാക്കി സി പി ഐ യുമായി തെരഞ്ഞെടുപ്പ് ധാരണയുണ്ടാക്കി മത്സരരംഗത്ത് ഇറങ്ങിയത്. ഈ തെരഞ്ഞെടുപ്പ് കേരള നിയമസഭാ ചരിത്രത്തിൽ വൻ രാഷ്ട്രീയ പ്രാധാന്യമുള്ളതായിരുന്നു. വൻഭൂരിപക്ഷം ഐക്യമുന്നണിക്ക് കിട്ടി. കോൺഗ്രസ് കേവലം 9 എം എൽ എ മാർ മാത്രം എന്ന നിലയിലെത്തി.

ഈ ചരിത്ര വിജയം നേടിയ ഐക്യമുന്നണി സ. ഇ എം എസ് നെ വീണ്ടും മുഖ്യമന്ത്രിയായി തെരഞ്ഞെടുത്തു. 1959 ൽ പാസാക്കിയ കാർഷിക ബന്ധബിൽ തുടർന്നുവന്ന കോൺഗ്രസ് സർക്കാർ വികലമായി നടപ്പാക്കുകയും ബില്ലിന്റെ അന്തഃസത്ത ചോർത്തിക്കളയുകയും ചെയ്തിരുന്നു. കാർഷിക ബന്ധബിൽ കൊണ്ടുള്ള ഉദ്ദേശലക്ഷ്യം പ്രാവർത്തികമാകില്ല. ഇതിനെ മറികടക്കാനുതകുന്ന ഒരു ഭൂപരിഷ്കരണ (ഭേദഗതി) ബിൽ നിയമസഭയിൽ അവതരിപ്പിക്കുകയുണ്ടായി. കർഷക ബന്ധബിൽ അവതരിപ്പിച്ച റവന്യു വകുപ്പ് മന്ത്രിയായ സ. കെ ആർ ഗൗരിയമ്മ തന്നെയാണ് ഈ ബില്ലും അസംബ്ലിയിൽ അവതരിപ്പിച്ചത്.

1969 ലെ ഭൂപരിഷ്കരണ ഭേദഗതി നിയമം ഭൂരഹിത നാമമാത്ര ചെറുകിട ഇടത്തരം കർഷകരുടെ താല്പര്യം സംരക്ഷിക്കുന്നതിലാണ് കേന്ദ്രീകരിച്ചത്. ജന്മിത്വ സമ്പ്രദായം പൂർണ്ണമായി തകർക്കുക, പാട്ടക്കാരെയും കുടികിടപ്പുകാരേയും ഭൂമിയുടെ അവകാശികളാക്കുക, കൈവശം വയ്ക്കാവുന്ന ഭൂപരിധി 15 ഏക്കർ ആക്കി ചുരുക്കുക തുടങ്ങിയവയായിരുന്നു ഈ നിയമത്തിലെ മുഖ്യസത്ത. ജന്മിമാരുടെ കൈവശമുള്ള പരിധിയിൽ കവിഞ്ഞ ഭൂമി സർക്കാരിൽ നിക്ഷിപ്തമാക്കുക, ആ ഭൂമിയുടെ

സ്ഥിതിവിവര കണക്ക് സമയബന്ധിതമായി സർക്കാരിന് നല്കുക, അങ്ങനെ നല്കാത്തവർക്ക് തടവുശിക്ഷ ഉൾപ്പെടെയുള്ള ശിക്ഷാ നടപടികളും സർക്കാരിൽ നിക്ഷിപ്തമായ ഭൂമി ഭൂരഹിത കർഷകർക്കും കർഷക തൊഴിലാളികൾക്കും ദളിത് കർഷകർക്കും വിതരണം ചെയ്യുക തുടങ്ങിയ കരുത്തുറ്റ നിയമങ്ങളും അതിൽ ഉണ്ടായിരുന്നു.

സർക്കാരിൽ നിക്ഷിപ്തമായ മിച്ചഭൂമി കൈകാര്യം ചെയ്യാൻ ജില്ലകളിൽ ലാന്റ് ട്രിബ്യൂണലുകൾ രൂപീകരിക്കാനും ബില്ലിൽ വ്യവസ്ഥ ചെയ്തിരുന്നു. ഇന്ത്യൻ ഭരണഘടനയുടെ നാല് അതിരുകൾക്കുള്ളിൽ നിന്ന് കാർഷിക മേഖലകളിൽ വരുത്തേണ്ട പരമാവധി മാറ്റങ്ങൾ പ്രസ്തുത ബില്ലിൽ ഉൾപ്പെടുത്തിയിരുന്നു.

ഈ നിയമം നിയമസഭയിൽ അവതരിപ്പിച്ചപ്പോൾ കോൺഗ്രസ്സും മറ്റ് പ്രതിപക്ഷ പാർട്ടികളും ശക്തമായി എതിർത്തു. ഭരണഘടനാ വിരുദ്ധമാണ്, ജനാധിപത്യ ധ്വംസനമാണ് നാട്ടിൽ കലാപം സൃഷ്ടിക്കാനുള്ള നിയമമമാണ്, തുടങ്ങിയ ഒട്ടേറെ വാദങ്ങൾ അവർ നിയമസഭയിൽ ഉയർത്തിക്കൊണ്ടുവരികയുണ്ടായി.

സി പി ഐ യിൽ ബില്ലിന്റെ അന്തഃസത്തയെക്കുറിച്ച് വലിയ അഭിപ്രായ വ്യത്യാസം ഉടലെടുത്തിരുന്നു. അവരുടെ പ്രഖ്യാപിത നയത്തിന് വിരുദ്ധമാണ് ഈ നിയമമെന്ന് ചിലർ വാദിച്ചു.

കേരള ഭൂപരിഷ്കരണ (ഭേദഗതി) നിയമം നിയമസഭയിൽ പാസാക്കിയെടുത്തതോടെ ഐക്യമുന്നണിയിൽ ചില ഗൂഢനീക്കങ്ങൾ നടന്നു. സി പി ഐ, മുസ്ലീം ലീഗ് ഈ ബില്ലിനെ ശക്തിയുക്തം എതിർത്ത കേരള കോൺഗ്രസ് എന്നിവരാണ് ഗൂഢാലോചനകൾക്ക് നേതൃത്വം നല്കിയത്. തുടർന്ന് ഐക്യമുന്നണിയിൽ തന്നെ ഒരു കുറുമുന്നണി രൂപം കൊണ്ടു. ഈ കുറുമുന്നണി ഇ എം എസ് മന്ത്രിസഭയ്ക്കുള്ള പിന്തുണ പിൻവലിച്ചു. മാത്രമല്ല, സി പി ഐ യുടെ നേതൃത്വത്തിൽ കോൺഗ്രസിന്റെ പിന്തുണയോടെ പുതിയ മന്ത്രിസഭ രൂപീകരിച്ചു. നിയമസഭയിൽ എം എൽ എ അല്ലാത്ത അച്ചുതമേനോനെ മുഖ്യമന്ത്രി ആക്കി.

1959 ലെ കർഷക ബന്ധബില്ല് അട്ടിമറിച്ച് കോൺഗ്രസിന്റെ പിന്തുണയോടെ അധികാരത്തിൽവന്ന അച്ചുതമേനോൻ ഗവൺമെന്റ്, 1969 ലെ ഭൂപരിഷ്കരണ (ഭേദഗതി) നിയമവും അട്ടിമറിക്കുമെന്ന ഭീതി കർഷകരിലും കർഷക തൊഴിലാളികളിലും പുരോഗമന വാദികളിലും ഉളവാക്കി.

കർഷകബന്ധബിൽ നടപ്പാക്കുവാനും കേരളത്തിലെ കാർഷിക മേഖലയെ ജന്മിമാരിൽനിന്ന് മോചിപ്പിച്ച് കൃഷിക്കാരന്റെ കൈയിലെത്തിക്കുവാനും ജന്മി-നാടുവാഴി-ധനിക കർഷക വർഗ്ഗങ്ങളിൽനിന്ന് ഭൂമി ഏറ്റെടുത്ത് കൃഷിക്കാർക്ക് നല്കാനുള്ള ശ്രമവും, പ്രതിലോമ ശക്തികളും അവരുടെ പിണിയാളുകളായ രാഷ്ട്രീയ പാർടികളും അനുവദിക്കാത്തതുപോലെ ഭൂപരിഷ്കരണ (ഭേദഗതി) നിയമവും പ്രാവർത്തിക

മാക്കാൻ അനുവദിക്കില്ലെന്ന് കർഷകരും കർഷക തൊഴിലാളികളും പുരോഗമന ചിന്താഗതിക്കാരും ചിന്തിക്കാൻ തുടങ്ങി.

ഈ പശ്ചാത്തലത്തിലാണ് 1969 ൽ നിയമസഭ പാസാക്കിയ ഭൂപരിഷ്കരണ (ഭേദഗതി) നിയമം എങ്ങനെ നടപ്പിലാക്കണമെന്ന് ആലോചിക്കാനും ചർച്ച ചെയ്യാനും കർഷക - കർഷക തൊഴിലാളി സംഘടനകളും പുരോഗമന പ്രസ്ഥാനങ്ങളും 1969 ഡിസംബർ 13, 14 തീയതികളിൽ ആലപ്പുഴയിൽ ഒത്തുചേർന്നത്. ഈ ഒത്തുചേരലിന് നേതൃത്വം നല്കിയത് പാവങ്ങളുടെ പടത്തലവനായ എ കെ ജി ആയിരുന്നു. കർഷക-കർഷക തൊഴിലാളി സംഘടനകൾക്ക് പുറമെ സി പി ഐ എം, KTP (കേരള തൊഴിലാളി പാർട്ടി) KSP, SSP എന്നീ രാഷ്ട്രീയ പാർട്ടികളും ആ ഒത്തുചേരലിന് നേതൃത്വപരമായ പങ്ക് വഹിക്കുകയുണ്ടായി.

കർഷക - കർഷകത്തൊഴിലാളി സംഘടനകളിൽ നിന്നും രാഷ്ട്രീയ പാർട്ടികളിൽ നിന്നുമായി രണ്ടായിരത്തിൽ പരം തൊഴിലാളികൾ ആ ചരിത്ര പ്രസിദ്ധമായ സമ്മേളനത്തിൽ പങ്കെടുത്തു. ഡിസംബർ 13 ന് ആരംഭിച്ച സമ്മേളനത്തിന്റെ അദ്ധ്യക്ഷ പദവി അലങ്കരിച്ചത് എ കെ ജിയാണ്. എ കെ ജി അദ്ധ്യക്ഷ പ്രസംഗത്തിൽ പറഞ്ഞു: നാം ഇവിടെ സമ്മേളിച്ചിരിക്കുന്നത് 1969 ലെ കേരള ഭൂപരിഷ്കരണ (ഭേദഗതി) നിയമം പ്രാവർത്തികമാക്കി കിട്ടാനുള്ള ക്രിയാത്മകമായ ഒരു സമരപരിപാടി പ്രഖ്യാപിക്കാനാണ്. സമ്മേളനം എടുക്കുന്ന തീരുമാനങ്ങൾ നടപ്പാക്കുന്നതോടെ കേരളത്തിലെ കാർഷിക രംഗത്ത് വമ്പിച്ചൊരു പരിവർത്തനം വരും. സംഘടിതമായ മുന്നേറ്റംകൊണ്ട് നിയമം സ്വയം നടപ്പിലാക്കുകയല്ലാതെ അവകാശം നേടാൻ മറ്റു മാർഗ്ഗങ്ങളൊന്നുമില്ല.

സമ്മേളനം ഒരു അവകാശ പ്രഖ്യാപനരേഖ അംഗീകരിച്ചു. രേഖയിൽ, കേരള നിയമസഭ പാസാക്കിയ കേരള ഭൂപരിഷ്കരണ ഭേദഗതി ബില്ല് ഉടനടി നടപ്പിൽ വരുത്തണമെന്നും പ്രസ്തുത നിയമത്തിന്റെ ആനുകൂല്യങ്ങൾ നേടിയെടുക്കാൻ കേരളത്തിലെ കൃഷിക്കാരും കുടികിടപ്പുകാരും കർഷക തൊഴിലാളികളും മറ്റ് കർഷക സംഘടനകളുടെ സജീവ പിന്തുണയോടെ ഒരു പ്രത്യക്ഷ സമരത്തിന് ഇറങ്ങുമെന്ന് പ്രഖ്യാപിച്ചു.

കേരള ഭൂപരിഷ്കരണ ഭേദഗതി നിയമം കൃഷിക്കാർക്കും, കർഷകത്തൊഴിലാളികൾക്കും, കുടികിടപ്പുകാർക്കും നല്കിയ നിയമ പരിരക്ഷയും എല്ലാ അവകാശങ്ങളും 1970 ജനുവരി 01 മുതൽ നടപ്പിൽ വന്നതായി കണക്കാക്കുമെന്ന് സമ്മേളനം പ്രഖ്യാപിച്ചു. നിയമത്തിലെ ആനുകൂല്യങ്ങൾ കൃഷിക്കാർക്കും കുടികിടപ്പുകാർക്കും അനുവദിച്ചുകൊടുക്കാൻ സന്നദ്ധതയുള്ള ജന്മിമാരുമായി ആലോചിച്ചു തീർപ്പാക്കുവാൻ ജില്ലാ, താലൂക്ക്, വില്ലേജ് നിലവാരത്തിൽ അനുരഞ്ജന കമ്മിറ്റികൾ രൂപീകരിക്കണമെന്നും സമ്മേളനം തീരുമാനിച്ചു.

ന്യായവും സമാധാനപരവുമായ ഈ സമരത്തെ അടിച്ചമർത്താനാണ് നിക്ഷിപ്ത താല്പര്യക്കാരും ഗവൺമെന്റും ശ്രമിക്കുന്നതെങ്കിൽ തുടർന്നുണ്ടാകുന്ന ഭവിഷ്യത്തുകൾക്ക് അവർ തന്നെ ഉത്തരവാദിത്വം

ഏറ്റെടുക്കേണ്ടിവരുമെന്നും സമ്മേളനം പ്രഖ്യാപിച്ചു.

1970 ജനുവരി ഒന്നിന് സൂര്യൻ കിഴക്കുദിച്ചതോടെ ഓരോ ജില്ലകളിലും ആയിരക്കണക്കിന് കുടികിടപ്പുകാരായ കർഷകത്തൊഴിലാളികളും ദളിതരും താൻ വസിക്കുന്ന കൂരയ്ക്ക് ചുറ്റും തനിക്കർഹതപ്പെട്ട ഭൂമി വളച്ചുകെട്ടി തന്റേടികളായി. (തന്റേടമുള്ളവരായി)

ആലപ്പുഴ ജില്ലയിൽ മാത്രം രണ്ടായിരത്തിൽപരം പേരാണ് തങ്ങളുടെ വീടുനു ചുറ്റും തങ്ങൾക്ക് അർഹതപ്പെട്ട ഭൂമി വളച്ചുകെട്ടി സ്വന്തമാക്കിയത്.

കേരളത്തിന്റെ ചരിത്രത്തിൽ ഇത്രയും വിപ്ലവകരമായ മറ്റൊരു സമരപ്രഖ്യാപനം നടന്നിട്ടില്ല. സമ്മേളനത്തിൽ സഖാവ് എ കെ ജിക്കു പുറമെ ഇ എം എസ്, സുന്ദരയ്യ, ഹരേ കൃഷ്ണ കോനാർ തുടങ്ങിവരും പങ്കെടുത്തിരുന്നു.

ഒരു നിയമം നടപ്പാക്കിക്കിട്ടാൻ ജനങ്ങൾ മുന്നിട്ടിറങ്ങുന്നത് ആദ്യമായാണ്. തങ്ങൾക്ക് അർഹതപ്പെട്ട ഭൂമി വളച്ചുകെട്ടി സ്വന്തമാക്കിയതിലൂടെ ഈ മുന്നേറ്റത്തിനും പ്രക്ഷോഭത്തിനും വലിയ നേട്ടമുണ്ടായി. 3,21,093 പേർക്ക് കൈവശാവകാശം കിട്ടി. മൂന്നു ദശലക്ഷത്തോളം വരുന്ന പാട്ടക്കൃഷിക്കാർക്ക് ഭൂമിയുടെ പൂർണ്ണ ഉടമസ്ഥാവകാശം കിട്ടി. 2,05,000 കുടിയാന്മാർക്ക് ഭൂമിയിൽ സ്ഥിരാവകാശം ലഭിച്ചു. ഇതിന്റെയെല്ലാം ഫലമായി കേരളം കേരളമായി മാറി. കേരളത്തിലെ കാർഷിക ബന്ധങ്ങളെ വരിഞ്ഞു മുറുക്കിയ നാടുവാഴിത്ത ചങ്ങലകളെ പൊട്ടിച്ചെറിഞ്ഞു. കർഷകജനതയെ അടിമത്തത്തിൽ നിന്ന് മോചിപ്പിച്ച സമരപ്രഖ്യാപനമായിരുന്നു 1969 ഡിസംബർ 14 ന് ആലപ്പുഴയിൽ നടന്നത്.

(2018 ഡിസംബർ)

അമരാവതി കേരളത്തെ പിടിച്ചുകുലുക്കിയ പന്ത്രണ്ടു ദിനങ്ങൾ

"**കി**ടപ്പാടമില്ലാത്തവർക്ക് കിടപ്പാടം നല്കുകയെന്നതാണ് കർഷകസംഘത്തിന്റെ ലക്ഷ്യം. അതിനുവേണ്ടി ഏതറ്റംവരെ പോകാനും കേരള കർഷകസംഘം തയ്യാറാകുമെന്നതിന്റെ ഉത്തമ ഉദാഹരണമാണ് അമരാവതിയിലെ കർഷകപോരാട്ടം"

ഭക്ഷ്യോല്പാദനം വർദ്ധിപ്പിക്കുന്നതിനുവേണ്ടി സ്വാതന്ത്ര്യത്തിന് മുമ്പും അതിനുശേഷവും കൃഷിയോഗ്യമായ വനഭൂമി വെട്ടിത്തെളിച്ച് കൃഷിയിറക്കാൻ സർക്കാർ അനുമതി നല്കിയിട്ടുണ്ട്. 1948-50 കാലത്ത് തൊടുപുഴ, മൂവാറ്റുപുഴ, ചങ്ങനാശ്ശേരി, മീനച്ചിൽ, രാമപുരം എന്നീ പ്രദേശങ്ങളിൽ നിന്ന് കൃഷിക്കാർ ഇടുക്കി ജില്ലയിലെ ഉടുമ്പൻചോലയിലും അയ്യപ്പൻകോവിലിലും കുടിയേറി കൃഷി ആരംഭിച്ചിരുന്നു. അഞ്ചേക്കർ വരെ അതിനുള്ള അനുമതി നല്കിയിരുന്നു. വനഭൂമി കൃഷിക്കാർക്ക് വിട്ടുകൊടുക്കാൻ തയ്യാറായതോടെ വൻകിട പ്രമാണിമാർ വനം കൈയേറാൻ തുടങ്ങി. തിരു-കൊച്ചി സർക്കാർ ഇതു തടയാൻ ശ്രമിച്ചതുമില്ല. വൻകിട കൈയേറ്റക്കാരുടെ ഏജന്റുമാർ ഉടുമ്പൻചോല താലൂക്കിലെ വനഭൂമി തുണ്ടംതുണ്ടമായി കൃഷിക്കാർക്ക് വില്പന നടത്തി. നാട്ടിലുള്ള കിടപ്പാടം വിറ്റാണ് അവർ വനഭൂമി വിലയ്ക്ക് വാങ്ങിയത്.

വിമോചന സമരക്കാലത്ത് കോൺഗ്രസ് നേതാക്കളും മതമേധാവികളും മുൻകൈയെടുത്ത് കമ്യൂണിസ്റ്റ് ഗവൺമെന്റിനെ തോല്പിക്കാനുള്ള പരിശ്രമത്തിൽ സംഘടിതമായി വനം കൈയേറ്റത്തിന് നേതൃത്വം നൽകി. കൈയേറ്റത്തിന് വേണ്ടിത്തന്നെ ഒരു സംഘടന കോൺഗ്രസ്സ് രൂപീകരിച്ചു. അവർ ധാരാളം വനഭൂമി വളച്ചുകെട്ടി. വിമോചന സമരാനന്തരം കോൺഗ്രസ് അധികാരത്തിൽ വരുമെന്നും, അപ്പോൾ ഇവരെ ഒഴിപ്പിക്കില്ലെന്നും കോൺഗ്രസ് സംഘടന അവർക്ക് ഉറപ്പു നല്കി.

നിയന്ത്രണാതീതമായി വനം കയ്യേറ്റം ആരംഭിച്ചപ്പോൾ 1957 ഏപ്രിൽ 27 നുമുമ്പ് നടന്ന കുടിയേറ്റക്കാരെ ഒഴിപ്പിക്കില്ലെന്നും പുതിയ വനം കൈയേറ്റം തടയുമെന്നും അതോടൊപ്പം ഭൂമിയില്ലാത്തവർക്ക് ഭൂമി നല്കുമെന്നും ഇ എം എസ് ഗവൺമെന്റ് പ്രഖ്യാപിച്ചു. എന്നാൽ 1960 ൽ അധികാരത്തിൽ വന്ന കോൺഗ്രസ്-ലീഗ്-പി എസ് പി ഗവൺമെന്റിന്റെ പൊലീസ് വകുപ്പ് മന്ത്രി പി ടി ചാക്കോ പദ്ധതി പ്രദേശത്തുള്ള കർഷകരെ ഇറക്കിവിടുമെന്ന് പ്രഖ്യാപിച്ചു. ഇത് ഇടുക്കി പദ്ധതി പ്രദേശമായ അയ്യപ്പൻകോവിലിലെ കൃഷിക്കാരുടെ ഇടയിൽ അസ്വാസ്ഥ്യവും അമർഷവും ഭയപ്പാടും ഉളവാക്കി. 1961 മാർച്ച്, ഏപ്രിൽ മാസത്തിൽ ഉടുമ്പൻചോല താലൂക്കിലെ അയ്യപ്പൻകോവിൽ പ്രദേശത്ത് ഒഴിപ്പിക്കൽ നടപടിക്കായി ആർ ഡി ഒയും പൊലീസുകാരും എത്തി. പണി ആരംഭിക്കാത്ത പദ്ധതി പ്രദേശത്തിന്റെ പേരു പറഞ്ഞാണ് ഒഴിപ്പിക്കൽ നടപടിക്ക് കോൺഗ്രസ് നേതൃത്വത്തിലുള്ള പട്ടം താണുപിള്ള മന്ത്രിസഭ തീരുമാനിച്ചത്. ഒഴിപ്പിക്കൽ നടപടിക്കായി പൊലീസ് സേനയും ഓഫീസും പ്രവർത്തനം ആരംഭിച്ചു. ഒഴിപ്പിക്കലിനെതിരെ കർഷകസംഘടനകളും രാഷ്ട്രീയ പാർട്ടികളും രംഗത്തുവന്നു.

ഉടുമ്പൻചോല താലൂക്കിലെ 3000 ത്തിൽപരം കുടുംബങ്ങൾക്ക് ഒഴിപ്പിക്കൽ നോട്ടീസ് നല്കി. ഒഴിപ്പിക്കലിനുവേണ്ടി രണ്ടായിരത്തിൽപ്പരം പൊലീസ് അയ്യപ്പൻകോവിൽ പ്രദേശത്ത് തമ്പടിച്ചു. 1961 മെയ് 2 ന് ഒഴിപ്പിക്കൽ നടപടി ആരംഭിച്ചു. ഓരോ കർഷകന്റെ വീട്ടിലും പൊലീസ് കയറിയിറങ്ങി ചട്ടിയും കലവും പാത്രങ്ങളും കട്ടിലും പായയും എല്ലാം പുറത്തുവലിച്ചിട്ടു. പൊലീസ് സ്ഥലത്തുനിന്നൊഴിഞ്ഞാൽ വീണ്ടും കയറി താമസിക്കാതിരിക്കാൻ കർഷകരുടെ വീടുകൾ തീവെച്ചുനശിപ്പിച്ചു.

കുടിയൊഴിപ്പിക്കപ്പെട്ട കുടുംബങ്ങൾക്ക് കുമളി പ്രദേശത്ത് പുനരധിവാസ സംവിധാനം ഉണ്ടാക്കിയിട്ടുണ്ടെന്നും മറ്റു സൗകര്യങ്ങൾ സർക്കാർ നടപടി എടുത്തിട്ടുണ്ടെന്നും കോൺഗ്രസിന്റെ കർഷക സംഘടന കർഷകർക്ക് ഉറപ്പു നല്കി.

കൊല്ലങ്ങൾക്കുശേഷം പൂർത്തിയാക്കാൻ പോകുന്ന ഇടുക്കി ഡാമിന്റെ പേരിൽ അയ്യപ്പൻകോവിൽ പ്രദേശം ജലസംഭരണി മേഖലയാവും എന്ന പേരിലായിരുന്നു ഒഴിപ്പിക്കൽ. കർഷകർ ഇറക്കിയ വിളപോലും എടുക്കാൻ സമയം നൽകാതെയാണ് ഒഴിപ്പിക്കൽ നടപടി ആരംഭിച്ചത്.

ബസിലും അന്ന് ഇടിവണ്ടിയെന്നറിയപ്പെടുന്ന പൊലീസ് വാഹനങ്ങളിലുമായി അയ്യപ്പൻകോവിലിൽ നിന്ന് കുടിയൊഴിപ്പിക്കപ്പെട്ട കർഷകർ സാധന സാമഗ്രഹികളും വളർത്തുമൃഗങ്ങളുമായി കുമളി മൂന്നാർ റോഡിൽ വന്നിറങ്ങി. ഈ പ്രദേശത്തുള്ള വനഭൂമിയിൽ ഒരു ഏക്കറിൽ കുറയാത്ത ഭൂമിയും കുടിൽവെച്ചുകെട്ടാനുള്ള മരവും കുടിൽ മേയാനുള്ള പുല്ലും മുറിച്ചെടുക്കാനുള്ള അനുമതി നല്കാമെന്നായിരുന്നു സർക്കാരിന്റെ വാഗ്ദാനം. പക്ഷേ, കർഷകന് ഇതൊന്നും ലഭിച്ചില്ല. ഈ പ്രദേശം

ഒരു അഭയാർത്ഥികേന്ദ്രമായി മാറി. പുനരധിവാസത്തിന് നിശ്ചയിക്കപ്പെട്ട ഭൂമി വിട്ടുകൊടുക്കാൻ വനം വകുപ്പ് തയ്യാറായില്ല. കാലവർഷം ശക്തി പ്രാപിച്ച സമയമായിരുന്നു. ജൂൺമാസത്തിലെ കോരിച്ചൊരിയുന്ന മഴയിൽ 1200 ഓളം കർഷകകുടുംബങ്ങൾ അവിടെ വന്നെത്തി.

ഈ കുടിയിറക്ക് സംഭവം നടക്കുമ്പോൾ കിസാൻ സഭയുടെ അഖിലേന്ത്യാ പ്രസിഡന്റും ലോക്സഭാ പ്രതിപക്ഷ നേതാവുമായിരുന്ന സഖാവ് എ കെ ജി കേരളത്തിനു പുറത്തായിരുന്നു. പാർലമെന്റ് സമ്മേളനം കഴിഞ്ഞ് മറ്റ് സംസ്ഥാനങ്ങളിൽ പര്യടനം നടത്തിക്കൊണ്ടിരിക്കുകയായിരുന്ന എ കെ ജി വിവരം അറിഞ്ഞയുടനെ മറ്റ് പരിപാടികൾ റദ്ദാക്കി കേരളത്തിലേക്ക് തിരിച്ചു. മെയ് 30 ന് കോട്ടയത്തെത്തി പാർട്ടി നേതാക്കളിൽ നിന്നും കർഷകസംഘം നേതാക്കളിൽ നിന്നും അവിടുത്തെ ഭീകരമായ സ്ഥിതിയെപ്പറ്റി മനസ്സിലാക്കി. ജൂൺ ഒന്നിന് എ കെ ജിയും കെ ടി ജേക്കബും അമരാവതിയിലേക്ക് തിരിച്ചു. അന്നവിടെ കണ്ട ദൃശ്യങ്ങളെക്കുറിച്ച് എ കെ ജി പിന്നീട് എഴുതി: “ഞങ്ങൾ ചെല്ലുമ്പോൾ സ്ത്രീകളും കുട്ടികളുമടങ്ങുന്ന വലിയ ഘോഷയാത്ര ആ സ്ഥലത്തേക്ക് നീങ്ങുന്നത് കണ്ടു. യോഗം ആരംഭിക്കുന്നതിന് മുമ്പായി അവരുടെ ഷെഡ്ഡുകളിൽ ചെന്നു. ഷെഡ്ഡും പരിസരവും മുഴുവൻ ചെളിയായിരുന്നു...... അസഹനീയമായ തണുപ്പ്. നനഞ്ഞു കുതിർന്ന തറയിൽ അവശരായ വൃദ്ധരും കുഞ്ഞുങ്ങളും കിടക്കുന്നു. വൃദ്ധരും സ്ത്രീകളും തങ്ങളെ ഇറക്കിവിട്ട കഥ വിവരിച്ചുതന്ന് പൊട്ടിക്കരഞ്ഞു. കുടിയിറക്കുമെന്ന വല്ല സൂചനയും കിട്ടിയിരുന്നെങ്കിൽ കടം വാങ്ങി കൃഷിയിറക്കില്ലായിരുന്നു....... വിളവെടുപ്പുകാലം വരെയെങ്കിലും ഒഴിപ്പിക്കലിന് കാത്തിരുന്നുകൂടായിരുന്നോ, എങ്കിൽ മഴയുടെ ശല്യത്തിൽ നിന്നെങ്കിലും ഇവർ രക്ഷപ്പെടുമായിരുന്നു.” *(എ കെ ജി മണ്ണിനുവേണ്ടി)*

ഈ ഒഴിപ്പിക്കലിനെ സംബന്ധിച്ച് ആന്റി കമ്യൂണിസ്റ്റ് ഫ്രണ്ടിന്റെ നേതാവായ ഫാദർ വടക്കൻ തന്റെ ആത്മകഥയിൽ ഇങ്ങനെ പറയുന്നു: “ആദ്യത്തെ ഇ എം എസ് സർക്കാർ പോവുകയും കമ്യൂണിസ്റ്റുകാരുടെ ശല്യം അവസാനിക്കുകയും ചെയ്തതോടെ സ്ഥാപിത താല്പര്യക്കാരും പ്രമാണിമാരും കിഴക്കൻ മലയോരങ്ങളിൽ കണ്ണുവെച്ചു..... ഇടുക്കി അണക്കെട്ട് പണി തീരാറായി, വെള്ളം ഇപ്പോൾ പൊന്തിവരും എന്ന് പ്രചരിപ്പിച്ചായിരുന്നു കോൺഗ്രസിന്റെ നേതൃത്വത്തിലുള്ള പട്ടം താണുപിള്ള ഗവൺമെന്റ് ഒഴിപ്പിക്കൽ നോട്ടീസ് നല്കിയത്. വിമോചന സമരകാലത്ത് ചെലവാക്കിയ ഭീമമായ സംഖ്യ മുതലാക്കാനായിരുന്നു അത്. ക്രിസ്ത്യൻ പ്രമാണിമാർക്ക് മാത്രമല്ല വിമോചനസമരക്കാലത്ത് അമേരിക്കയിൽ നിന്ന് ലക്ഷക്കണക്കിന് ഡോളർ കിട്ടിയ മെത്രാന്മാർക്കും കിഴക്കൻ മലയോരത്ത് പുതിയ പുതിയ തോട്ടങ്ങൾ സജ്ജീകരിക്കാൻ മോഹമുണ്ടായിരുന്നു.” വടക്കനച്ചൻ തുടരുന്നു: “ഞാനും എന്നെപ്പോലെ പതിനായിരക്കണക്കിന് പേരും ചോരയും നീരും കൊടുത്ത് രൂപം കൊടുത്ത മന്ത്രിസഭ ഈ കൂരകൃത്യം ചെയ്യുകയോ? ആദ്യം എനിക്ക് വിശ്വസി

ക്കാൻ കഴിഞ്ഞില്ല. ജനസഹസ്രങ്ങളെ രക്ഷിക്കാൻ എ കെ ജി രംഗത്തെത്തിയിട്ടുണ്ട്. അദ്ദേഹം അമരാവതിയിൽ നിരാഹാരസമരം തുടങ്ങിയിരിക്കുന്നു....... ഒരു മന്ത്രിപോലും ആ ദുരിതരംഗത്തേക്ക് ചെന്നിട്ടില്ല. ഒരു വൈദികനേയും ഒരു കന്യാസ്ത്രീയെയും ഞാനവിടെ കണ്ടില്ല. അച്ചന്മാർ അമരാവതിയിൽ പോകരുത്. ഗവൺമെന്റിനെ എതിർക്കരുത്. രാഷ്ട്രീയം വൈദികർക്ക് പറ്റിയതല്ല. കമ്യൂണിസ്റ്റുകാർ തന്നെ പ്രശ്നം കൈകാര്യം ചെയ്യട്ടെ. ഇതായിരുന്നു മെത്രാന്മാരുടെ നിലപാട്........ ഇതുകൊണ്ടൊന്നും ഞാൻ കൂസിയില്ല. ഉഗ്രൻ കമ്യൂണിസ്റ്റ് വിരുദ്ധനായ ഞാൻ അത്യുഗ്രൻ കമ്യൂണിസ്റ്റ് നേതാവായ എ കെ ഗോപാലനെ ആശ്ലേഷിച്ചതോടെ കേരളത്തിലെ കമ്യൂണിസ്റ്റിതര കേന്ദ്രങ്ങളിൽ വലിയ ഭൂകമ്പമുണ്ടായി."

എ കെ ജി അമരാവതിയിൽ നിന്ന് കോട്ടയത്ത് വന്നു. ഇ എം എസുമായും കേരള കർഷകസംഘം സംസ്ഥാന സെക്രട്ടറി സി എച്ച് കണാരനുമായും ബന്ധപ്പെട്ട് ജൂൺ 5 ന് പ്രസ്താവനയിറക്കി. അയ്യപ്പൻകോവിലിലും അമരാവതിയിലും ആയിരക്കണക്കിന് കർഷകർ അനുഭവിക്കുന്ന ദുരിതങ്ങളെക്കുറിച്ചായിരുന്നു പ്രസ്താവന. അമരാവതിയിലെ ദുരിതമനുഭവിക്കുന്ന കർഷകർക്ക് സഹായമെത്തിക്കാനും പ്രസ്താവനയിലഭ്യർത്ഥിച്ചു. അമരാവതി കുടിയിറക്കു പ്രശ്നം കേന്ദ്ര സംസ്ഥാന സർക്കാരിന്റെ അടിയന്തര ശ്രദ്ധയിൽ കൊണ്ടുവരാനുള്ള സമര പരിപാടികൾ ആവിഷ്കരിച്ചു. അന്ന് വൈകുന്നേരം കോട്ടയത്തെ തിരുനക്കര മൈതാനത്ത് കൂടിയ വമ്പിച്ച പൊതുയോഗത്തിൽ വെച്ച് ജൂൺ 6 മുതൽ എ കെ ജി അമരാവതിയിൽ നിരാഹാരസത്യഗ്രഹം അരംഭിക്കുമെന്ന് പ്രഖ്യാപിച്ചു.

എ കെ ജി പറയുന്നു: അമരാവതിയിൽ നിലനില്ക്കുന്ന മനുഷ്യപ്രശ്നങ്ങൾക്ക് പരിഹാരമുണ്ടാക്കാൻ സഹായമാവുമെങ്കിൽ അതിനെന്ത് വിലകൊടുത്താലും അധികമാവുകയില്ലെന്ന് വിചാരിച്ചുകൊണ്ടാണ് ഞാൻ ഈ സാഹസിക മാർഗ്ഗം സ്വീകരിക്കാൻ തീരുമാനിച്ചത്.

ജൂൺ 6 ന് ഇ എം എസിനോടൊപ്പമാണ് എ കെ ജി കുമളിലെത്തിയത്. തോരാതെ പെയ്യുന്ന മഴയത്തും ഈ നേതാക്കളെ സ്വീകരിക്കാൻ വമ്പിച്ച ജനക്കൂട്ടം അവിടെ കാത്തുനിന്നിരുന്നു. അവിടെ ചേർന്ന പൊതുയോഗത്തിൽ ഇ എം എസ്സും എ കെ ജിയും പ്രസംഗിച്ചു. ജനനേതാക്കളുടെ വാക്കുകൾ ദൈവവചനംപോലെ കർഷകർ ശ്രദ്ധിച്ചു. തുടർന്ന് ജാഥയായി അമരാവതിയിലേക്ക് നീങ്ങി.

അമരാവതിയിലെ അഭയാർത്ഥി ഷെഡ്ഡുകൾക്കിടയിൽ മുളയും പുല്ലും ഉപയോഗിച്ച് ഒരു സത്യഗ്രഹ ഷെഡ്ഡ് കെട്ടിയുണ്ടാക്കിയിരുന്നു. വൈകിട്ട് 3 മണിക്ക് ഒരു ഗ്ലാസ്സ് നാരങ്ങാവെള്ളം കുടിച്ച് എ കെ ജി സത്യഗ്രഹം തുടങ്ങി.

നിരാഹാര സമരം നാളുകൾ പിന്നിട്ടു. തോരാതെ പെയ്യുന്ന മഴ, അതിശക്തമായ കാറ്റ്, വെള്ളവും ചെളിയും നിറഞ്ഞ സമരപ്പന്തൽ. എ

കെ ജി എഴുതി: '18 ദിവസം വരെ നിരാഹാരം നടത്തിയിട്ടുണ്ട്. എന്നാൽ ഇതിനുമുമ്പ് ഒരിക്കലും ഇത്രയും ബുദ്ധിമുട്ടുള്ള സാഹചര്യത്തിൽ നിരാഹാരസമരം നടത്തിയിട്ടില്ല....... രാവിലെ വെള്ളം കോരാൻ പുറത്തേക്കുപോകുന്ന സ്ത്രീകൾ എന്നെ കാണാൻ വരും. തിരിച്ചുപോകുമ്പോഴും അവർ വരിവരിയായി എന്റെ മുന്നിലൂടെ കടന്നുപോയി, അവർ പള്ളിയിൽനിന്ന് തിരിച്ചുവരുമ്പോഴും ഇങ്ങനെ ചെയ്തു..... എന്നും രാവിലെ കർഷകമുദ്രാവാക്യം വിളിച്ചുകൊണ്ട് എന്റെ കുടിലിന് മുന്നിലുള്ള (സമരപ്പന്തൽ) റോഡിൽക്കൂടി കടന്നുപോകും. ജാഥ തുടങ്ങുന്നതിന് മുമ്പ് എന്റെ അടുത്തുവരും. അവരുടെ സ്നേഹം നിറഞ്ഞ നോട്ടവും പെരുമാറ്റവും എനിക്ക് ഉത്തേജനം നല്കി. രാവിലെ 6 മണി മുതൽ 10 മണി വരെ നിർത്താത്ത സന്ദർശക പ്രവാഹമുണ്ടായിരിക്കും. ബസും കാറും ലോറിയും അവിടെ നിറുത്തി യാത്ര ചെയ്തിരുന്നവർ ഒന്നുനോക്കി അല്പം നിന്നിട്ടുപോകും. ക്യാമ്പിൽ ഒരു സംഭാവനപ്പെട്ടി വെച്ചിരുന്നു. അതിൽ പത്തുപൈസ മുതൽ പത്തുരൂപവരെ നിക്ഷേപിച്ചിരുന്നു.

ഒരാഴ്ച കഴിഞ്ഞപ്പോൾ എ.കെ.ജി.യുടെ നിരാഹാരസമരം അഖിലേന്ത്യാ പ്രശ്നമായി മാറി. ജൂൺ 10 ന് നിയമസഭ സമ്മേളിച്ചപ്പോൾ പ്രതിപക്ഷ നേതാവായ ഇ എം എസ് നിയമസഭയിൽ അടിയന്തിര പ്രമേയത്തിന് നോട്ടീസ് നല്കി. അനുമതി നിഷേധിച്ചു. അതിൽ പ്രതിഷേധിച്ച് പ്രതിപക്ഷം വാക്കൗട്ട് നടത്തി. മുഖ്യമന്ത്രിയോ വനം വകുപ്പ് മന്ത്രിയോ അമരാവതി സന്ദർശിക്കണമെന്ന് ഇ എം എസ് ആവശ്യപ്പെട്ടു. ഇ എം എസിന്റെ ആവശ്യം മുഖ്യമന്ത്രി പട്ടം താണുപിള്ള പുച്ഛിച്ചു തള്ളി. നിരാഹാരസമരം നീണ്ടുപോകുന്നതോടെ പ്രശ്നം കേരളത്തിലാകെ കോളിളക്കം സൃഷ്ടിച്ചു. പാർലമെന്റിലെ പ്രതിപക്ഷ നേതാവായ എ കെ ജി നടത്തുന്ന നിരാഹാരസമരത്തിന് ഇന്ത്യയിലാകെ പ്രചാരം ലഭിച്ചു. കമ്യൂണിസ്റ്റ് വിരുദ്ധ മുന്നണി രൂപീകരിക്കുന്നതിൽ നേതൃത്വം നല്കിയ ഫാദർ വടക്കൻ അമരാവതിയിൽ ഓടിയെത്തി. ഇത് കേരളത്തെ പിടിച്ചുകുലുക്കി. ജൂൺ 14 ആയപ്പോഴേക്കും എ കെ ജിക്ക് തളർച്ചയും ക്ഷീണവും അനുഭവപ്പെട്ടു. എ കെ ജി നിരാഹാരപ്പന്തലിൽ പ്രഖ്യാപിച്ചു. 'മരണം എനിക്ക് നിസ്സാര കാര്യമാണ്. ജീവിതത്തിലിന്നുവരെ മരണത്തെ മുഖാമുഖം കണ്ടുകൊണ്ടാണ് ഞാൻ കടന്നുപോയിട്ടുള്ളത്. മരണം ഒഴിവാക്കാൻ ആർക്കുമാവില്ല. കൃഷിക്കാർക്കുവേണ്ടി മരിച്ചാൽ അത് എന്റെ പ്രസ്ഥാനത്തിന് വേണ്ടി ഞാൻ ചെയ്യുന്ന കടമയാണ്.' ജൂൺ 15 ന് രാവിലെ 10 മണിയോടെ എ കെ ജിയെ അറസ്റ്റു ചെയ്ത് ആശുപത്രിയിലേക്ക് കൊണ്ടുപോയി. 309-ാം വകുപ്പനുസരിച്ച് ആത്മഹത്യാശ്രമത്തിനായിരുന്നു കേസ്. ആശുപത്രിയും പരിസരവും ജനസഞ്ചയമായി. സി.എച്ച്. കണാരനും പി വി കുഞ്ഞിക്കണ്ണനും എം.എൻ ഗോവിന്ദൻ നായരും ആശുപത്രിയിൽ എ കെ ജിക്കൊപ്പമുണ്ടായിരുന്നു.

1961 ജൂൺ 15, 16, 17 തീയതികളിൽ കേരളത്തിലങ്ങോളമിങ്ങോളം വമ്പിച്ച പ്രകടനകളും പൊതുയോഗങ്ങളും നടന്നു. കർഷകരും തൊഴി

ലാളികളും ഇടത്തരക്കാരും വിദ്യാർത്ഥികളും സ്ത്രീകളും പ്രകടനത്തിൽ അണിനിരന്നു. കളക്ടറേറ്റുകൾ പിക്കറ്റുചെയ്യാൻ കർഷകസംഘം സംസ്ഥാന കമ്മിറ്റി ആഹ്വാനം ചെയ്തു. കോട്ടയം കളക്ടറേറ്റാണ് ആദ്യ പിക്കറ്റിങ്ങിന് തെരഞ്ഞെടുത്തത്.

ജൂൺ 16 ന് കോട്ടയത്തുവെച്ച് കേരള കർഷകസംഘം സംസ്ഥാന കമ്മിറ്റിയും അമരാവതി കർഷക രക്ഷാ സമിതിയും (ഒഴിപ്പിക്കലിനെതിരെ രൂപീകരിച്ച കർഷകസംഘടന) ചേർന്നു. ഇ എം എസ് മന്ത്രിമാരുമായി ചർച്ചകൾ നടത്തിക്കൊണ്ടിരിക്കുന്നു. ചർച്ചയുടെ വിശദവിവരങ്ങൾ ഇ എം എസ് അപ്പപ്പോൾ സി എച്ച് കണാരനേയും കർഷക സംഘം പ്രവർത്തകസമിതിയെയും അറിയിച്ചുകൊണ്ടിരുന്നു. സി എച്ച് കണാരൻ എ കെ ജിയെ വിവരങ്ങൾ ധരിപ്പിച്ചു.

ഇതിനെക്കുറിച്ച് എ കെ ജി 1961 സെപ്റ്റംബർ 2 ന്റെ നവയുഗത്തിലെഴുതി: പാവപ്പെട്ട കൃഷിക്കാർക്കുവേണ്ടി ഞങ്ങൾ ഇഞ്ചിഞ്ചായി മന്ത്രിയുമായി വിലപേശുകയായിരുന്നു. ഓരോ ആവശ്യത്തിന്മേലും വാശിപിടിച്ചുള്ള വിലപേശൽ നടന്നു. ഒഴിപ്പിക്കപ്പെട്ട ജനങ്ങൾക്ക് അങ്ങേയറ്റം ആനുകൂല്യങ്ങൾ നേടിയെടുക്കുക എന്നതാണ് ഞങ്ങളുടെ നയം. എന്റെ ജീവൻ അത് നേടിയെടുത്തിട്ടേ രക്ഷപ്പെടുത്തേണ്ടതുള്ളൂ എന്ന് ഞാൻ സംഭാഷണമദ്ധ്യേ സഖാക്കളോട് പറഞ്ഞിരുന്നു.'

1961 ജൂൺ 17. അന്ന് ആഹ്ലാദത്തിന്റെ ദിനമായിരുന്നു. അമരാവതിയുടെ വിജയദിനം. ഇ എം എസ്, പൊലീസ് - റവന്യൂ വകുപ്പ് മന്ത്രി ചാക്കോയുമായുള്ള ചർച്ച 17 ന് ഒത്തുതീർപ്പായി. ഒത്തുതീർപ്പ് വ്യവസ്ഥപ്രകാരം ഒഴിപ്പിക്കപ്പെട്ട കുടുംബങ്ങൾക്ക് ഫലഭൂയിഷ്ഠമായ ഒരേക്കർ ഭൂമി ലഭിക്കും. വീടുവെക്കുന്നതിന് മരം, മുള, പുല്ല് എന്നിവയ്ക്കു പുറമെ ചെലവിനായി 25 രൂപയും ലഭിക്കും. ദിവസവും ഒരാൾക്ക് നാഴിയരി വീതം ആവശ്യമുള്ള നാളുകളിൽ നല്കും. കുട്ടികൾക്ക് പഠിക്കാൻ പള്ളിക്കൂടം സ്ഥാപിക്കും. പാഠപുസ്തകം സൗജന്യമായി നല്കും. അമരാവതിയിൽ താല്ക്കാലിക ആശുപത്രി സ്ഥാപിക്കും. ഒഴിപ്പിക്കപ്പെട്ടവർക്ക് തൊഴിലവസരം നൽകും തുടങ്ങിയവയായിരുന്നു പ്രാധാന ഒത്തുതീർപ്പ് വ്യവസ്ഥകൾ. കർഷകരക്ഷാസമിതിയും ഒത്തുതീർപ്പ് വ്യവസ്ഥകൾ അംഗീകരിച്ചു. നിരാഹാരസമരം അവസാനിപ്പിക്കണമെന്ന് കർഷക സംഘം സംസ്ഥാന പ്രവർത്തക സമിതിക്കുവേണ്ടി സെക്രട്ടറി സി എച്ച് കണാരൻ എ കെ ജിയോട് അഭ്യർത്ഥിച്ചു. ഇ എം എസ് നല്കിയ നാരാങ്ങാനീര് കഴിച്ച് എ കെ ജി നിരാഹാരം അവസാനിപ്പിച്ചു.

കിടപ്പാടമില്ലാത്തവർക്ക് കിടപ്പാടം നൽകുകയെന്നതാണ് കർഷക സംഘത്തിന്റെ ലക്ഷ്യം. അതിനുവേണ്ടി ഏതറ്റംവരെ പോകാനും കേരള കർഷകസംഘം തയ്യാറാകുമെന്നതിന്റെ ഉത്തമ ഉദാഹരണമാണ് അമരാവതിയിലെ കർഷകപോരാട്ടം. വർഗ്ഗസമരത്തിന്റെ തീച്ചുളയിലൂടെ മാത്രമേ ജാതിമത സങ്കുചിത ചിന്താഗതിക്കെതിരെയുള്ള പോരാട്ടം വിജയിക്കുള്ളൂവെന്ന് അമരാവതി സംഭവം കേരളത്തിന്ന് കാട്ടിത്തന്നു.

ക്രിസ്ത്യൻ ജനവിഭാഗത്തെ തൊഴിലാളി കർഷക ജനവിഭാഗത്തിൽനിന്ന് അകറ്റി നിർത്തിയിരുന്ന ഇരുമ്പുമറ തല്ലിത്തകർക്കാൻ അമരാവതിക്ക് കഴിഞ്ഞു. ക്രിസ്ത്യൻ കൃഷിക്കാരും ഇതര കൃഷിക്കാരും അമരാവതി യിൽ 50 വർഷംമുമ്പ് ആരംഭിച്ച ഐക്യം ഇനിയും കൂടുതൽ ശക്തിപ്പെ ടേണ്ട കാലഘട്ടമാണിത്. കഞ്ചാവു നട്ടുവളർത്തൽ പോലും കൃഷിയായി അംഗീകരിച്ച കോൺഗ്രസിന്റെ നേതൃത്വത്തിലുള്ള രണ്ടാം യു പി എ സർക്കാർ റബ്ബർ, തെങ്ങ്, കവുങ്ങ് തുടങ്ങി മറ്റ് നാണ്യവിളകളെ കൃഷി യായി അംഗീകരിക്കാത്ത ഈ ഘട്ടത്തിൽ, സാർവ്വദേശീയ കരാറുകളുടെ വിപരീതഫലങ്ങൾ കർഷകർ അനുഭവിക്കുന്ന ഇക്കാലത്ത് ജാതിമത വ്യത്യാസമില്ലാതെ കർഷകഐക്യം ഊട്ടിവളർത്താൻ അമരാവതി എന്നും നമുക്ക് ഉത്തേജനമായിരിക്കും.

(2011 മാർച്ച്)

സ്വാമിനാഥൻ പാക്കേജ്: കുട്ടനാടിന്റെ വർത്തമാനം

നെല്ലരി മാനവരാശിക്ക് ആഹാരത്തിന്റെ നേർപര്യായമാണ്. ലോകത്ത് പകുതിയിലധികം പേർ കഴിക്കുന്ന ധാന്യവും നെല്ലരിയാണ്. മലയാളിയുടെ മുഖ്യാഹാരവും ഇതാണ്. അതിലുപരി, കേരളീയരുടെ ദൈനംദിന ജീവിതത്തിൽ ഇത്രയേറെ ബന്ധപ്പെട്ട മറ്റൊരു കാർഷിക വിളയും വേറൊന്നല്ല. പക്ഷേ, ചുട്ടമുതൽ ചുടലവരെ മലയാളിയെ നയിക്കുന്ന നെല്ലരിക്കുവേണ്ടി ഇന്നും അന്യനാടുകളിൽ കൈനീട്ടുന്നവരാണ് നാം. കേരളീയരുടെ മുഴുവൻ ആവശ്യത്തിനുള്ള അരി ഉല്പാദിപ്പിക്കാൻ ഇതേവരെ നമുക്കായിട്ടില്ല. സ്വന്തമായി അന്നം വിളയിക്കാനുള്ള നമ്മുടെ മുഖ്യാശ്രയം കുട്ടനാടാണ്. കുട്ടനാടാണ് നമ്മുടെ നെല്ലറ. ആ നെല്ലറ ഭീഷണികൾ നേരിടാൻ തുടങ്ങിയിട്ട് കാലമേറെയായി. അതിന് പൂർണ്ണ വിരാമമിടാൻ ഇനിയും നമുക്ക് സാധിച്ചിട്ടില്ല.

ആലപ്പുഴ, കോട്ടയം, പത്തനംതിട്ട എന്നീ ജില്ലകളിലായി വ്യാപിച്ചു കിടക്കുന്ന ഭൂപ്രദേശമാണ് കുട്ടനാട്. കുട്ടനാടിന്റെ ബഹുഭൂരിപക്ഷവും സമുദ്രനിരപ്പിൽനിന്നും രണ്ടുമീറ്റർ താഴെയാണ് സ്ഥിതിചെയ്യുന്നത്. കായൽ കൃഷി സമ്പ്രദായം പ്രധാനമായും നിലവിലുള്ളത് കുട്ടനാട്ടിലാണ്. വേമ്പനാട്ട് കായലിൽ നിന്ന് വരമ്പ് കുത്തിയെടുത്തതാണ് ഇവിടുത്തെ പാടശേഖരങ്ങൾ. മണ്ണിന്റെ സ്വഭാവത്തിലും കൃഷിയിറക്കുന്ന കാലത്തിലുമുള്ള അന്തരം നീക്കിയാൽ വേമ്പനാട്ട് കായലിലെ നിലത്തിനും തൃശ്ശൂർ-മലപ്പുറം ജില്ലകളിൽ കായൽത്തീരത്തോടു ചേർന്നുള്ള കോൾ നിലത്തിനും തമ്മിൽ ഒട്ടേറെ സാദൃശ്യമുണ്ട്. ഇരു നിലങ്ങളിലും ഉപ്പുവെള്ളം തടയുന്നതിനുവേണ്ടി ബണ്ടുകൾ സ്ഥാപിച്ചാണ് കൃഷിയിറക്കുന്നത്. ശക്തമായ കാലവർഷങ്ങളിലും അറബിക്കടലിലെ വേലിയേറ്റത്തിലും ബണ്ടുകൾ 'മടവീണ്' തകർന്നുപോകുന്നത് കുട്ടനാട്ടിൽ പതി

വാണ്. ഇവിടുത്തെ കായൽ കൃഷിക്കാരുടെ തീരാദു:ഖവും ഇതുതന്നെയാണ്. കടലിലെ ഓരുവെള്ളം നെൽകൃഷിക്ക് ഒരിക്കലും നന്നല്ല. ഡിസംബർ-മാർച്ച് മാസങ്ങളിൽ ഓരുജലം ഇവിടെ തടയാനായാൽ കോട്ടയം, പത്തനംതിട്ട ജില്ലകളിലെ 12000 ഹെക്ടറും ആലപ്പുഴ ജില്ലയിലെ 11,500 ഹെക്ടറുമുൾപ്പെടെ 23,500 ഹെക്ടർ നിലത്തിൽ രണ്ടാം വിളവിറക്കാൻ സാധിക്കും. അതിന് കഴിയാതെ വരുമ്പോൾ കൃഷിക്കാർക്ക് ഭാരിച്ച നഷ്ടമാണ് നേരിടേണ്ടിവരുന്നത്. നെൽകൃഷിക്കാരുടെ ഈ തീരാദുരിതത്തിനുള്ള പ്രതിവിധി എന്ന നിലയിൽ രൂപകല്പന ചെയ്ത് നിർമ്മിച്ചതാണ് തണ്ണീർമുക്കം ബണ്ട്.

1949 ൽ എഞ്ചിനീയർ പി.എച്ച്. വൈദ്യനാഥൻ പഠനം നടത്തി ഒരു റിപ്പോർട്ട് മദ്രാസിലെ ചീഫ് എഞ്ചിനീയർക്ക് അയച്ചുകൊടുത്തു. പിന്നീട് ഐക്യകേരള രൂപീകരണത്തിനുശേഷം കേരളത്തിൽ അധികാരത്തിൽ വന്ന ഇ എം എസ് സർക്കാർ കാർഷിക മേഖലയിലെ ഉല്പാദനവും ഉല്പാദനക്ഷമതയും വർദ്ധിപ്പിക്കുന്നതിന്റെ ഭാഗമായി നിരവധി പദ്ധതികൾക്ക് അടിത്തറയിട്ടു. കേരളത്തിന്റെ നെല്ലറയായ കുട്ടനാടിനെ രക്ഷിക്കാനും കർഷകരെ സംരക്ഷിക്കാനും നെല്ലുല്പാദനം വർദ്ധിപ്പിക്കാനും നടപടികളാരംഭിച്ചു.

കേരളത്തിലെ ആദ്യത്തെ ജലസേചന മന്ത്രിയായിരുന്ന ജസ്റ്റിസ് വി.ആർ കൃഷ്ണയ്യർ തണ്ണീർമുക്കം ബണ്ടിന് മന്ത്രിസഭയുടെ അംഗീകാരം വാങ്ങുകയും 1958 ൽ കേന്ദ്രമന്ത്രി വി കെ കൃഷ്ണമേനോൻ തറക്കല്ലിടുകയും ചെയ്തു.

തണ്ണീർമുക്കം ബണ്ട്

വേനൽക്കാലത്ത് കടലിലെ ഉപ്പുവെള്ളം (ഓരുവെള്ളം) വേമ്പനാട്ട് കായലിന്റെ തെക്കൻ ഭാഗത്തേക്ക് കടന്നുവരുന്നത് തടയുന്നതിനായി നിർമ്മിച്ച നിയന്ത്രണ സംവിധാനമാണ് തണ്ണീർമുക്കം ബണ്ട്. കായലിനു കുറുകെ ഒരു പാലം പോലെ പണിത ഈ ബണ്ടിന് 1250 മീറ്റർ നീളമുണ്ട്. അടയ്ക്കാനും തുറക്കാനും നീരൊഴുക്ക് നിയന്ത്രിക്കാനും കഴിയുന്ന 98 ഷട്ടറുകളാണ് ബണ്ടിന്റെ പ്രോജക്ടിലുള്ളത്. എന്നാൽ രണ്ടു ഭാഗത്തുമായി 72 ഷട്ടറുകളാണ് പണിതിട്ടുള്ളത്. ബണ്ടിന്റെ പണികൾ ഇനിയും പൂർത്തിയായിട്ടില്ല. മദ്ധ്യഭാഗത്ത് മണ്ണിട്ട് നികത്തിയ നിലയിലുള്ള ബണ്ട് ചേർത്തല, വൈക്കം താലൂക്കുകളെയും ഇതിനോട് ചേർത്ത് നിർമ്മിച്ചിട്ടുള്ള റോഡ് ആലപ്പുഴ, കോട്ടയം ജില്ലകളയും ബന്ധിപ്പിക്കുന്നു.

ബണ്ടിന്റെ ബാക്കിവരുന്ന 26 ഷട്ടറുകൾകൂടി പണിയണമെന്ന് നിർദ്ദേശമുണ്ട്. പുനർ നിർമ്മാണം നടത്താൻ 160 കോടി രൂപയുടെ ഒരു പ്രോജക്ട് എം എസ് സ്വാമിനാഥൻ കമ്മീഷൻ നിർദ്ദേശിച്ചിട്ടുണ്ട്. ഇതുസംബന്ധിച്ച് ചെന്നൈയിലെ ഐ ഐ റ്റി പഠനം നടത്തിവരികയാണ്. ഇപ്പോൾ എല്ലാ വർഷവും മൂന്നു മാസക്കാലം അടച്ചിടുകയും

ഒമ്പത് മാസക്കാലം തുറന്നിടുകയും ചെയ്യുന്ന വിധത്തിലാണ് തണ്ണീർമുക്കം ബണ്ട് പ്രവർത്തിക്കുന്നത്. ഓരുവെള്ളം കുട്ടനാട്ടിലേക്ക് പ്രവേശിക്കുന്നത് ചെറുക്കാനാണിത്.

കുട്ടനാട് പാക്കേജ്

പമ്പ, അച്ചൻകോവിൽ, മണിമല, മീനച്ചിൽ എന്നീ നാല് പ്രധാന നദികളാണ് കുട്ടനാട്ടിലേക്ക് ഒഴുകുന്നത്. ഹൈറേഞ്ചിൽ ഉപയോഗിക്കുന്ന കീടനാശിനികളുടെ അവശിഷ്ടങ്ങൾ, ശബരിമല തീർത്ഥാടനക്കാലത്തെ മാലിന്യങ്ങൾ, പാല, കോട്ടയം, ചങ്ങനാശ്ശേരി, പത്തനംതിട്ട നഗരങ്ങളിലെ മാലിന്യങ്ങൾ എന്നിവ ഈ നദികളിലൂടെ കുട്ടനാട്ടിലെ കായലിൽ ഒഴുകിയെത്തുന്നുണ്ട്. ഒഴുക്ക് ശക്തമായി അനുഭവപ്പെടേണ്ട ബണ്ടിന്റെ മദ്ധ്യഭാഗം അടഞ്ഞുകിടക്കുന്നതിനാൽ ഖരമാലിന്യങ്ങൾ കായലിൽത്തന്നെ അടിഞ്ഞുകൂടിയിരിക്കുന്നു. ഇതുമാത്രമല്ല, കായലിനും അതിനോട് ചേർന്നുള്ള തോടുകളിലും കുളവാഴകളും ആഫ്രിക്കൻ പായലുകളും പടർന്നുപിടിച്ചതിന്റെ ഫലമായി തോടുകളുടെ നീരൊഴുക്ക് നിശ്ചലമായിത്തീർന്നിരിക്കുന്നു. തന്മൂലം കുട്ടനാടൻ പ്രദേശത്ത് വലിയ പരിസ്ഥിതി പ്രശ്നമായി ഇത് മാറി. തണ്ണീർമുക്കം ബണ്ട് വേമ്പനാട് കായലിന്റെ മരണമണിമുഴക്കുന്നുവെന്ന് ചില പരിസ്ഥിതി വാദികൾ പ്രചരിപ്പിക്കുന്നത് ഇതുകൊണ്ടാണ്. ഇവിടുത്തെ ജലമലിനീകരണം പൊതുജനാരോഗ്യത്തെ സാരമായി ബാധിച്ചിട്ടുണ്ട് എന്നത് ഒരു സത്യമാണ്. സമുദ്രനിരപ്പിൽ നിന്ന് താഴ്ന്നു സ്ഥിതിചെയ്യുന്ന കുട്ടനാടൻ പ്രദേശത്തേക്ക് കടൽവെള്ളം ഒഴുകിയെത്താനുള്ള നിരവധി മാർഗ്ഗങ്ങളുണ്ട്. തണ്ണീർമുക്കം ബണ്ട്, തോട്ടപ്പള്ളി സ്പിൽവേ, കായംകുളം കനാൽ, തൃക്കുന്നപ്പുഴ ഷട്ടർ എന്നിവയാണ് ആ ജലനിർഗമനങ്ങൾ. ഇവ കാലാകാലങ്ങളിൽ അടയ്ക്കുകയും തുറക്കുകയും ചെയ്തുകൊണ്ടാണ് ജലനിർഗമനം നിയന്ത്രിക്കുന്നത്. ഇതിൽ ഏറ്റവും മുഖ്യമായത് തണ്ണീർമുക്കം ബണ്ടാണ്. ഇത് സ്ഥിരമായി തുറന്നിടണമെന്നാണ് ചില പരിസ്ഥിതി വാദികൾ ഉന്നയിക്കുന്ന ശക്തമായ ആവശ്യം. കുട്ടനാടിന്റെ പാരിസ്ഥിതിക പ്രശ്നങ്ങളെ അടിസ്ഥാനപ്പെടുത്തി ഇങ്ങനെ വലിയ വിവാദം ഉയർന്നുവന്ന സാഹചര്യത്തിലാണ് ഇടതുപക്ഷ ജനാധിപത്യമുന്നണി സർക്കാരിന്റെ ആവശ്യപ്രകാരം കേന്ദ്രസർക്കാർ 2006 ൽ കുട്ടനാടിന്റെ പ്രശ്നങ്ങൾ വിശദമായി പഠനം നടത്തി റിപ്പോർട്ട് സമർപ്പിക്കാൻ ഡോ. എം എസ് സ്വാമിനാഥൻ ചെയർമാനായി ഒരു കമ്മിറ്റിയെ നിയോഗിച്ചത്. ആ കമ്മിറ്റി ഒരു വർഷംകൊണ്ട് കുട്ടനാട്ടിലെ കർഷകർ, കർഷകതൊഴിലാളികൾ, പരിസ്ഥിതിപ്രവർത്തകർ, സന്നദ്ധസംഘടനകൾ, ജനപ്രതിനിധികൾ തുടങ്ങിയവരുമായി ചർച്ചകൾ നടത്തുകയും 2007 ൽ സമഗ്രമായ ഒരു റിപ്പോർട്ട് കേന്ദ്ര സർക്കാരിന് സമർപ്പിക്കുകയുമുണ്ടായി. ആ റിപ്പോർട്ടാണ് കുട്ടനാട് പാക്കേജ്.

കുട്ടനാടിന്റെ സമഗ്ര വികസനത്തിനായി 1840 കോടി രൂപയുടെ

വിവിധ പ്രോജക്ടുകൾ ഉൾപ്പെടുന്നതാണ് ഈ പാക്കേജ്. നെൽകൃഷി, തെങ്ങുകൃഷി, മത്സ്യം വളർത്തൽ, പരിസ്ഥിതി സംരക്ഷണം, പശ്ചാത്തല സൗകര്യമൊരുക്കൽ തുടങ്ങിയ വിവിധ വികസന പ്രവർത്തനങ്ങളുടെ പ്രോജക്ടുകളാണ് അതിൽ നിർദ്ദേശിച്ചിട്ടുള്ളത്. കേന്ദ്ര സർക്കാർ ഈ പാക്കേജ് അംഗീകരിക്കുകയും പ്രോജക്ടുകൾ സമർപ്പിക്കാൻ കേരള സർക്കാരിനോട് ആവശ്യപ്പെടുകയും ചെയ്തു. കേരള സർക്കാരിന്റെ വിവിധ വകുപ്പുകൾ പ്രോജക്ടുകൾ തയ്യാറാക്കി സമർപ്പിച്ചെങ്കിലും ഏതാനും പ്രോജക്ടുകൾക്കെ കേന്ദ്രാനുമതി ലഭിച്ചുള്ളൂ. ഇറിഗേഷൻ, കൃഷി, ഫിഷറീസ് തുടങ്ങിയ വകുപ്പുകളാണ് പ്രോജക്ടുകൾ സമർപ്പിച്ചത്. കൃഷിവകുപ്പ് തയ്യാറാക്കിയ പ്രോജക്ടിൽ വിത്തുല്പാദന ഗവേഷണം, വിത്തുസംഭരണം എന്നിവയാണ് മുഖ്യമായിട്ടുള്ളത്. എന്നാൽ ഉല്പാദിപ്പിക്കാത്ത വിത്ത് സംഭരിച്ച് സൂക്ഷിക്കാനുള്ള ഗോഡൗണുകളുടെ പ്രവർത്തനത്തിനാണ് മുൻതൂക്കം നല്കിയിരിക്കുന്നത്. മങ്കൊമ്പ് നെല്ല് ഗവേഷണ കേന്ദ്രത്തെ കാര്യക്ഷമമാക്കാനുള്ള നീക്കമാണ് വേണ്ടത്.

പ്രോജക്ടുകളിലെ നിർദ്ദേശമായ പുറം ബണ്ട് നിർമാണത്തിന് 800 കോടി രൂപയുടെ പദ്ധതികളാണ് കേന്ദ്രത്തിന് സമർപ്പിച്ചതെങ്കിലും കേവലം 40 കോടിയുടെതിന് മാത്രമാണ് അനുമതി ലഭിച്ചത്. പുറം ബണ്ട് നിർമാണത്തിൽ അശാസ്ത്രീയത ഉണ്ടെന്ന വിമർശനം കർഷകർക്കും നാട്ടുകാർക്കുമുണ്ട്. കേരളത്തിന്റെ കിഴക്കൻ മലയോര പ്രദേശത്തുനിന്നും വൻതോതിൽ കരിങ്കൽ കഷണങ്ങൾ ലോറികളിലെത്തിച്ച് ബണ്ടിന്റെ നിർമാണത്തിന് ഉപയോഗിക്കുന്നുണ്ട്. കരിങ്കല്ലുകൊണ്ടുള്ള നിർമാണം ദീർഘകാല നിലനില്പിന് ഗുണകരമല്ലെന്നുമാത്രമല്ല പുത്തൻ പരിസ്ഥിതി പ്രശ്നങ്ങൾ ഉടലെടുക്കുകയും ചെയ്യും. അഥവാ ഇത് മറ്റൊരു 'കടലിൽ കല്ലിടലാകും' അതൊക്കെ ഒഴിവാക്കണമെങ്കിൽ കോൺഗ്രീറ്റ് സ്ലാബുകളും പില്ലറുകളും സ്ഥാപിക്കുന്നതാണ് കൂടുതൽ പ്രയോജനമായിട്ടുള്ളതെന്നാണ് ഈ രംഗത്തെ വിദഗ്ദരുടെ അഭിപ്രായം. എന്നാൽ ഈ നിർമ്മാണമാകട്ടെ അശാസ്ത്രീയമാണ്. ഇന്നത്തെ നിലയിലുള്ള പ്രവർത്തനം മുന്നോട്ടുപോയാൽ ആറ്റുകൊഞ്ച്, കരിമീൻ എന്നിവയ്ക്ക് വംശനാശം സംഭവിക്കും. മട വീഴ്ചയുള്ള സ്ഥലത്ത് മാത്രം മതി കോൺഗ്രീറ്റ് സ്ലാബും പില്ലറും. മറ്റുസ്ഥലങ്ങളിൽ ബയോടെക്നോളജി ഉപയോഗിച്ചുള്ള ബണ്ടിനാണ് പ്രോജക്ട് ശുപാർശ. ഇവിടെ ബണ്ടുകൾ നിർമ്മിച്ചതുകൊണ്ട് മാത്രം ജലനിർഗമനം സുഗമമാവില്ല. നൂറുക്കണക്കിന് ചെറുതും വലുതുമായ തോടുകൾ ഈ മേഖലയിലുണ്ട്. അവയിൽ കുറെയെണ്ണം പലരും കൈയേറിയിട്ടുണ്ട്. ചിലതിൽ മാലിന്യങ്ങൾ അടിഞ്ഞുകിടക്കുന്നു. ഇവിടുത്തെ പാരിസ്ഥിതിക പ്രശ്നത്തിന് മൂലകാരണവുമിതാണ്. തോടുകൾ സർവ്വെ ചെയ്ത് ആവശ്യമായ പുനർനിർമ്മാണം നടത്തി ജലനിർഗ്ഗമനത്തിന് വഴിയൊരുക്കണം.

ഡോ. സ്വാമിനാഥന്റെ റിപ്പോർട്ടിൽ പറയുന്ന പ്രകാരം തണ്ണീർമുക്കം

ബണ്ടിന്റെ പുനർ നിർമാണം നടത്തിയാൽ നദികളിലെ ജലത്തിന്റെ തള്ളൽ നിമിത്തം മാലിന്യങ്ങൾ സമുദ്രത്തിലേക്ക് ഒഴുകിപ്പോകും. മദ്ധ്യ ഭാഗത്ത് മണ്ണും ചെളിയും നീക്കം ചെയ്ത് അവിടെ ഷട്ടറുകൾ സ്ഥാപി ക്കുക എന്നതാണ് റിപ്പോർട്ടിലെ നിർദ്ദേശം. അതല്ലാതെ പരിസ്ഥിതി വാദി കളുടെ നിർദ്ദേശപ്രകാരം ബണ്ടിന്റെ ഷട്ടറുകൾ കുറേ വർഷങ്ങളിലേക്ക് പൂർണ്ണമായി തുറന്നിട്ടാൽ കുട്ടനാട് മേഖലയിൽ തിരിച്ചുവരാനാവാത്ത വിധം നെൽകൃഷി നാമാവശേഷമാകും.

കാർഷികോല്പാദനത്തിന്, പ്രത്യേകിച്ച് ഭക്ഷ്യോല്പാദനത്തിന് ഉയർന്ന പരിഗണനയാണ് കേരളത്തിൽ ഇടതുപക്ഷ ജനാധിപത്യമു ന്നണി സർക്കാർ നല്കിയിരുന്നത്. കർഷകരോട് ഒപ്പത്തിനൊപ്പം നിന്നു കൊണ്ട് ജനകീയ കൂട്ടായ്മയിലൂടെ ഒരു തരിശുരഹിത കേരളം സൃഷ്ടി ക്കാനും നെല്ലുല്പാദനം ഇരട്ടിയാക്കാനുമുള്ള ഒരു ഭഗീരഥ പ്രയത്നം സർക്കാർ ഏറ്റെടുത്തിരുന്നു. കഴിഞ്ഞ ഒരു പതിറ്റാണ്ടിൽ നേടാനായതി ലുമധികം വിസ്തൃതിയിലേക്ക് നെൽകൃഷി മടക്കിക്കൊണ്ടുവരാൻ സാധി ച്ചത് എൽ ഡി എഫ് സർക്കാരിന്റെ അഭിമാനാർഹമായ നേട്ടമാണ്. എന്നാൽ 2011 ൽ വന്ന യു ഡി എഫ് സർക്കാർ അതെല്ലാം അട്ടിമറിച്ചിരി ക്കുന്നു.

കേരളത്തിന്റെ നെല്ലറയെ തരിശിടാനാണ് ചില പരിസ്ഥിതിവാദി കൾ മുറവിളികൂട്ടുന്നത്. നെല്ലുല്പാദനത്തിലൂടെ പരിസ്ഥിതി സംരക്ഷി ക്കാനാവുമെന്ന് ഇവർ തിരിച്ചറിയുന്നില്ല. പരിസ്ഥിതിവാദമുയർത്തി നെൽ കൃഷി തടയുന്നത് ഗുണത്തെക്കാൾ ഏറെ ദോഷമാകും വരുത്തിവെ ക്കുകയെന്ന് ഇനിയെങ്കിലും ഇവർ മനസ്സിലാക്കണം.

കടൽ ജലം കയറാൻ തണ്ണീർമുക്കം ബണ്ട് മൂന്നു വർഷക്കാല ത്തേക്ക് പൂർണ്ണമായി തുറന്നിട്ടാൽ പിന്നീട് കാൽനൂറ്റാണ്ട് കുട്ടനാട്ടിൽ നെൽകൃഷിയിറക്കാൻ കഴിയില്ല. അഥവാ കേരളത്തിന്റെ നെല്ലറ നെൽകർഷകരുടെ കല്ലറയായി മാറും. അതുകൊണ്ട് കുട്ടനാട്ടിലെ പരി സ്ഥിതിപ്രശ്നം പരിഹരിക്കാൻ ഡോ. സ്വാമിനാഥൻ നിർദ്ദേശിച്ച കുട്ട നാട് പാക്കേജിലെ തണ്ണീർമുക്കം ബണ്ടിന്റെ പുനർനിർമ്മാണമാണ് അഭി കാമ്യം.

(2012 ജനുവരി)

കുട്ടനാട് പാക്കേജ്
ഉത്ഭവം, വളർച്ച, നാശം - പുനഃസൃഷ്ടി

ആയിരത്തിത്തൊള്ളായിരത്തി നാല്പത്തിയൊൻപത് ഫെബ്രുവരി, മാർച്ച് മാസങ്ങളിൽ കുട്ടനാട് കായൽ നിലങ്ങളിലേക്ക് ഓരുവെള്ള (ഉപ്പുവെള്ളം)ക്കയറ്റം ശക്തമായി. ഇതിന്റെ ഫലമായി 32,000 ഏക്കർ നെൽകൃഷി പൂർണ്ണമായും നശിച്ചു. അന്ന് തിരുവിതാംകൂർ സംസ്ഥാനത്തെ കൃഷി വകുപ്പ് മന്ത്രി ഇ ജോൺ ഫിലിപ്പായിരുന്നു. അദ്ദേഹത്തിന് കുട്ടനാട്ടിൽ നൂറുകണക്കിനേക്കർ നെൽകൃഷിയുണ്ടായിരുന്നു. ഈ ഓരുവെള്ളക്കയറ്റത്തിൽ അദ്ദേഹത്തിന്റെ കൃഷിഭൂമിയും പൂർണ്ണമായും നശിച്ചു. ഈയൊരു പശ്ചാത്തലത്തിൽ ഓരുവെള്ളക്കയറ്റത്തെ എങ്ങനെ നിയന്ത്രിക്കാമെന്ന് തിരുവിതാംകൂർ ഗവൺമെന്റ് ആലോചിച്ചു. കൃഷിവകുപ്പ് മന്ത്രിയായ ഇ ജോൺ ഫിലിപ്പ് സാങ്കേതിക വിദഗ്ദ്ധരുമായി ചർച്ചചെയ്തു. ചർച്ച ചെയ്തവരിൽ ഇറ്റാലിയൻ എഞ്ചിനീയർമാരും ഉണ്ടായിരുന്നു. അന്ന് തിരുവിതാംകൂർ ചീഫ് എഞ്ചിനീയർ ഐ സി ചാക്കോ ആയിരുന്നു. ഉപ്പുവെള്ളം കുട്ടനാട്ടിലെ കായൽനിലത്തിലേക്ക് കയറാതിരിക്കാൻ തണ്ണീർമുക്കത്ത് ഒരു ബണ്ടും, തോട്ടപ്പള്ളിയിൽ ഒരു സ്പിൽവേയും നിർമ്മിക്കണമെന്ന നിർദ്ദേശം ചീഫ് എഞ്ചിനീയർ ഉയർത്തി. തണ്ണീർമുക്കം ബണ്ടിനു പകരം ആലപ്പുഴ പട്ടണത്തിന്റെ വടക്ക് ആര്യാട് പ്രദേശത്താണ് ബണ്ടു നിർമ്മിക്കേണ്ടത് എന്ന നിർദ്ദേശമാണ് ഇറ്റാലിയൻ എഞ്ചിനീയർമാർ നല്കിയത്. എന്നാൽ ചീഫ് എഞ്ചിനീയർ ഐ സി ചാക്കോയുടെ നിർദ്ദേശമാണ് അംഗീകരിച്ചത്. തണ്ണീർമുക്കം ബണ്ടിന്റെ ഇരുവശത്തും കായലിലെ വെള്ളം കടലിലേക്ക് ഒഴുകിപ്പോകുന്നതിന് ഷട്ടറും മദ്ധ്യഭാഗത്ത് മൺചിറയുമായുള്ള പദ്ധതിയാണ് അംഗീകരിച്ചത്. 1950 ൽത്തന്നെ പണി ആരംഭിച്ചു. 1956 ൽ പൂർത്തിയാക്കുകയും ചെയ്തു. നൂറ്റാണ്ടുകൾക്കു മുമ്പുതന്നെ കായലിൽ ബണ്ട്

നിർത്തി ചക്രം ചവിട്ടി വെള്ളം നിർഗ്ഗമിപ്പിച്ച് കൃഷി നടത്തിയിരുന്നു. വെള്ളപ്പൊക്കത്തിൽ ബണ്ട് പൊട്ടിയാൽ തടയാനുള്ള ശ്രമത്തിൽ നിര വധി കർഷകരും കർഷക തൊഴിലാളികളും ജീവൻ ബലി അർപ്പി ക്കേണ്ടിവന്നിട്ടുണ്ട്.

1920–30 കാലത്തെ സാമ്പത്തിക മാന്ദ്യത്തിലുണ്ടായ ഭക്ഷ്യക്ഷാമം പരിഹരിക്കാനുള്ള 'ഗ്രോ മോർ ഫുഡ്' പദ്ധതിയുടെ ഭാഗമായി കാടും മലയും വെട്ടിത്തെളിച്ച് ഭക്ഷ്യധാന്യ ഉത്പാദനം നടത്തിയിരുന്നു. ഈ കാലത്ത് ആലപ്പുഴയിലെ 'മുരിക്കൻ' എന്ന പേരിൽ അറിയപ്പെട്ടിരുന്ന ജന്മി തിരുവിതാംകൂർ മഹാരാജാവിനെ സമീപിച്ച്, വേമ്പനാട് കായലിൽ കൃഷി ഇറക്കാൻ തയ്യാറാണെന്ന് അറിയിച്ചു. കായലിൽ കൃഷി ഇറക്കാൻ രാജാവ് മുരിക്കന് അനുമതി നല്കി. കൃഷി ചെയ്യാൻ അനുയോജ്യമായ കായൽ നിലത്തെ മുരിക്കൻ മൂന്നാക്കി തിരിച്ചു. രാജകുടുംബത്തെ തൃപ് തിപ്പെടുത്താൻ കായലിന് രാജകുടുംബാംഗങ്ങളുടെ പേരുനല്കി. മാർ ത്താണ്ഡം, റാണി, ചിത്തിര. ഇന്നും ഈ പേരിലാണ് ആ കായൽ നില ങ്ങൾ അറിയപ്പെടുന്നത്.

1956 നവംബർ ഒന്നിന് ഐക്യ കേരളം രൂപീകൃതമായി. 1957 ൽ നടന്ന ആദ്യ കേരള അസംബ്ലി തെരഞ്ഞെടുപ്പിൽ കമ്യൂണിസ്റ്റ് പാർട്ടി വിജയിച്ചു. ഇ എം ശങ്കരൻ നമ്പൂതിരിപ്പാട് മുഖ്യമന്ത്രിയായി കേരള മന്ത്രിസഭ അധികാരത്തിൽ വന്നു. മന്ത്രിസഭയിലെ ജലസേചന വകുപ്പ് കൈകാര്യം ചെയ്തിരുന്നത് വി ആർ കൃഷ്ണയ്യരായിരുന്നു. 1958 ൽ തണ്ണീർമുക്കം ബണ്ടിന്റെ ഔപചാരികമായ ഉദ്ഘാടനം നിർവ്വഹിച്ചത് നെഹ്റു മന്ത്രിസഭയിലെ മന്ത്രിയായിരുന്ന ശ്രീ. വി കെ കൃഷ്ണമേനോ നായിരുന്നു.

കാലം മാറി, രാജ്യം മാറി. 1957 ലെയും 1967 ലെയും ഇ എം എസിന്റെ നേതൃത്വത്തിലുള്ള കമ്യൂണിസ്റ്റ് ഗവൺമെന്റ് സമഗ്രമായ ഭൂപരിഷ്കരണ നിയമം കൊണ്ടുവന്നു. ഭൂപരിഷ്കരണ നിയമപ്രകാരം അഞ്ച് അംഗ കുടുംബത്തിന് കൈവശം വെക്കാവുന്ന ഭൂമിയുടെ പരിധി 15 ഏക്കർ മാത്രമാണ്. അഞ്ചംഗത്തിൽ കൂടുതൽ ആൾക്കാർ കുടുംബത്തിലുണ്ടെ ങ്കിൽ അഞ്ചിൽ കൂടുതൽ വരുന്ന ഓരോ ആൾക്കും 2 ഏക്കർ വീതം ഭൂമി കൈവശം വെക്കാം. പരമാവധി കൈവശം വെക്കാവുന്ന ഭൂമി 20 ഏക്കർ മാത്രം.

ഈ നിയമത്തിന്റെ ഭാഗമായി വേമ്പനാട് കായൽ നിലത്തിലെ റാണി, ചിത്തിര, മാർത്താണ്ഡം കായൽ നിലം സർക്കാരിൽ നിക്ഷിപ്ത മായി. ഈ ഭൂമി സർക്കാർ കർഷകർക്കും കർഷകത്തൊഴിലാളികൾക്കും വിതരണം ചെയ്തു.

കേരളത്തിലെ പ്രധാന നദികളായ പമ്പ, അച്ചൻകോവിൽ, മണിമല, മീനച്ചിൽ, മൂവാറ്റുപുഴ എന്നിവയിൽ നിന്നും ഒഴുകിയെത്തുന്ന ജലസ മ്പത്താണ് കുട്ടനാട്ടിലുള്ളത്. എന്നാൽ സമുദ്രനിരപ്പിൽ നിന്നും താഴ്ന്ന് കിടക്കുന്ന പ്രദേശമായതിനാൽ അറബിക്കടലിലെ ഉപ്പുവെള്ളം കുട്ടനാ

ട്ടിലേക്ക് തള്ളിക്കയറുന്നു. പ്രകൃതി തന്നെ കടൽവെള്ളത്തിന്റെ തള്ളിക്കയറ്റത്തെ തടുത്തുനിർത്താൻ പര്യാപ്തമായ വിധത്തിലാണ്, നദികളിൽ നിന്നുള്ള വെള്ളം പടിഞ്ഞാറോട്ട് ഒഴുകിയെത്തുന്നത്. ഒരു വർഷം 10,074 മില്ല്യൺ ക്യു മീറ്റർ വെള്ളം ഈ നദികളിലൂടെ കുട്ടനാട്ടിലേക്ക് ഒഴുകിയെത്തുന്നതായിട്ടാണ് കണക്കുകൾ ചൂണ്ടിക്കാണിക്കുന്നത്. തണ്ണീർമുക്കം ബണ്ടും, തോട്ടപ്പള്ളി സ്പിൽവേയും നിർമ്മിച്ചത് കടൽ വെള്ളത്തിന്റെ തള്ളിക്കയറ്റം നിയന്ത്രിക്കാൻ വേണ്ടിയാണ്. കൊച്ചിക്കായലിൽനിന്നും കുട്ടനാടു മേഖലയിലേക്കുള്ള പ്രവേശന കവാടം എന്നു വിശേഷിപ്പിക്കാവുന്ന സ്ഥലത്താണ് തണ്ണീർമുക്കം ബണ്ട് നിർമ്മിച്ചിട്ടുള്ളത്.

തണ്ണീർമുക്കം ബണ്ടിന്റെ മധ്യത്തിൽ മൺചിറ കെട്ടി നിർത്തിയിരിക്കുകയായിരുന്നു. ഇതിന്റെ ഫലമായി വെള്ളത്തിന്റെ കുത്തൊഴുക്ക് സുഗമമാക്കാൻ കഴിയാത്തതിനാൽ നദികളിലൂടെ ഒഴുകിവരുന്ന മാലിന്യങ്ങൾ കുട്ടനാടൻ കായലിൽത്തന്നെ തങ്ങിനില്ക്കുന്നു. തോട്ടപ്പള്ളിയിൽ നിർമ്മിച്ച സ്പിൽവേയുടെ റഗുലേറ്ററുകൾ വർഷങ്ങളായി കാര്യക്ഷമമല്ലാത്ത വിധം കിടക്കുകയാണ്. അറബിക്കടലിലെ ഉപ്പുവെള്ളം കുട്ടനാട്ടിലേക്ക് കയറാതിരുന്നാൽ മാത്രമേ നെൽകൃഷി ഫലപ്രദമായി വിജയിപ്പിക്കാൻ കഴിയുകയുള്ളൂ.

നദികളും ജലനിർഗമനത്തിനുള്ള തോടുകളും നൂറുകണക്കിന് നീർച്ചാലുകളും ചേർന്ന വലിയൊരു ശൃംഖലയാണ് കുട്ടനാടിന്റെ ജലസമൃദ്ധി. എന്നാൽ തണ്ണീർമുക്കം ബണ്ടിന്റെ അശാസ്ത്രീയത മൂലം ഖരമാലിന്യങ്ങൾ, പായൽ, പോളകൾ എന്നിവ പെരുകിയിരിക്കുന്നു. മണ്ണും മണലും അടിഞ്ഞുകൂടിയതും ജലനിർഗമനത്തിന് തടസ്സം സൃഷ്ടിക്കുന്നു.

ഇത്തരമൊരു പശ്ചാത്തലത്തിലാണ് കുട്ടനാട് പാക്കേജിന് കേന്ദ്ര യു പി എ സർക്കാർ രൂപം നല്കിയത്. കുട്ടനാടിന്റെ പരിസ്ഥിതി സംരക്ഷിക്കാനും കാർഷിക മേഖലയെ പുനരുദ്ധരിക്കാനും ജനങ്ങളുടെ ജീവനോപാധി ഉറപ്പാക്കാനും ആവശ്യമായ പഠനം നടത്താൻ 2006 നവംബറിൽ കേന്ദ്ര യു പി എ ഗവൺമെന്റ് ഡോ. എം എസ് സ്വാമിനാഥനെ ചുമതലപ്പെടുത്തി. ഡോ. സ്വാമിനാഥന്റെ നേതൃത്വത്തിൽ ചെന്നൈ ആസ്ഥാനമായി പ്രവർത്തിക്കുന്ന റിസർച്ച് ഫൗണ്ടേഷൻ ഇതിനുവേണ്ടി വിപുലമായ പഠനം നടത്തി. ശാസ്ത്രീയവും സമഗ്രവുമായ പഠനങ്ങളുടെ അടിസ്ഥാനത്തിൽ കമ്മീഷൻ 2007 ജൂണിൽ റിപ്പോർട്ട് കേന്ദ്രസർക്കാരിനു നല്കി.

എം എസ് സ്വാമിനാഥൻ കമ്മിഷൻ റിപ്പോർട്ടിലെ പ്രധാനപ്പെട്ട പദ്ധതി നിർദ്ദേശങ്ങൾ ചുവടെ ചേർക്കുന്നു.

1. നെൽകൃഷിക്ക് അടിസ്ഥാന സൗകര്യങ്ങൾ വിപുലപ്പെടുത്തുക. ഇതിന്റെ ഭാഗമായി പുറംബണ്ടുകൾ മൂന്നുമീറ്റർ വീതിയിൽ ബല

പ്പെടുത്തി യന്ത്രസാമഗ്രികളും മറ്റും കൃഷിയിടങ്ങളിലെത്തിക്കാൻ സൗകര്യങ്ങളൊരുക്കുക.

2. നെൽവിത്ത് ഉല്പാദനം, വിത്തുഗവേഷണം എന്നിവ ആവിഷ്കരിച്ച് കാര്യക്ഷമമാക്കുക.
3. പരിസ്ഥിതി നാശം ഒഴിവാക്കാൻ തണ്ണീർമുക്കം ബണ്ട് നവീകരിക്കുക.
4. തോട്ടപ്പള്ളി സ്പിൽവേയും ലീഡിങ് ചാനലും നവീകരിക്കുക.
5. ആലപ്പുഴ, ചങ്ങനാശ്ശേരി കനാൽ പുനരുദ്ധരിക്കുക.
6. കുട്ടനാടിനെ പ്രത്യേക കാർഷിക മേഖലയായി പ്രഖ്യാപിക്കുക.
7. സമഗ്ര കന്നുകാലി വികസനം, താറാവു വളർത്തൽ എന്നിവ പ്രോത്സാഹിപ്പിക്കുക.
8. പായലും പോളയും നീക്കം ചെയ്യുന്ന പരിപാടി കാര്യക്ഷമമായി നടപ്പാക്കുക.
9. തെങ്ങുകൃഷി വികസനത്തിന് സമഗ്ര പദ്ധതി തയ്യാറാക്കുക. ഉല്പാദന വർദ്ധനവിനും, രോഗനിവാരണത്തിനുമുള്ള പ്രോജക്ടുകൾ നടപ്പാക്കുക.
10. വേമ്പനാട്ടു കായലിലെ മത്സ്യസമ്പത്തും ജൈവ വൈവിദ്ധ്യവും സംരക്ഷിക്കുക. ഉൾനാടൻ മത്സ്യകൃഷി വികസിപ്പിക്കാനുള്ള പദ്ധതികൾ നടപ്പാക്കുക.
11. കുട്ടനാട്, ഓണാട്ടുകര, തുറവൂർ, പട്ടണക്കാടു പ്രദേശങ്ങളിലെ നദികൾ, കനാലുകൾ, കുളങ്ങൾ എന്നിവ പുനരുദ്ധരിക്കുകയും സംരക്ഷിക്കുകയും ചെയ്യുക.
12. കുട്ടനാടിന് കാർഷിക കലണ്ടർ തയ്യാറാക്കുക. വിവിധ വകുപ്പുകൾ വഴിയുള്ള കാർഷിക പ്രവർത്തനം ഏകോപിപ്പിക്കുക.
13. ടൂറിസവും ജലഗതാഗതവും മെച്ചപ്പെടുത്താനുള്ള പദ്ധതികൾ ആവിഷ്കരിക്കുക.
14. കാർഷിക ഉല്പന്നങ്ങളുടെ സംഭരണം, സംസ്ക്കരണം എന്നിവയ്ക്ക് ആധുനിക രീതിയിലുള്ള ഗോഡൗണുകൾ, ശീതീകരണ ശാലകൾ എന്നിവ സ്ഥാപിക്കുക.
15. കാർഷിക യന്ത്രവല്ക്കരണം വ്യാപകമായി നടപ്പാക്കുക.

എന്നാൽ സ്വാമിനാഥൻ കമ്മീഷൻ നിർദ്ദേശിച്ച മാനദണ്ഡങ്ങൾക്ക് വിരുദ്ധമായ രീതിയിലാണ് പല പദ്ധതികളും നടപ്പിലാക്കിയത്. 1840 കോടി രൂപയുടെ പാക്കേജാണ് 2007 ൽ കേരളത്തിലെ ഇടതുപക്ഷ ജനാധിപത്യ മുന്നണി ഗവൺമെന്റ് സമർപ്പിച്ചത്. പക്ഷേ പദ്ധതികൾ പ്രാവർത്തികമാക്കുമ്പോഴേക്കും കേരളത്തിൽ യു ഡി എഫ് ഗവൺമെന്റ് അധികാരത്തിൽ വന്നു. പിന്നീട് യു ഡി എഫ് ഗവൺമെന്റ് വിവിധ വകുപ്പുകൾ വഴി പദ്ധതികൾ പ്രാവർത്തികമാക്കാൻ ശ്രമിച്ചു. ഇത് അഴിമതിക്കും സ്വജനപക്ഷപാതത്തിനും ഇടയാക്കി. പുറം ബണ്ടു നിർമ്മാണത്തിന് കോൺക്രീറ്റ് സ്ലാബുകൾ ഒഴിവാക്കണമെന്ന സ്വാമിനാഥൻ

കമ്മീഷന്റെ നിർദ്ദേശത്തെ പാടെ അവഗണിച്ചു. നിർമ്മാണ മേഖലയിലെ കോൺട്രാക്ടർമാരും ഉദ്യോഗസ്ഥന്മാരും ചേർന്ന് അഴിമതി നടത്താനുള്ള നീക്കങ്ങൾക്ക് ഭരണാധികാരികൾ അരുനില്ക്കുകയും ചെയ്തു. കുട്ടനാടു പാക്കേജിന്റെ പ്രവർത്തനത്തെ വിലയിരുത്താൻ 2012 ജനുവരി മാസത്തിൽ കേന്ദ്ര ഗവൺമെന്റിന്റെ ഒരു സംഘം സുധാപിള്ളയുടെ നേതൃത്വത്തിൽ കുട്ടനാടു സന്ദർശിച്ചു. കുട്ടനാടിന്റെ വിവിധ പ്രദേശങ്ങളിൽ അവർ സന്ദർശനം നടത്തുകയും നിർമ്മാണപ്രവർത്തനം സ്വാമിനാഥൻ കമ്മിഷൻ നിർദ്ദേശിച്ചതിൽനിന്നും വ്യത്യസ്തമായ രീതിയിലാണ് എന്നു കണ്ടെത്തുകയും ചെയ്ത സംഘം രൂക്ഷമായ വിമർശനമാണ് പദ്ധതി നടത്തിപ്പിനെപ്പറ്റി ഉന്നയിച്ചിട്ടുള്ളത്. കുട്ടനാട് വികസന പാക്കേജ് വിഭാവനചെയ്ത രൂപത്തിലല്ല പദ്ധതികൾ നടപ്പാക്കുന്നതെന്ന് പ്രോസ്പിരിറ്റി കൗൺസിൽ യോഗത്തിൽ ഡോ. സ്വാമിനാഥൻ തന്നെ ആക്ഷേപം ഉന്നയിക്കുകയുണ്ടായി. പക്ഷേ, തിരുത്താൻ യു ഡി എഫ് സർക്കാൻ തയ്യാറായില്ല.

ആലപ്പുഴ, കോട്ടയം, പത്തനംതിട്ട ജില്ലകളിൽപ്പെട്ട കായൽ നിലങ്ങളാണ് കുട്ടനാട് കായൽ നിലങ്ങൾ. വിശാലമായ ഈ ഭൂപ്രദേശത്ത് ആയിരത്തി അഞ്ഞൂറോളം പാടശേഖരങ്ങൾ ഉണ്ട്. ലോകത്തിലെ തന്നെ ഏറ്റവും മനോഹരമായ നീർത്തടങ്ങളിൽ ഒന്നാണ് കുട്ടനാടിലേത്. ലോകത്തിന്റെ മറ്റ് രാജ്യങ്ങളിൽനിന്ന് വ്യത്യസ്തമായ കൃഷി രീതിയാണിവിടെ ഉള്ളത്.

ഈ മനോഹരമായ തണ്ണീർത്തടത്തെയും അത്ഭുതകരമായ തരത്തിൽ, സമുദ്രനിരപ്പിൽ നിന്ന് 1.8 മീറ്റർ മുതൽ 2.1 മീറ്റർ വരെ താഴ്ചയുള്ള, കുട്ടനാടൻ കായൽ നിലത്തിലെ കൃഷിയും സംരക്ഷിക്കുന്നതിനാണ് കുട്ടനാട് പാക്കേജ് തയ്യാറാക്കിയത്. കേരളത്തിന്റെ നെല്ലറയായ കുട്ടനാടിന്റെ അടിസ്ഥാന സ്വഭാവവും പാരിസ്ഥിതികമായ പ്രത്യേകതയും നിലനിർത്തിക്കൊണ്ടാണ് കുട്ടനാട് പാക്കേജ് തയ്യാറാക്കിയിരുന്നത്.

എന്നാൽ യു ഡി എഫ് സർക്കാർ കുട്ടനാട് പാക്കേജ് നടപ്പാക്കിയത്, മുമ്പ് സൂചിപ്പിച്ചതുപോലെ തല കീഴായിട്ടായിരുന്നു. ഉദ്യോഗസ്ഥ മേധാവികളുടെ വടംവലി, വിവിധ വകുപ്പുകളുടെ ഏകോപനമില്ലായ്മ, കാർഷിക മേഖലയുടെ വളർച്ചയ്ക്കും വേമ്പനാട്ടു കായലിന്റെ സംരക്ഷണത്തിനും ഉതകുംവിധം തയ്യാറാക്കിയ പദ്ധതിയുടെ പണം ഉദ്യോഗസ്ഥ-കോൺട്രാക്ട്-രാഷ്ട്രീയ ലോബികളുടെ കൈകളിലൂടെ മറിഞ്ഞുപോയതാണ് കുട്ടനാട് പാക്കേജിന്റെ ദുരന്തം.

പുറം ബണ്ട് നിർമ്മാണത്തിന് ഉപയോഗിച്ച സ്ലാബുകളെല്ലാം തകർന്നു. ബണ്ടുകളെല്ലാം മടവീണു. തോട്ടപ്പള്ളി സ്പിൽവേ, തണ്ണീർമുക്കം ബണ്ടിന്റെ മൺചിറ എ സി (ആലപ്പുഴ-ചങ്ങനാശേരി) കനാലിന്റെയും മറ്റു കനാലുകളുടെയും സംരക്ഷണം എന്നിവ പൂർത്തിയാക്കാനും കാര്യക്ഷമമാക്കാനും കഴിഞ്ഞിരുന്നുവെങ്കിൽ 2018 ആഗസ്റ്റ്

15, 16, 17 തീയതികളിലെ മലവെള്ളപ്പാച്ചിലിന്റെ വേഗത കുറയ്ക്കാനും പ്രളയത്തിന്റെ തീവ്രത കുറയ്ക്കാനും കഴിയുമായിരുന്നു.

ഇനിയും കുട്ടനാടിനെ തിരിച്ചുപിടിക്കാൻ കഴിയും. ഈ വെള്ളപ്പൊക്കത്തിന്റെ അനുഭവത്തിന്റെ അടിസ്ഥാനത്തിൽ ഡോ. സ്വാമിനാഥൻ പാക്കേജ് പുനഃരുദ്ധരിച്ച് സമയബന്ധിതമായി നടപ്പാക്കണം. അതിലൂടെ മാത്രമേ കിഴക്കിന്റെ വെനീസിനെ തിരിച്ചുപിടിക്കാനും ലോകസഞ്ചാരികളെ ആകർഷിക്കാനും കഴിയൂ.

പുനഃരുദ്ധരിക്കുന്ന കുട്ടനാട് പാക്കേജിൽ താഴെ ചേർത്ത കാര്യങ്ങൾ കൂടി ഉൾപ്പെടുത്തേണ്ടതുണ്ട്.

1. കുട്ടനാട്ടുകാരുടെ ജീവിതം കൃഷിയെ ആശ്രയിച്ചാണ് മുന്നോട്ടുപോകുന്നത്. അതിനാൽ നെൽകൃഷിയുടെ വ്യാപനം ശക്തിപ്പെടുത്തുക. അതിന് കുട്ടനാട്-അപ്പർകുട്ടനാട് മേഖലയിൽ രണ്ട് പൂ നെൽകൃഷി ചെയ്യുന്നതിനാവശ്യമായ പശ്ചാത്തല സൗകര്യം സൃഷ്ടിക്കുക.
2. കുട്ടനാട് ബണ്ട് തുടർച്ചയായി തുറന്നിടണമെന്ന വാദം പല കോണുകളിൽ നിന്നും ഉയർന്നുവരുന്നുണ്ട്. ഇത് കുട്ടനാടുകാരുടെ ജീവിതത്തെ സാരമായി ബാധിക്കും. കുടിവെള്ള പ്രശ്നമുൾപ്പെടെ രൂക്ഷമാക്കുന്ന സ്ഥിതി സംജാതമാകും. രണ്ട് കൃഷി നടപ്പാക്കാനുള്ള തീവ്രയത്നമാണ് ആവശ്യം.
3. മഴവെള്ള പാച്ചിലിലൂടെ ഉണ്ടാകുന്ന പ്രളയത്തെ നിയന്ത്രിക്കാൻ നീർച്ചാലുകൾ പുനഃരുജ്ജീവിപ്പിക്കണം. നദികൾ കായലുകൾ എന്നിവയിലെ കൈയേറ്റം ഒഴിവാക്കി കായലിന്റേയും നദിയുടേയും യഥാർത്ഥ അതിരുകൾക്ക് രൂപം നല്കണം. അതോടൊപ്പം പ്രളയത്തിലൂടെ കായലിൽ അടിഞ്ഞുകൂടിയ മണ്ണ് എടുത്തുമാറ്റി പുറംബണ്ട് നിർമ്മാണത്തിന് ഉപയോഗപ്പെടുത്തുക. കായംകുളം കായലിലെ ഉപ്പുവെള്ളം കയറുന്നത് തടയാനുള്ള സംവിധാനവും ഉണ്ടാകണം.
4. കായലിലെ പോളയും, മാലിന്യങ്ങളും ഖരമാലിന്യങ്ങളും നീക്കം ചെയ്യാൻ ആധുനിക സംവിധാനങ്ങൾ ഉണ്ടാക്കുക.
5. കുട്ടനാടൻ കൃഷിക്കുവേണ്ടി ഒരു കാർഷിക കലണ്ടർ തയ്യാറാക്കുക. പാടശേഖരങ്ങൾക്ക് യോജിച്ച രോഗപ്രതിരോധ ശേഷിയുള്ള വിത്തിനങ്ങൾ കണ്ടെത്തുക.
6. വൻകിട പാട്ടകൃഷി സമ്പ്രദായം ഉപയോഗിക്കുക.
7. കുട്ടനാട്ടിൽ ഉല്പാദിപ്പിക്കുന്ന നെല്ല് അവിടെത്തന്നെ സംഭരിക്കാനും, സംസ്കരിക്കാനും വിപണനത്തിനുമുള്ള ആധുനിക സംവിധാനം സൃഷ്ടിക്കണം.
8. കുട്ടനാട്ടിലെ നെൽകൃഷിക്കനുയോജ്യമായ ആധുനിക കൃഷിയന്ത്രങ്ങൾ ആവിഷ്കരിക്കുക. പ്രാവർത്തികമാക്കുക.
9. കുട്ടനാടിന്റെ തനതായ മത്സ്യസമ്പത്ത് സംരക്ഷിക്കുക.

10. കുട്ടനാടിന്റെ തനതു ബ്രാന്റായ താറാവുകൃഷി പുനഃരുജ്ജീവിപ്പിക്കുക.

മേല്പറഞ്ഞ നിർദ്ദേശങ്ങളാണ് കർഷകസംഘത്തിന് മുന്നോട്ടു വെക്കാനുള്ളത്. കുട്ടനാടിലെ കർഷകർ ഒരു ആയുസ്സു മുഴുവൻ സമ്പാദിച്ചതെല്ലാം പ്രളയം തട്ടിയെടുത്തു. ഒരു പുതിയ ജീവിതമാണ് അവർക്ക് പടുത്തുയർത്താനുള്ളത്. അതിനടിസ്ഥാനം കൃഷി തന്നെയാണ്. അതു കൊണ്ട് കൃഷിയുടെ പുനഃസൃഷ്ടിക്കാവശ്യമായ എല്ലാ പശ്ചാത്തല സൗകര്യങ്ങളും താമസംവിനാ കർഷകന്റെ കരങ്ങളിൽ എത്തിച്ചേരേണ്ടതാണ്.

2014 ജൂൺ മാസത്തോടെ കുട്ടനാട് പാക്കേജിന്റെ കാലാവധി കഴിഞ്ഞു. അനുവദിച്ച സംഖ്യ യു ഡി എഫ് സർക്കാർ വേണ്ടപോലെ ചെലവഴിച്ചതുമില്ല. ബി ജെ പി സർക്കാർ കുട്ടനാട് പാക്കേജ് നിർത്തിവെക്കാനും തീരുമാനിച്ചു. ഇന്നുണ്ടായ പ്രളയ കാഠിന്യം കണക്കിലെടുത്ത് കുട്ടനാടിനെ സംരക്ഷിക്കാൻ കുട്ടനാടിനു വേണ്ടി മാത്രം ഒരു പ്രത്യേക മാസ്റ്റർ പ്ലാൻ തയ്യാറാക്കേണ്ടിയിരിക്കുന്നു.

(2021 സെപ്തംബർ)

കാർഷിക പൈതൃകം തേടി സഹസ്രാബ്ദങ്ങൾക്കുമുമ്പുള്ള ചരിത്രം മുതൽ ആധുനിക കാലഘട്ടത്തിലെ കാർഷികപ്രശ്നങ്ങൾ വരെ ലളിതമായ സ്വന്തം ആഖ്യാന ശൈലിയിൽ പ്രതിപാദിക്കുന്ന ഈ പുസ്തകം വായിക്കുന്നവർക്ക് സ. കെ വി ആർ, കർഷകരുടെ മുന്നണിപ്പോരാളി മാത്രമല്ല, ചരിത്ര ഗവേഷകനും കാർഷിക ഗവേഷകനുമാണെന്നു മനസ്സിലാകും. കർഷക പ്രസ്ഥാനത്തിന്റെ പ്രവർത്തകർക്കും കാർഷികവൃത്തിയിലേർപ്പെടുന്ന ഏവർക്കും സൂക്ഷിക്കാവുന്ന സാഹിത്യസമ്പത്താണിത്.

എം വിജയകുമാർ, പ്രസിഡന്റ് കേരള കർഷകസംഘം

കേരളത്തിലെ കർഷകപ്രസ്ഥാനത്തിന്റെ അമരക്കാരനായുള്ള ദീർഘകാലാനുഭവത്തിന്റെ പശ്ചാത്തലത്തിൽ കൃഷിക്കാരുടെ വികാരവിചാരങ്ങൾ ആഴത്തിൽ പഠിക്കാനും പരിഹാരം നിർദ്ദേശിക്കാനും പരിശ്രമിച്ചിട്ടുള്ള സ. കെ വി ആറിന്റെ ഈ പുസ്തകം എല്ലാ കർഷകപ്രസ്ഥാനങ്ങളുടെ പ്രവർത്തകരും വായിച്ചിരിക്കേണ്ടതാണ്.

വൽസൻ പനോളി, സെക്രട്ടറി കേരള കർഷകസംഘം

www.ingramcontent.com/pod-product-compliance
Lightning Source LLC
LaVergne TN
LVHW100307051026
849517LV00006B/2220
* 9 7 8 9 3 9 4 7 5 3 4 9 5 *